மொஹெஞ்செ அல்லது சிந்துவெளி நாகரிகம்

மா. இராசமாணிக்கனார்

ISBN 979-888629204-6

பொருளடக்கம்

முன்னுரை

பதிப்புரை

வளத்துக்கும் வாணிகத்துக்கும் இந்தியா எப்போதும் உலக மக்களின் கண்ணில் நிழலாடிக்கொண்டிருக்கிறது; அப்படியே கலை, நாகரிகம் முதலிய பல தலையான ஆராய்ச்சிகளுக்கும் உலக அறிஞர்களின் உள்ளத்தை என்றும் அது கவர்ந்து கொண்டிருக்கின்றது. இந்திய நாட்டின் எல்லை, இந்திய மக்களின் பன்னூற்றுக்கணக்கான சாதி சமய மொழிப் பிரிவுகள், அவ்வவற்றின் பழைமை பெருமை, வளர்ச்சி தளர்ச்சிகள் முதலிய கருத்துக்களைக் குறித்து மேலைநாட்டவரும் கீழைநாட்டவரும் பல காலமாகவே ஆராய்ந்து வருகின்றனர். கடலாழங் காண்பதும் இந்திய் நாகரிக ஆழங் காண்பதும் ஒன்று.

சில காலத்துக்குமுன் வரையில் ஆராய்ச்சியாளர் இந்திய நிலைகளைப் பற்றிப் பற்பல கருத்துடையராயிருந்தனர். 'இந்திய மக்களில் ஆரிய ரென்பவரே நாகரிகமுடையவர்; அவரது மொழியே வடமொழி யென்பது; அதுவே தமிழ் உட்பட எல்லா இந்திய மொழிகளுக்குந் தாய்; ஆரிய நாகரிகமே உலக நாகரிகங்கட்கு அடிப்படை' என்பன அக்கருத்துக்களிற் சில. ஆராய்ச்சியாளர் கண்ணுக்கு வடமொழி நூல்களே இந்தியாவின் தலை நூல்கள் என்று அப்போது காணப்பட்டு வந்தமையே அதற்குக் காரணம்.

பின்பு, பண்டைக் காலத்தில் இயற்றப்பட்ட, தமிழ் நூல்கள் சில வெளிப்படலாயின. அவற்றிலிருந்து, தமிழ் மொழியின் பழைமையும் செவ்வியும் ஆராயப்பட்டு, இதற்கு ஆரியமொழி தாய் அன்று என்பதும், இம்மொழியாளரின் நாகரிகம் ஆரிய நாகரிகத்தினும் வேறு என்பதும், உயர்ந்தது என்பதும், வேறு சிலவும் விளங்கின.

இதற்குள் நூலாராய்ச்சியே யல்லாமல், ஞால ஆராய்ச்சி, கல்வெட்டு ஆராய்ச்சி, அகப்பொரு ளாராய்ச்சி முதலான பலவகை ஆராய்ச்சிகள் வளர்ச்சிபெறலாயின. இவற்றின் பயனாக, ஒரு காலத்தில் இந்தியாவின் வடபகுதியும், இமயமலையும் கடலுள் இருந்தன; அப்போது இந்தியாவின் குமரிமுனைக்குத் தெற்கே இந்துமாக் கடலில் குமரிக் கண்டம் என்று ஒரு பெரிய நிலப்பரப்பு இருந்தது; உலகத்திலேயே மக்கட் பிறவியின் தோற்றம் முதல்முதல் அக் குமரிக் கண்டத்திலேயே உண்டாயிற்று; பின்பு, அக்கண்டம் சிறிது சிறிதாகக் கடலுள். ஆழ்ந்து வடக்கே இமயமலை எழுந்தபோது, அக் கண்டத்திலிருந்த மக்கள் வடக்கே வந்து உலகெங்கும் பரவினர். இப்போது தென்னிந்தியாவாக உள்ள திராவிட நிலப்பகுதி எஞ்ஞான்றும் அழியாத மிகப்பழைய நிலமாதலின், வடக்கிலும் உலகத்திலும் பரவிய மக்கள் இத்திராவிட மக்களின் முன்னோரே யாகின்றனர்; இமய மலைக்கு வடக்கேயும்

வடமேற்கேயும் சென்ற அம் முன்னோரே பின்னொருகால் வேற்றுமொழியா-ளர்போல மாறி மீண்டும் இந்தியாவுக்குள் புகுந்தபோது, அவர்கள் அங்கங்கு-மிருந்து வந்தவராகக் கூற இடமாயிற்றேயன்றி வேறில்லை; ஆகவே திராவிட நாகரிகமே உலக நாகரிகத்துக்கு அடிப்படை என்னும் உண்மைகளெல்-லாம் திட்டமாகக் கண்டுபிடிக்கப் பெற்றன; தமிழர்களின் நல்வினைப்பயனால் 2000 ஆண்டுகட்கு முற்பட்ட சங்கத் தமிழ் நூல்கள் பல இக்காலங்களில் மேலுமேலும் வெளிவந்து, அவற்றின் ஆழ்ந்த அரிய ஆராய்ச்சிகளாலும் மேலுண்மைகள் நன்றாக வலுப்பெறலாயின; குமரிக்கண்ட நாகரிகம் இக்கால நாகரிகத்தினும் உயர்ந்ததென்பது, தமிழ்மொழியின் பெருமை அக்காலத்தி-லேயே இன்னும் மிகுந்திருந்ததென்பதும், தமிழ்வளர்த்த தமிழ்ச் சங்கங்களில் முதற்சங்கம் குமரிக் கண்டத்திலிருந்தது என்பதும், இதுபோன்ற பல அருங்-குறிப்புகளெல்லாமும் சங்க நூலாராய்ச்சிகளிலிருந்து வெளிப்பட்டன.

எனினும், காண்டல், கருதல், உரையளவைகளில், ஆராய்ச்சி என்பது கருதலளவையிலும் சங்கத் தமிழ் நூல்கள் உரையளவையிலும் அடங்குதலின் காண்டலளவையிலுந்தக்க சான்றுகள் கிடைக்குமாயின், இந்தியா முழுவதுமே ஒரு காலத்தில் திராவிட நாடு; திராவிட மக்களே பிற்காலத்திற் பல்வேறு இந்தியக் கிளையினராயினர் திராவிடமொழியே திரிந்து திரிந்து பல்வேறு இந்திய மொழிகளாயிற்று: திராவிட நாகரிகமே உலக நாகரிகத்திற்கு அடிப்-படை இன்னும் திராவிட நாகரிகமே உயர்ந்ததாக உள்ளது' என்னும் இவ்வ-ளவு பெரிய புதை பொருளுண்மைகளை மிகத் தெளிவாகத் துணிந்து கொள்-வதற்கு ஐயுறவில்லாத நிலைப்பு ஏற்படும். ஒரு கருத்தைத் துணிவதற்கு இங்ஙனம் மூவகையளவைகளும் முதன்மையானவை.

'தமிழ்' என்பதைப் பிறர் 'திராவிடம்' என்றனர்; தமிழ் மக்கள் அங்கங்கும் போக்குவரவின்றித் தங்கியகாலத்தில் அவர்கள் தமிழ்மொழியே பல்வேறு வகையான இந்திய மொழிகளாகத் திரிந்து நின்றன; ஒன்றோடொன்று கலந்து பின்னும் பலவாயின. மிகுதியாகத் திரிந்துவிட்டவை வங்காளம் முதலிய வட இந்திய மொழிகள்; ஓரளவில் திரிந்தவை தெலுங்கு முதலிய திராவிடமொழி-கள்; மொழிதிரியவே தமிழ்மக்களும் அவ்வம் மொழிக் குரியவராய் வட இந்-தியரும் தென்னிந்தியருமாகத் திரிந்து பல சாதியினராயினர்; இதனால் இந்-தியர் யார் என்பதே தெரிந்து கொள்வது அரிதாயிற்று.

இத்தகைய உற்ற நேரத்திலேதான், இந்தியாவின் வடமேற்கே சிந்து ஆற்-றின் கரைமருங்கு இற்றைக்கு 5000 ஆண்டுகட்குமுன் சிறந்த திராவிட நாகரிகத்தோடு விளங்கியிருந்து பின் மண்மூடுண்ட 'மொஹெஞ்சொ-தரோ' 'ஹரப்பா' முதலிய பெரு நகரங்கள், அகழ்ந்து கண்டுபிடிக்கப்பட்டன. தக்க நாகரிகச் சான்றுகள் அவற்றிலிருந்து நேரிற் கண்டெடுக்கப்பட்டுச் சிறந்த ஆராய்ச்சி யறிஞர்களால் நன்கு சோதனை செய்யப்பெற்றன: சிந்துவெளி நாகரிகம் திராவிட நாகரிகமே என்பது காண்டலளவையாலும் மலையிலக்-காகத் துலங்குவதாயிற்று. இற்றைக்கு 4500 ஆண்டுகட்கு முன் இந்தியா

முழுமையும் திராவிடமே யென்று விளக்கி, நிலப்படப் புத்தகத்திற் (Atlas) படமும் எழுதப்பெற்றிருக்கிறது.

திராவிடர் இப்போது எந்நிலையி லிருக்கின்றனர். தம் முன் நிலைகளைச் சிறிதேனும் எண்ணிப் பார்ப்பாராயின், இந்தியாவில் சாதியாலும் மொழியாலும் சமயத்தாலும் பல பிரிவினராய் ஒற்றுமையின்றி எழுச்சியின்றி மேலுமிருக்க ஒருப்படுவரோ! திராவிடர் தம் தொன்மையையும் வன்மையையும் உலகறிய வைத்து வாழவன்றோ முற்படுவர்! இவ் வுணர்ச்சியும் முயற்சியும் உண்டாகும் பொருட்டே இம் மொஹஞ்சொ-தரோ ஆராய்ச்சிகளை விளக்கமாகத் தமிழ்-மொழியில் எழுதுவித்து வெளியிடுகின்றோம். இவ் வெளியீடு அக் கருத்தைச் செவ்வனம் நிறைவேற்றுமென்று நம்புகிறோம்.

நாங்கள் விரும்பியதற்கு ஏற்ப, இந்நூலைப் பல தலைப்புகளில் தகுதி-யாகப் பாகுபாடு செய்து பன்னூல் ஆராய்ச்சிகளையும் நன்றாகக் கோவை-செய்து பொருத்தி ஏற்ற மேற்கோட் குறிப்புக்களுடன் மிகவும் தெளிவாக மிக எளிய தமிழ் நடையில் நல்லுழைப்போடு எழுதியுதவிய இதன் ஆசிரியர் டாக்டர். மா. இராசமாணிக்கனார், M.A., M.O.L., L.T., Ph.D. அவர்-களின் தொண்டு தமிழகத்தாராற் பெரிதும் பாராட்டற் பாலதாகும். அச்சிடுங் காலத்தில், இந்நூலை நன்கு பார்வையிட்டுதவியவர் தருமையாதீன வித்து-வான், திருவாளர். காழி. சிவ. கண்ணுசாமிப் பிள்ளை B.A. அவர்களாவர். இவ்வறிஞரிருவர்க்கும் எங்கள் நன்றியை அன்புடன் தெரிவித்துக் கொள்ளு-கிறோம்.

சைவசித்தாந்த நூற்பதிப்புக் கழகத்தார்.

முகவுரை

காப்பியா வாசிப்பகம்

உயிரைக் காக்க ஓடாத நாள் வேண்டும்

83 இனப்படுகொலைக்கு முன் அறவழிப் போராட்டமும், ஆயுதப் போராட்டமும் கலந்திருந்த காலத்திலேயே தலைமறைவு வாழ்க்கைக்கு தயார் என ஒவ்வொருவரும் தனக்குத் தானே கட்டளை இட்டுக் கொண்டனர். உலகின் விடுதலைக்காக போராடும் இயக்கங்களுக்கெல்லாம் மிகச் சிறந்த காத்திரமான கட்டுப்பாட்டுடனும், ஒழுக்கத்துடனான வாழ்வுப் போருக்கும் முன்னுதாரணமாக திகழும் எல்டிடிஇ வருகை, வளர்ச்சி 83 இல் மக்களோடு இரண்டறக் கலந்து மக்கள்தான் எல்டிடிஇ எல்டிடிஇ தான் மக்கள் என்கிற விடுதலைப் போராட்டத்திற்கு பெருவாரியான மக்கள் *மண்ணுக்காக மரணிப்போம் என கிளர்ந்தெழுந்தார்கள்.

எல்லாவற்றையும் இழந்துவிட்ட நானும் எனது 11வது அகவையில் நண்பர்களுடன் சேர்ந்து சாவதற்கு சத்தியம் செய்தேன். பாலர் வகுப்பு முதல் பல்கலைக்கழகம் வரை என்னோடு நெருங்கிய நண்பர்கள் யாரும் உயிரோடு இல்லை. இராணுவ மொழியில் சொல்வதென்றால் அவர்கள் காணாமல் போனார்கள். கடந்த 33 ஆண்டுகளாக இடப்பெயர்வான சுற்றோடி வாழ்வும் புலம் பெயர்ந்த வாழ்வும் என் பின்னால் தொடர்ந்த வண்ணம் இருக்கின்றன. வாழ்வின் நீள் பாதையில் எல்லாவற்றுக்கும் முகம் கொடுத்து வாழப் பழகிக் கொண்டேன்.

மறைந்து வாழவும், இழந்து வாழவும், இறந்து வாழவும், பழகிக் கொண்ட நான், இந்த இகழ் வாழ்வில் இன்று பதுங்கி வாழவோ, நிமிர்ந்து வாழவோ பலமும் இல்லை பயமுமில்லை என்ற நிலையில் உள்ளேன். உடலும் உள்ளமும் தளர்ந்து போனாலும் ஏதோ ஒரு நம்பிக்கையில் வாழவும் தமிழ் சமூகத்துக்கு ஒன்றைச் செய்ய முடியும் என்ற விருப்பவியல் குருதித் தொனியில் தோணியில் வந்த காலம் கரைகிறது.

85 முதல் இன்று வரை ஓடித்திரியும் வாழ்வில் பல கவிதைகளும் கட்டுரைகளும் காணாமல் போனது. இதழ்களை தேடுவதும் சாத்தியமில்லை. இதழ் நடத்தியவர்களும் சேகரிப்பாளர்களும் உயிரோடு இருந்தால்தானே தேடுவதற்கு. வாழ்வதற்கே போராடும் மனிதர்களிடத்தில் எதைத் தேடி அலைவது. நான் சேகரித்த நூலகமும் எழுதியவைகளும் காலப்போக்கில் அனலிலும் புனலிலும் கரைந்தது ஒரு பக்கம் என்றால், பேரினவாத அரசால் பத்திரிகை சுதந்திரமும் எழுத்தாளர்களும் தடை செய்யப்படுவதும், கொல்லப்படுவதும், நூல்கள் எரியூட்டப்படுவதும் இன்று வரை தொடர்ந்த வண்ணம் இருக்கை-

யில், நானும் என் கவிதைகளும் தப்புவது எம்மாத்திரம்?நானும் எல்லா-வற்றுக்கும் ஆளானேன். எல்லாவற்றையும் ஞாபகப்படுத்தி எழுதி விடலாம் என்ற நம்பிக்கை மட்டும் இன்னும் முகிலாய் இருக்கிறது.

தமிழக மக்களுக்கு ஈழப் போர் குறித்த வாழ்வையும் பேரினவாத அரசால் நாளாந்தம் மக்கள் படும் பேரவலத்தையும் ஒரு நூறு கவிதைகளாகவும் கதைகளாகவும் சொல்லியிருக்கிறேன். புலம்பெயர் வாழ்வில் தமிழகப் பார்-வையை உரை நடையாகவும், காதல் கவிதைகளாகவும், நாட்டுப்புறவியல் களச் சேகரிப்புகளாகவும், பத்திகளாகவும், இலக்கண இலக்கிய அகராதிக் காப்பியமாகவும், நாடகக்கலையாகவும், நுண்கலைப் பிரதிகளாகவும், நாடோ-டிப் பயணங்களாகவும், கலா சாலை போதகனாகவும், முற்போக்கில்லா கற்-போக்கு விருந்தாளனாகவும், தொகுப்பதிகாரமாகவும் பதிவு செய்திருக்கிறேன். மேலும் ஆங்கிலத்தில் மூத்தகுடி கலாச்சாரப் பயணங்கள் மற்றும் கல்விப் புலக்கலைப் பேரதிகார நுட்பவியல் குறித்தும் மனைவி தமிழ் இனியா சொற்-களை விதைத்து வருகிறார். புகார்க் காண்டத்திலிருந்து மதுரைக் காண்-டம் வந்துள்ள கொடை மகன் இமயக்காப்பியன்(6) படைப்பாக்கப் பணியில் முந்நீர் போல் எமக்கு பேருதவியாக இருக்கிறான். துயரங்களின் சாட்சிகள் மரணிப்பதில்லை என்கிற காத்திரச் சொல்லின் சாட்சிகளாய் நாங்கள். கீழடி / உலகின் / மூத்த காலடி

எனக்கான உதவிகளை செய்யும் குழந்தைகள் சக்தி என்கிற விடுதலை-வெண்பா, சூரியவாசன் என்கிற இலக்கியப்புரட்சியாளன், ரித்திஷா என்கிற நிழலினி, விதுஷி, பார்பி என்கிற மோனலிக்கும், பாரா முகமாகவே போய்-விட்ட ஜேர்மனியில் வாழும் குழந்தைகளான பூர்த்திகா என்கிற இதழினி, அரிகரசுதன் என்கிற எளிஞன் ஆகியோருக்கும் நன்றி சொல்ல தேவை-யில்லை. எக்காலத்திலும் நன்றிக்குரியவர்களாக இருக்கும் என் சின்னத்தாய் செல்வி கிருஷ்ணமூர்த்தி குடும்பத்தாருக்கும் மற்றும் எனது அக்கா பத்மாவதி, தீபாவிற்கும் நன்றிகள் பல.

தமிழ்த்தேசன் இமயக்காப்பியன்

1

புதைபொருள் ஆராய்ச்சி

புதைபொருள் ஆராய்ச்சி

மிகப் பழைய மனிதன் வீடு கட்ட அறியாது மலை முழைகளில் வாழ்ந்து வந்தான். அப்-போது அவன் இயல்பாகக் கிடைத்த கற்களையே தன் கருவிகளாகக் கொண்டான். அவன் நாளடைவில் உலக இயல்பை கூறுபாட்டை அறிந்து, செம்பு, வெண்கலம், இரும்பு முதலிய உலோகங்களைக் கண்டான்: அவற்றைக் கொண்டு தனக்குவேண்டிய பலவகைப்பொருள்-களைச் செய்து கொண்டான்.[1] ஆற்றங்கரைகளிலும் சமவெளிகளிலும் இயல்பாகக் கிடைத்த களிமண்ணைக் கொண்டு வீடுகளை அமைத்தான். ஆற்று ஓரங்களில் ஓங்கி வளர்ந்த கோரைப் புல்லைக்கொண்டு கூரைகளை அமைத்தான் தன் வாழ்விற்கேற்ற பாண்டங்களை மண்ணாலேயே செய்து கொண்டான்; தன். அறிவுக்கு எட்டிய அளவில், தான். பேசிவந்த மொழியைப் புலப்படுத்தச் சித்திர எழுத்துக்களைப் பயன்படுத்தினான்; அவ் வெழுத்துக்-களைப் பண்படுத்தப்பட்ட களிமண் தட்டுகள் மீதும்

1. The Indus Valley Civilization.

1. ↑ 2. இக்காலம் கற்காலம் எனப்படும். 3. இக்காலங்கள் முறையே செம்புக் காலம், வெண்கலக் காலம், இரும்புக் காலம் எனப்படும்.

மட்பாண்டங்கள் மீதும் சுண்ணாம்புக் கற்களால் ஆன பாத்திரங்கள் மீதும் பிறவற்றின்-மீதும் பொறித்து வைத்தான்; அக்கால அறிவுநிலைக்கு ஏற்றவாறு கற்களைக்கொண்டும் பச்சை மண்ணைக் கொண்டும், பின்னர்ச் சுட்ட செங்கற்களைக் கொண்டும். தன் மனத்திற்கி-னிய கோவில்களை அமைத்துக் கடவுளரை உண்டாக்கினான்;தான் வாழ்ந்த மருத நிலத்தை உழுது பயிர் செய்யலானான்; தனக்கு வேண்டிய பொருள்களை வைத்துக்கொண்டு எஞ்சி-யவற்றை, அவை கிடைக்கப்பெறாத மலை நாடுகளிலும் பாலைவனங்களிலும் பிற இடங்-களிலும் இருந்த மக்கட்கு உதவி, தன்னிடம் இல்லாமல் அவர்களிடமே சிறப்பாக இருந்த பல் பொருள்களைப் பண்டமாற்றாகப் பெற்று வாழ்ந்து வந்தான். இப்பழக்கமே நாளடைவில் வாணிபமாக வளர்ந்தோங்கியது.

இங்ஙனம் ஒரு பகுதியில் வாழும் மக்கள் மற்றப் பகுதிகளில் வாழும் ம்க்களோடு வாணிபம் செய்யுங்கால் இருதிறத்தாரும் அவ்வப்போது கலந்து உறவாட வாய்ப்புகள் உண்டாதல் இயல்பு. அக்கூட்டுறவினால் ஒரு சாராரிடம் காணப்படும் நல்லியல்புகள் பலவற்றைப்பிறிதொரு சாரார் கைக்கோடல் இயல்பு:இருசாராரும் நாளடைவில் பெண் கொள்வதிலும் கொடுப்பதிலும் ஈடுபட்டுக் கலப்புறுதலும் உண்டு. இக்கலப்பினால் இருவேறுபட்ட பழக்க வழக்கங்கள், கலைகள், மத உணர்ச்சிகள் இன்ன பிறவும் கலப் புறுதலும் இயல்பே. இக்கலப்பு நாகரிகத்தினின்றும் தெளிவுபெற்ற புதியதோர் நாகரிகம் தோற்றம் எடுத்தலும் உண்டு. இஃது உலக இயற்கை இங்ஙனம் உலகின் பல பகுதிகளில் மக்கட் கலப்பும் நாகரிகக் கலப்பும் பண்டைக்காலத்திலேயே உண்டாயின.

இங்ஙனம் உலகத்தின் பல பகுதிகளில் வாழ்ந்த பண்டை மக்கள், தனித்தும் கலந்தும் பலவகை நாகரிகங்களை வளர்த்து வந்தனர். கற்கால மக்கள் செம்பைப் பயன்படுத்தத் தொடங்கியதும், கல்லால் செய்யப்பட்ட பல பொருள்களைப் புறக்கணித்து விட்டனர்; பயனற்ற மட்பாண்டங்களை விலக்கினர். இங்ஙனம் நீக்கப்பட்ட அப்பொருள்கள், கவனிப்பாரற்று நாளடைவில் மண்ணுள் புதையுண்டன.கற்கால மக்கள் மண்ணால் தாழிகளைச் செய்து இறந்தவர் உடம்புகளை அவற்றுள் வைத்து மண்ணால் புதைத்து வந்தனர். தென் இந்தியாவில் இவ்வகைத் தா, கள் புதுக்கோட்டையில் ஏராளமாகக் கண்டெடுக்கப்பட்டன. பண்டை மக்கள் நல்லிடங்கள் தேடி அடிக்கடி இடம் மாறித் திரிந்தனர். ஆதலின், ஆங்காங்குப் பழுதுற்ற பொருள்களைப் போட்டுப் போயினர். அப்பொருள்கள் நாளடைவில் மண்ணுள் மறைப்புண்டன. பழங்கால மன்னர் உடலங்கள் புதைக்கப் பெற்ற இடங்களில் கற்கோபுரங்கள் கட்டப்பட்டன. அவற்றின் மீது அக்காலச் சித்திர எழுத்துக்களும் பல சித்திரங்களும் பொறிக்கப்பட்டன. ஆற்று ஓரங்களிலும் கடற்கரையை அடுத்தும் ஒழுங்கான முறையில் அழகிய நகரங்களை அமைத்துக் கொண்டு வாழ்ந்த செம்பு - வெண்கலக் கால மக்கள் முறையே ஆற்று வெள்ளத்திற்கும் கடலின் கொந்தளிப்பிற்கும் அஞ்சி அந்நகரங் தம் பொருள்களையும் விட்டுவிட்டு ஓடிவிட்டமையும் உண்டு. வேறு சில இடங்கள், வேற்று மக்கள் படையெடுப்புக்கு அஞ்சித் துறக்கப்பட்டிருக்கலாம். சில நகரங்கள் எரிமலைகளின் சேட்டையால் அழிவுற்று இருக்கலாம். சில நகரங்கள் மண் மாரியால் அழிந்ததுண்டு. இங்ஙனம் பல்வேறு காரணங்களால் அப்பண்டை மக்கள் வாழ்ந்து வந்த கிராமங்களும் நகரங்களும் கைவிடப்பட்டு, நாளடைவில் மண் மூடப்பட்டு விட்டன. பல நகரங்கள் கடலுள் ஆழ்ந்தன. பல ஆற்றங்கரைகளின் அடியில் புதையுண்டு விட்டன. பல சமவெளிகளில் மண் மேடிட்டுக் கிடக்கின்றன.

இங்ஙனம் மண் மேடிட்ட இடங்களைத் தோண்டிப் பார்த்து, அவ்விடங்களிற் காணப்பெறும் பலதிறப்பட்ட பொருள்களை. ஆராய்ந்து அவற்றைப்பற்றிய உண்மைச் செய்திகளையும், அவற்றைப் பயன்படுத்திய பண்டை மக்களைப்பற்றிய சுவை பயக்கும் செய்திகளையும் அறியும் முயற்சியே. **புதைபொருள் ஆராய்ச்சி** எனப்படும். சுருங்கக் கூறின், பலபொருள்களைச் செய்து நாகரிகத்தைத் தோற்றுவித்த பழங்கால மக்களது வரலாற்றைக் கண்டறிவதே புதைபொருள் ஆராய்ச்சியாகும்.'[1] இவ்வாராய்ச்சிக்குப் பக்கபலமாகச் சிறப்புற்று இருப்பவை மண்டையோட்டைச் சோதிக்கும் கலை, விலங்குகளின் எலும்புகளைச் சோதிக்கும் கலை, 'நிலநூல் அறிவு' என்னும் மூன்றாகும்.

ஆராய்ச்சி அவா உண்டானதேன்?

மிக்க பழங்கால மக்கள் தங்கள் வரலாறுகளை எழுதி வைத்திராவிடினும், பல இடங்களில் காணப்படும் சமாதிகள் மீதும் கற்கம்பங்கள் மீதும் அப்பழங்கால மொழிகளில் பல செய்திகள் எழுதப்பட்டுள்ளன. அவர்களைப் பற்றிய சில குறிப்புகள் செவியாறாக வந்து உலகத்துப் பழைய நூல்கள் என்று கருதப்படும் பிற்காலத்துத் தோன்றிய பைபிள், ரிக்வேதம், புராணங்கள் முதலியவற்றில் எழுதப்பட்டுள்ளன. அப்பழங்கால மக்கள் நடத்திய போர்கள், கடல் கெர்ந்தளிப்பு, பல நகரங்கள் அழிந்தமை போன்ற சில குறிப்புகள் பிற்கால மக்களின் கவனத்தை ஈர்த்தன். கடல் கொந்தளிப்பால் உண்டான தீமை பைபிளிலும் ரிக்வேதத்திலும் புராணங்களிலும் ஈழ நாட்டவர் பழைய நூல்களிலும் குறிப்பிடப்பட்டுள்ளன. பைபிள், ரிக்வேதம், புராணங்கள் முதலிய நூல்களில் குறிப்பிடப்பட்டுள்ள அழகிய நகரங்கள் பல இன்று காணப்படவில்லை. பல நகரங்கள் தெய்வங்களது சீற்றத்துக்குட்பட்டு எரிக்கப்பட்டும் கடலுள் ஆழ்த்தப்பட்டும் விட்டன என்னும் குறிப்புக்களைப் படிக்கும் அறிவுள்ள மனிதன், அவை இருந்தனவாகக் கூறப்படும் இடங்களைத் தேடிக் கண்டறிய அவாவுதல் இயல்டேயன்றோ? 'ஹோமர்' என்னும் கிரேக்க கவிஞர் எழுதியுள்ள 'இலியட்' என்னும் நூலில் குறிப்பிடப்பட்டுள்ள ட்ராய் நகரம் எங்கே? அப்பொன்னகரைக் கண்டு, அதன் அமைப்பையும் பிறவற்றையும் அறியின், அப்பழங்கால நகரத்தில் வாழ்ந்த மக்களைப்பற்றிய பல செய்திகளை அறிதல் கூடுமன்றோ? என்று அறிவுடையவர் எண்ணுதல் இயல்பேயாகும். **நாசரேத்தூர் அடிகள்** வாழ்ந்து பல அற்புதச் செயல்களைச் செய்த இடங்கள் பைபிளில் குறிப்பிடப்பட்டுள்ளன. ஆனால், அவ்விடங்கள் இன்று காணப்படுகின்றில. அவை மண்மூடி இருத்தல் வேண்டும். அங்குச் சென்று மண்மேடுகளைக் கண்டறிந்து, அவற்றைத் தோண்டி, உண்மையை உணர்தல் வேண்டும் என்னும் அவா அறிஞர் உள்ளத்தே வேரூன்றுதல் இயல்பு தானே!

இந்திய நாட்டுப் பழைய நூல்களில் கூறப்பட்டுள்ள நாலந்தா, தக்ஷசீலம், கோசாம்பி, பாடலிபுரம், கொற்கை, காயல், காவிரிப்பூம்பட்டினம், வஞ்சிமாநகரம், உறையூர் முதலிய வரலாற்றுச் சிறப்புடைய நகரங்களை அகழ்ந்து கண்டு, நம் முன்னோரைப்பற்றிய செய்திகளை அறிந்து இன்புற நாம் விரும்புதல் இயல்பன்றோ? "திராவிட மொழிகளுள் ஒன்றான 'கோண்ட்' என்பது மத்திய மாகாணத்திலும் 'கூய்' என்பது சென்னை மாகாணத்தின் வட கோடியிலும், 'குருக்' என்பதும் 'இராஜ் மஹால்' என்பதும் வங்காள மாகாணத்திலும், பல திராவிடச் சொற்களையுடைய 'ப்ராஹி' என்பது பலுசிஸ்தானத்திலும் இருத்தலைக் காணின், வட இந்தியாவில் மிகப் பழைய காலத்தில் மூலத் திராவிடமொழி பேசப்பட்டதாதல் வேண்டும். ப்ராஹியில் உள்ள திராவிடச் சொற்களை நோக்குங்கால், பலுசிஸ்தானத்திற்கு அண்மையில் திராவிடர் இருந்திருத்தல் வேண்டும் என்னும் எண்ணம் தோன்றுகிறது"[2] என்பதைப் படிக்கும் பொழுது, திராவிட மக்களாகிய நாம், நம் முன்னோர் சிந்து வெளியில் வாழ்ந்திருத்தல் வேண்டும் என்று எண்ணுகிறோம். உடனே, அவர்கள் வாழ்ந்த இடங்கள் அகப்படாவோ? அவை என்ன வாயின? மண்ணுள் மறைந்தனவோ? அவர்தம் பழக்க வழக்கங்கள் நம்மிடம் இன்று இருப்பவைதாமா? அவற்றை அறிய வேண்டுமே எனப் பலவாறு புத்துணர்ச்சி பெறுகின்றோம். இவ்வுணர்ச்சி தோன்றற்கு அறிஞர்கள் அன்புடன் எழுதி வைத்துள்ள அரிய நூல்களே காரணமாகும்.

நாம் இன்று கொண்டுள்ள பழக்க வழக்கங்கள் திடீரென வந்திரா. அவற்றுள் சில மிகப் பழைய காலந்தொட்டே வந்திருத்தல் வேண்டும். ஒரு வகை நாகரிகம் தோன்றும் பொழுது அஃது, அதற்கு முற்பட்ட நாகரிகத்தின் ஒரு பகுதியைத் தன்னகத்துக் கொண்டே தோற்றமெடுக்கும். இந்த உண்மை, வரலாற்றின் உயிர் நாடியாகும். **வரலாறு என்பது என்றும் தொடர்புற்று வரும் இயக்கமாகும்.** 'இத்துடன் எல்லாம் முடிவடைந்துவிட்டன; இனிநம்மைச்சார்வன எவையும் இல்லை' என்று எந்த இடத்திலும் எந்த நேரத்திலும் கூற, உண்மை வரலாறு இடம்தராது. இன்றைய ஐரோப்பா, பழைய உரோமப்பேரரசிலிருந்து தோன்றியதாகும். அந்த உரோமப் பேரரசும் அலெக்ஸாண்டரது பெரு வெற்றியிலிருந்து பிறந்ததாகும். அலெக்ஸாண்டரது பேரவா, பாரசீக மன்னர்களின் தனியரசு உணர்ச்சியினின்றும் பிறந்ததாகும். பாரசீக வேந்தர்கள் அதனை ஆசிரியர்பால் கற்றுக்கொண்டனர். இங்ஙனம் உள்ள பல உண்மைகளைக் காணும் போது, வரலாறு என்றும் தொடர்புடையதே என்னும் உண்மைச் செய்தியை உள்ளவாறு உணரலாம்".[3]

இவ்வுணர்ச்சி நம் உள்ளத்தே எழுமாயின், நமது வரலாற்றுத் தொடர்பைக் கண்டறிய நாம் அவாவி நிற்றல் இயல்பே ஆகும். அவா நாளடைவில் செயலில் முடிகின்றது. அஃதாவது, புதைந்து கிடக்கும் இடங்களைத் தோண்டி மண் மூடுண்ட நாகரிகத்தை அறிய மனம் நாடுகின்றது: செயலாற்றிப் பல உண்மைகளைக் கண்டறிந்து தளர்ந்துள்ள வரலாற்றுச் சங்கிலியை முறுக்குடையதாக ஆக்குகின்றது.

ஆராய்ச்சிக்குரிய இடங்கள்

கற்கால மக்களும் செம்பு வெண்கல இரும்புக் கால மக்களும் குடியேறி வாழ்ந்த இடங்கள் எல்லாம் ஆராய்ச்சிக்கு உரியனவே ஆகும். அம்மக்கள் பெரும்பாலும் ஆற்றுப் பாய்சல் உள்ள சமவெளிகளிற்றான் வாழ்ந்து வந்தார்கள். மலைப்பாங்கான இடங்களில் பெரிதும் கற்கால மனிதர் நாகரிகச் சின்னங்களே மிக்கிருக்கும். சமவெளிகளில் பிற்கால மக்கள் சின்னங்கள் காணப்படும். இக்குறிப்பைக் கொண்டும், நாம் மேற்கூறிய பைபிள் முதலிய பழைய நூல்களில் கூறப்பட்டுள்ள குறிப்புக்களைக் கொண்டும் ஆராய்ந்தால், ஒவ்வொரு கண்டத்திலும் ஆராய்ச்சிக்கு உரிய இடங்கள் இருத்தல் உண்மை. அவற்றை அறிஞர் கண்டறிந்து வருகின்றனர். ஈண்டு நாம் எடுத்துக்கொண்ட பொருளுக்கு உரியனவும் அதற்குச் சார்பானவையுமாக இருப்பவை மத்தியதரைக் கடலிலிருந்து இந்தியா அடங்க உள்ள இடங்கள் ஆகும். அவை மால்ட்டா, எகிப்து, பாலஸ்தீனம், அசிரியா, பாபிலோனியா, ஏலம், பாரசீகம், சிந்துப் பிரதேசம், கங்கைச் சமவெளி, டெக்கான், தென் இந்தியா என்பன ஆகும். இவை பற்றிய இன்றியமையாத குறிப்புக்களை மட்டும் ஈண்டுக் காண்போம்.

தடித்த எழுத்துக்கள்

மால்ட்டா என்பது மத்திய தரைக் கடலில் இட்டாலிக்கும் வட ஆப்ரிக்கக் கரைக்கும் இடையில் உள்ள பழந்தீவு. இதன் தலைநகரம் 'லாவெட்டா' என்பது. இஃது, 'அரண்மனைகளைக் கொண்டுள்ள நகரம்' எனப்படும். இதில் உள்ள பல மாட மாளிகைகள் ஜெருஸ்லேத்தின் மகானான ஜான் என்பாருடைய வீரர்களால் கட்டப்பட்டவை. இது மிகப் பழைய கால முதலே சிறப்புற்ற தீவாகும். இதன் ஒரு புறம் ஆராய்ச்சி வேலை நடைபெற்றது. அதன் பலனாக, ஆராய்ச்சியாளர் கருத்தைக் கவர்ந்த மட்கலங்களும் பலவகை மணிகளும் வெளிப்பட்டன. ஆராய்ச்சி முற்றுப்பெறவில்லை. மட்பாண்டங்கள் மீது பலவகைச்சித்திரங்கள்

தீட்டப்பட்டுள்ளன. பல பாண்டங்கள் உடைந்த நிலையில் காணப்பட்டன. அவை, ஒற்றைக் கைப்பிடியும் இரட்டைக் கைப்பிடியும் உடையனவாக இருந்தன. சுண்ணாம்புக் கல்லாலான லிங்கம் ஒன்று கிடைத்தது.[4] மால்ட்டா நாகரிகம் வெண்கலக் காலத்தது என்று ஆராய்ச்சி அறிஞர் கருதுகின்றனர்.

எகிப்து

ஆப்ரிக்காவின் வட பகுதியில் நீல ஆறு பாயும் மருதநில வெளியே **எகிப்து** என்பது. உலகத்தில் எங்குமே இருந்திராத மிக உயர்ந்த நாகரிகம் அங்கு இருந்த தென்பதற்கு உரிய அடையாளங்கள் மிகப் பல உண்டு. ஆயினும், அவை ஏறக்குறைய நூறாண்டுகட்கு முன் வரை கவனிக்கப்பட்டில. கெய்ரோ முதல் 'லக்ஸர்' வரையுள்ள 960 கி. மீ. தொலைவுவரை பழுதுபட்ட பண்டைக்காலத்துச் சின்னங்கள் காணப்படுகின்றன. அவற்றுள் பண்டை அரசர் கல்லறைகள் பல கோவில்கள் பல கல் மேடுகள் பல உடைந்த சிலைகள் பல கி. மு. 4000 ஆண்டுகட்கு முன்னும் பின்னும் இருந்த எகிப்திய அரசர்கள் தங்கட்கெனக் கட்டிய கல்லறைகளே **பிரமிட்கோபுரங்கள்** என்பன. அவை சுமார் 80 ஆகும். அவற்றுள் மிகப் பெரியது 6,37,600 ச.செ.மீ பரப்பும் 14,400 செ.மீ. உயரமும் உடையது. அதில் உள்ள கற்கள் 70 லட்சம் டன் நிறையுள்ளவை நான்கு அல்லது ஐந்து அடுக்குகளையுடைய 22 ஆயிரம் வீடுகளைக் கொண்ட நகரம் ஒன்றைக் கட்டி முடிக்கப் போதுமானவை; என்று அறிஞர் அறைகின்றனர். இவ்வியப்பூட்டும் பிரமிட் கோபுரங்களைக் கட்டிய பேரரசர் தம் நாகரிகத்தை என்னென்பது ஆராய்ச்சியிற் கிடைத்த மட்பாண்டங்கள் மீது ஓவியங்கள் தீட்டப்பட்டுள்ளன; பல நிறங்கள் பூசப்பட்டுள்ளன; பானைகளும் பிறவும் பெரும்பாலும் தட்டையான அடியுடையனவாகவே காணப்படுகின்றன; பிரமிட் கோபுரங்களிலும் பிற இடங்களிலும், அப் பண்டை மக்கள் பயன்படுத்திய சித்திர எழுத்துக்களும் விலங்கு பறவைகளின் உருவங்களும் பொறிக்கப்பட்டுள்ளன. ஆராய்ச்சியாளர் அவற்றைப் பல ஆண்டுகள் முயன்று படித்து முடித்தனர்; அதன் பின்னரே எகிப்தின் வரலாற்றை ஒழுங்காக எழுதலாயினர்.

பாலஸ்தீனம்

இப்பகுதி, உலகத்திலுள்ள கிறிஸ்தவ சமயத்தினர் அனைவரும் போற்றத்தக்கதாகும். ஆதலின், இப்பகுதியில் உள்ள ஆராய்ச்சிக்குரிய மண்மேடுகளைத் தோண்டி உண்மைச் செய்திகள் பலவற்றை அறிய அவாக்கொண்ட அறிஞர் குழு ஆராய்ச்சி வேலையைத் தொடங்கியது. அக்குழு பிரிட்டிஷ் அறிஞர் சிலரையும் அமெரிக்க அறிஞர் சிலரையும் கொண்டதாகும். பைபிளிற் காணப்பட்ட நகரங்களைக் கண்டுபிடித்தலே இவ்வறிஞர்களின் முக்கிய நோக்கமாகும். இவர்கள் ஆராய்ச்சி நடத்தியதின் பயனாய்ப் பல நகரங்கள் வெளிப்பட்டன. அவற்றுள் சொதம் (Sodum), கொமொராஹ் (Gomorrah), ஜெரிகோ (Jericho), மம்ரி (Mamre), கிர்ஜாத் செபர் (Kiriath - Sepher) முதலியன குறிப்பிடத்தக்கன. பைபிளில் குறிப்பிடப்பட்டுள்ள இடங்கள் இந்நகரங்களில் இருத்தலைக் கண்டு அறிஞர்கள் வியப்பும் மகிழ்ச்சியும் எய்தினர். சில நகரங்களில் இருந்த சவப்பெட்டிகளுள் சிப்பி ஓடுகள், மணிகள், பல நிறங்கொண்ட கண்ணாடிகள், விலை உயர்ந்த கற்கள் முதலியவற்றால் ஆன மாலைகள் முதலியன காணப்பட்டன. அவற்றோடு மாலைகளில் இணைக்கப்படும் பதக்கங்களும் காணப்பட்டன. அவை முத்துச் சிப்பி, எலும்பு, முத்துக்கள் பன்னிறக் கண்ணாடித் துண்டுகள் இவற்றைக் கொண்டு செய்யப் பட்டவை ஆகும் பலவகை மட்பாண்-

டங்களும் கண்டெடுக்கப் பட்டன. கல் எந்திரங்களும், கல்வங்களும் குழவிகளும், வேறுபல உருண்டைக் கற்களும் கண்டெடுக்கப்பட்டன.[5]

அசிரியா

இந்நிலப்பகுதி மெசொப்பொட்டேமியாவுக்குக் கிழக்கிலும் குர்திஸ்தானத்துக்கு மேற்கிலும் பாபிலோனியாவுக்கு வடக்கிலும் அர்மீனியாவுக்குத் தெற்கிலும் அமைந்திருப்பது இதன் தலைநகரம் அசுர் என்பது. இந்நாட்டின் முக்கிய நகரங்கள் மோசுல், நினவெஹ், கலா, ரெசன் முதலியனவாம். இந்நாடு மிக்க செழிப்புள்ளது. இங்குக் களிமண் மிகுதியாகக் கிடைத்தமையால், பண்டை அசிரியர், செங்கற்களால் வீடுகளைக் கட்டிக்கொண்டு உயர்ந்த நாகரிகத்தில் வாழ்ந்து வந்தனர். செங்கற்களிலும் கருங்கற்களிலும் இந்நாடு பாபிலோனியாவைவிடச் சிறப்புடையதே ஆகும். மேற் குறிப்பிட்ட நகரங்கள் ஒரு காலத்தில் மிகச் சீரும் சிறப்பும் பெற்று இருந்து, பின்னர் மண்மேடுகளாய் மங்கிப் போனவை ஆகும்.

பாபிலோனா

இந்நிலப்பகுதி யூப்ரேடிஸ், டைக்ரிஸ் யாறுகளுக்கு இடையில் உள்ள மருதநிலப் பகுதியாகும். இங்குச் சிறந்த களிமண் கிடைத்தமையால், இங்கு வாழ்ந்த பண்டை மக்கள் மட்பாண்டங்கள் செய்வதிலும் செங்கற்கள் செய்வதிலும் சிறப்புற்றிருந்தனர். ஆற்றோரங்களில் வளர்ந்த கோரை கூரையாகவும் கூடையாகவும்பாயாகவும் பயன்பட்டது. இங்கு விளை பொருள்கள் அதிகமாகும். பாபிலோனியர், இவை நீங்கலாக உள்ள கற்கள், தேக்கமரம், பெர்ன் வெள்ளி முதலிய உலோகங்கள் ஆகியவற்றைச் சுற்றுப் பக்கத்து நாடுகளிலிருந்து வரவழைத்துக் கொண்டனர். எனவே, அவர்கள் சிறந்த வாணிபத்திறமை உடையவர்களாக இருந்திருத்தல் வேண்டும் என்று ஆராய்ச்சியாளர் கூறுகின்றனர். **மெசொப்பொட்டேமியா**

இந்நிலப்பகுதி ஸ்காட்லண்ட் அளவுடையது; டைக்ரிஸ் யாற்றுக்கு மேற்கே அமைந்திருப்பது இதன் பெரும் பகுதி சிறு மலைத் தொடர்களைக் கொண்ட பாலை நிலமாகும். 'கப்பூர், பலீக்' என்னும் யாறுகள் இந்நாட்டிற் பாய்ந்து யூப்ரேடிஸ் யாற்றில் கலக்கின்றன. அவற்றின் கரையோரங்களில் மட்டுமே பயிர் செய்ய வசதி உண்டு. இதற்கு வடகிழக்கே கொள்ளையடிக்கும் மலை நாட்டார் வசித்து வந்தனர். சுருங்கக் கூறின், மெசொப் பொட்டேமியா சிறிது வளமுடையது - பெரிதும் வளமில்லாதது; சிறிதளவு பயிர் உடையது - பெரிதளவு பாறை உடையது; சில இடங்களில் நீர் வசதி உடையது பல இடங்களில் நீர் வசதி அற்றது.

ஏலம்

ஏலம் என்பது பாபிலோனியாவுக்குக் கிழக்கே உள்ள சிறிய நிலப்பரப்பாகும்; சிறிதளவு மலைப்பகுதி உடையது. இதன் தலைநகரம் சுசா. மற்றொரு சிறந்த நகரம் 'அன்சன்' என்பது. இப் பகுதியில் வாழ்ந்த மக்கள் அடிக்கடி வடக்கே இருந்த அசிரியரோடு போரிட்டு வந்தனர். அசிரியர் கி.மு.650-இல் இப்பகுதியில் இருந்த மக்களை வென்று அடிப்படுத்தினர். அசிரியரது பேரரசு வீழ்ந்த பிறகு ஏலம், பாரசீகப் பேரரசில் கலந்து மறைந்தது.

இந்நான்கு இடங்களிலும் நடந்த ஆராய்ச்சி

இந் நான்கு நிலப் பகுதிகளிலும் பற்பல இட்ங்களில் மண்மேடுகள் இருந்து வருகின்றன. மேனாட்டு அறிஞர்கள் முதன் முதலாக அசிரியாவில் உள்ள **மோசுல்** என்னும் இடத்திற்கு அருகில் இருந்த **'நினவெஹ்'** என்ற பழைய நகரத்தையும் பாபிலோனியாவில் 'ஹில்லஹ்' என்னும் இடத்திற்கு அருகில் இருந்த மண்மேட்டையும் வெட்டி ஆராய்ச்சி நடத்தினர்.

இவ் வாராய்ச்சியினால் அசிரியரைப் பற்றியும் பாபிலோனியரைப் பற்றியும் இவ்விருவர்க்கும் முற்பட்ட சுமேரியரைப் பற்றியும் செமிட்டியரைப்பற்றியும் பல செய்திகள் வெளிப்போந்தன. [6]அங்குக் கிடைத்த எழுத்துக் குறிகளைச் சோதித்துப் பார்த்த எட்வர்ட் ஹிங்க்ஸ் (Edward Hicks) என்பவர், 'பாபிலோனியர் கையாண்ட எழுத்துக்கள் அவர்களுடையன அல்ல' என்று கருதினார். அவ்வெழுத்துக்களை நன்கு ஆராய்ந்த ஆப்பர்ட் என்பார். 'இவை சுமேரியருடையன' என்று முடிவு கூறினார். மேலும் ஆராய்ச்சி நடத்தியதில், பாபிலோனியரும் அசிரியரும் தங்கட்கு முற்பட்ட சுமேரியரிடமிருந்தே கலை, மதம், மொழி முதலிய எல்லாம் பெற்றனர் என்பதற்கு உரிய சான்றுகள் கிடைத்தன. 1855 இல் டெய்லர் என்பவர் நடத்திய ஆராய்ச்சியில் பாபிலோனியாவில் எரிது (Eridu) உர் (Ur) என்னும் சுமேரிய நகரங்கள் வெட்டி எடுக்கப்பட்டன. 1874 இல் நிகழ்த்தப்பட்ட ஆராய்ச்சியின் பிறகே சுமேரியருடைய வரலாறு, கலைகள், மொழி முதலியன நன்கு தெரிந்தன. கி.மு.2800 ஆண்டுகட்கு முற்பட்ட சிற்பங்களும் மிகப் பழைய சாசனங்களும் கண்டெடுக்கப்பட்டன. பிறகு ஜெர்மானியர் பல மண்மேடுகளைத் தோண்டி ஆராய்ச்சி நடத்தினர். அசுர் நகரம் தோண்டப்பட்டுச் சுமேரியரைப் பற்றிய பல உண்மைகள் வெளிப்படுத்தப்பட்டன. பின்னர் அமெரிக்கர் சில மண்மேடுகளை ஆராயத் தொடங்கினர். 1889இல் நிப்பூர் தோண்டப்பட்டது. அதில் காற்றுக் கடவுள் கோவிலும், பல காலங்களைச் சேர்ந்த 50,000 சாசனங்களும் கிடைத்தன. சென்ற ஐரோப்பியப் போருக்குப் பின்னர் எரிது, உர், கிஷ், தல், அஸ்மர், கப்ஜே முதலிய சுமேரியர் நகரங்கள் ஆராய்ச்சிக்கு உட்பட்டன. அவ்விடங்களிலிருந்த மண்மேடுகளில் பல அடுக்குகளையுடைய கட்டிடங்கள் காணப்பட்டன. கி.மு.3000க்கு முற்பட்ட நாகரிகத்தை உடைய சுமேரியருடைய சிறப்புகள் கண்டறியப்பட்டன.

சுமேரியர் சித்திர எழுத்துக்களைப் பயன்படுத்தி வந்தனர். நீண்ட உருண்டை முத்திரைகளை உபயோகித்தனர்; கட்டிடங்களுக்கு அடிப்படையாகக் கருங்கல்லைப் பயன்படுத்தினர். 70 அடி உயரத்தில் செய்குன்றுகள் அமைத்து அவற்றின்மீது சிறியகோவில்களைக் கட்டினர்; தரை மீது பெரிய கோவில்களைக் கட்டினர்; அவர்கள் பயன்படுத்திய மட்பாண்டங்களில் சித்திரங்கள் காணப்படவில்லை. சுமேரியர் மிகப் பழைய காலத்தில் ஆட்டுத் தோலாடை உடுத்தியிருந்தனர்; கல்லின் மீது செதுக்கும் வேலையில் சிறந்திருந்தனர். இதையும் வழிபாட்டுக்குரிய செயல்களையும் செய்யும் பொழுது பெரும்பாலும் ஆடையின்றி இருந்தனர் என்று அறிஞர் கருதுகின்றனர்.

சுமேரியர் வீட்டுச் சுவர்கள் மிது சித்திரங்கள் தீட்டக் கற்றிருந்தனர்; எருதுகளும் கழுதைகளும் பூட்டப்பெற்ற வண்டிகளைப் பயன்படுத்தினர்; செம்பு முதலிய பொருள்களால் ஆன - ஆயுதங்களை வைத்திருந்தனர். அவர்கள் எண்ணுவதில் ஒரு குறிப்பிட்ட முறையைக் கையாண்டு வந்தனர்;[7] ஒரே குறிப்பிட்ட வடிவமுள்ள செங்கற்களையே செய்துவந்தனர்;[8] இறந்தவர்களைத் தாழிகளிற் புதைத்துவந்தனர். அவர்கள் வழிபட்டு வந்த தெய்வங்கள் பலவாகும். ஒரே கோவிலில் **பயிர்க்கடவுளான அபு**, அக்கடவுளின் மனைவியான **இனன்னா**, அவர்தம் மகன் ஆக இம்மூன்று தெய்வங்களும் வைத்து வழிபடப்பட்டன.[9] அக் கோவிலின் அடியில் சுண்ணாம்புக் கல்லாலும் பளிங்காலும் ஆன 12 தெய்வங்களின் சிலைகள் காணப்பட்டன. அவை ஒர் அடி உயரம் முதல் இரண்டரை அடிவரை வேறுபட்டிருந்தன. இச்சுமேரியர்தம் மொழி துருக்கி தமிழ் போன்ற ஒட்டு[10] மொழியாகும்.[11]

'உர்' நகரில் ஆராய்ச்சி

இந்த நகரம் சுமேரிய நகரங்களுள் மிகச் சிறந்ததாகும். இந்நகரத்தில் நடைபெற்ற ஆராய்ச்சியின் பலனாக அரிய குறிப்புகள் பல வெளிப்பட்டன. இந்நகரில் திங்கட் கடவுள் தம் மனைவியோடு எழுந்தருளியுள்ள கோவில் ஒன்றும் நிலமகள் கோவிலும் கதிரவன் கோயிலும் காணப்பட்டன. நிலமகள் கோவிலில் செம்பாலாய எருதும் பறவையும் கிடைத்தன. இவற்றின் காலம் கி.மு.4300 ஆகும். தேர், வீணை, இரம்பங்கள், உளிகள், மலர் ஏந்தும் சாடிகள், பொன்னாலான அரிய பொருள்கள், முதலியன எடுக்கப்பட்டன. அரசன் கல்லறையும் அரசியின் கல்லறையும் ஆராய்ச்சிக்கு உட்பட்டன. அரசனைப் புதைத்த இடத்தில் அடுத்த பிறவியில் அவனோடு இருப்பதற்கென்று ஆடவர் பெண்டிர் ஆக 60 பேர் பலியிடப்பட்டனர் என்பதும், சில எருதுகள் பலியிடப்பட்டன என்பதும் அங்கிருந்த சித்திரங்களாலும் எலும்புகளாலும் அறியக் கிடக்கின்றன.அரசியினது சவப்பெட்டியில் தலையை மறைக்கும் பொன்னாலான தலையணி ஒன்றும், கூந்தலின் மேற்புறம் அணியத் தக்க மாலைபோன்ற அணி ஒன்றும் கண்டெடுக்கப் பட்டன. அரசனது சவப் பெட்டியில் கிடந்தவாறே இங்கும் எலும்புக் கூடுகள் கிடந்தன. ஏழையின் சவப்பெட்டி ஒன்றில் மண் பொம்மைகள் காணப்பட்டன.

இந்த நகரத்தில் கண்டெடுக்கப்பட்ட பொருள்கள் பலவும்.மேல் வரும் பக்கங்களில் பல இடங்களில் சுட்டப்படும் ஆதலின், அவைபற்றி இங்கு விரிவாகக் கூறவேண்டுவதில்லை. இந்நகர ஆராய்ச்சி பற்றிய நூல்கள் பலவாகும். புதைபொருள் ஆராய்ச்சியின் புண்ணிய ஸ்தலமாக விளங்கும் - சுமேரியர்

நாகரிகத்தைத் தெற்றென விளக்கும் - இந்நகரச் சிறப்பை விரிந்த நூல்களிற் கண்டு மகிழ்க.[12]

பாரசீகம்

யூப்ரேடிஸ், டைக்ரிஸ் யாறுகள் பாயப்பெறும் நிலப் பகுதிக்குக் கிழக்கே ஆப்கானிஸ்தானம்வரை உள்ள நிலப்பரப்பே பாரசீகம் என்பது. இதன் பெரும் பகுதி பாலைவனம்; அதைக் கடந்தால் கண்ணுக்கினிய காட்சிகளை நல்கும் குன்றுகளும், மலைத் தொடர்களும் இருக்கின்றன. ஆங்காங்கு அழகிய நகரங்கள் உள்ளன. இங்குப் பழைய கால மக்கட்குரிய சின்னங்களும் எழுத்துக் குறிகளும் காணப்படுகின்றன. அவற்றை முதன் முதல் 1885 இல் ஆராய்ச்சி நடத்தியவர் **கர்னல் ஸர் ஹென்றி இராலின்ஸன்** என்பவர். இவர் பாரசீகரின் பண்டை எழுத்துக்களை அரிதின் முயன்று படித்தார்; பாரசீகரைப்பற்றிய பல செய்திகளை அறிந்து உலகிற்கு உணர்த்தினார்.[13]

இந்தியாவில் ஆராய்ச்சி

நம் நாட்டில் ஆராய்ச்சிக்குரிய இடங்கள் எவை? மெகஸ்தனிஸ், பாஹியன். ஹியூன் - ஸங், ப்ளைநீ, தாலமி போன்ற அயல்நாட்டார் இந்தியாவில் இருந்தபோதும் இந்தியாவிற்கு வந்த போதும் கண்டனவாகக் கூறப்பட்ட பண்டை நகரங்கள் இன்று மண்ணுள் மறைந்தும் உருமாறியும் அழிந்து உள்ளன. புத்தர் காலத்தில் சிறப்புற்று விளங்கிய பண்டை நகரங்கள் இன்று எங்கே இருக்கின்றன? தமிழ் அரசர் ஆண்ட தலைநகரங்கள் எங்கே? இவ்விடங்களில் ஆராய்ச்சி நடத்த அரசியலார் தனிக்குழு ஒன்றை அமைத்தனர்.அக்குழு **இந்தியப் புதைபொருள் ஆராய்ச்சிக்குழு**[14] எனப்படும்.அக்குழுவில் சிறப்புற்ற ஆராய்ச்சியாளராக

இருந்தவர் **ஸர் அலெக்ஸாண்டர் கன்னிங்ஹாம்** என்பவர் ஆவர். அவர் வடஇந்தயாவில் பல இடங்களில் ஆராய்ச்சி நிகழ்த்தினார். அவரது உழைப்பின் பயனாய் நாலந்தா, தக்ஷ-சீலம், பாடலிபுரம், கோசாம்பி முதலிய பண்டை நகரங்களைப் பற்றிய விவரங்கள் சிலவும், தென் இந்தியாவில் அமராவதி என்னும் இடத்தில் வியக்கத்தக்க பொருள்களும் கல்வெட்-டுகளும் கிடைத்தன. மேற்கொண்டு ஆராய்ச்சி நடத்த அரசியலாரிடம், பணம் இல்லை. ஆதலின் - இந்திய ஆராய்ச்சி வேலை மந்தமாகவே நடைபெற்று வந்தது.

சிந்துவெளி நாகரிகம்

இந்தியாவிற் குடிபுகுந்த ஆரியர் முதன் முதல் தங்கியிருந்த இடம் சிந்துவெளியே யாகும். அவ்விடத்திற்றான் அவர்கள் ரிக்வேதம் பாடினர். அவர்கள், அங்குத் தங்கட்குமுன் இருந்த பண்டை மக்களோடு போர் செய்ய வேண்டியவர் ஆயினர். 'அப்பகைவர் நல்ல நகரங்களை அமைத்துக்கொண்டு மாட மாளிகைகளில் சிறந்த செல்வப்பெருக்கத்தோடு வாழ்ந்து வந்தனர். அவர்கள் வேள்வி செய்யாதவர்கள்; உருவவழிபாடு கொண்டவர்; தட்டை முக்குடையவர்; குள்ளர்கள்; மாயா ஜாலங்களில் வல்லவர்கள்; வாணிபத் திறமை உடை-யவர்கள்' என்றெல்லாம் ரிக்வேதம் கூறுகின்றது. இக்குறிப்புகளால் ஆரியர்க்கு முற்பட்ட இந்திய மக்கள் சிந்து வெளியில் சிறந்த பட்டணங்களை அமைத்துக்கொண்டு வாழ்ந்தனர் என்னும் செய்தி புலனாகின்றது. இஃது உண்மையே என்பதை உணர்த்தவே போலும், சிந்-துவெளியில் உள்ள ஹரப்பாவும் மொஹெஞ்சொ-தரோவும் அறிஞர் கண்கட்குக் காட்சி அளித்தன.[15]

1920 ஆம் ஆண்டில் பஞ்சாப் மண்டிலத்தில், மான்ட் கோமரிக் கோட்டத்தில், ராவி - சட்லெஜ் யாறுகளுக்கு இடையில், லாஹுர் - முல்ட்டான் புகை வண்டிப்பாதையில் **ஹரப்பா** என்னும் ஆராய்ச்சிக்குரிய இடம் அகப்பட்டது. 1922இல் சிந்து மண்டிலத்தில் உள்ள லர்க்கானாக் கோட்டத்தில் 2100 செ.மீ. உயரம் உடைய மண்மேடு ஒன்று கண்ட-றியப்பட்டது. அதனுள் புதைந்துள்ள நகரமே **மொஹெஞ்சொ-தரோ** என்பது. அம்மேட்டின்-மேல் நெடுந்தூண் ஒன்று நின்றிருந்தது. இவ் விரண்டு இடங்கட்கும் இடைப்பட்டதொலைவு 640 கி.மீ. ஆகும். இரண்டு இடங்களிலும் சிறிதளவு தோண்டிப் பார்த்த பொழுது, 'இவை ஆராய்ச்சிக்குரிய இடங்கள்' என்பதை அறிஞர் அறிந்து கொண்டனர்; இரண்டு இடங்க-ளிலும் பலுசிஸ்தானத்திலும் கிடைத்த மட்பாண்டங்களை ஒப்பிட்டுப் பார்த்த ஆராய்ச்சிக் குழுவின் தலைவரான **ஸர் ஜான் மார்ஷல்** என்னும் பேரறிஞர் பெருவியப்புக் கொண்டார்; அப்பொருள்களை ஆராய்ச்சி செய்து தாம் அறிந்த செய்திகளை மேனாட்டுப் பத்திரிகை ஒன்றில் வெளியிட்டார். இந்திய அரசாங்கம் மகிழ்ந்து பண உதவி செய்தது. அதனால் ஹரப்பாவும் மொஹெஞ்சொ தரோவும் சுறுசுறுப்போடு ஆராய்ச்சி செய்யப்பட்டன. இவ்வி-ரண்டு இடங்கட்கும் இடைப்பட்ட பல்வேறு. இடங்களிலும் சிந்துயாறு கடலோடு கலக்கும் இடம் வரையுள்ள, இடங்களிலும் கீர்தர் மலைத்தொடரை அடுத்துள்ள இடங்களிலும் சிறி-தளவு ஆராய்ச்சி வேலைகள் நடைபெற்றன. இவற்றின் விரிவான செய்திகளை அடுத்த பகுதியிற் காண்க.

1. ↑ Archaeology is the study of the human past, concerned principally with the activities of man as a maker of 'things' -

Stanley Casson in his 'Progress of Archaeology'.

2. ↑ 1. Dr.Caldwells 'Comparative Grammar of the Dravidian Languages', p. 633.

3. ↑ 1. Patrick Carleton's 'Buried Empires' p. 11.

4. ↑ 1. M.A.Murray's 'Excavations in Malta', Parts 1-3

5. ↑ 1. Charles Warren's 'Underground Jerusalem'.

6. ↑ I.A. H. Layard's A Papular Account of Discoveries at Ninaveh.

7. ↑ Sexagesimal System of counting.

8. ↑ Plano-Convex Bricks.

9. ↑ சைவர் வழிபடும் சிவபெருமான். உமையம்மை, முருகக் கடவுள் என்னும் மூன்று கடவுளரையும் இங்கு நினைவு கூர்தல் தகும்.

10. ↑ Agglutinative.

11. ↑ i. Jastrowe's "The Civilization of Babylonia and Assyria".

12. ↑ Sir L.Woelle's "Ur of the chaldees, and 'Abraham'. H.R.Hall's; "A Season's work at Ur"

13. ↑ Dr.Bellew's 'From the Indus to the Tigris' Patrick Carleton's 'Buried Empires'.

14. ↑ Archaeological Department of India.

15. ↑ Partick Carleton's 'Buried Empires' pp. 162, 163.

2

சிந்து வெளியிற் புதையுண்ட நகரங்கள்

சிந்து யாறு

இப் பேரியாறு திபேத் பீடபூமியில் உள்ள கைலாச மலைகளில், கடல்மட்டத்திற்கு மேல் ஆறு இலட்சம் செ. மீ. உயரத்தில் உற்பத்தியாகின்றது. இதன் அருகில் சட்லெஜ் என்னும் இதன் கிளையாறும் பிரமபுத்திரா என்னும்பேரியாறும் உற்பத்தி ஆகின்றன. இதினின்றும் 104 கி. மீ. தொலைவிற்றான் கங்கைப் பேரியாறு உற்பத்தி ஆகின்றது. 'சிந்து'யாறு திபேத், காஷ்மீர் நாடுகளில் வடமேற்காக 1280 கி.மீ. சென்று, கில்ஜிட் ஹன்ஸா என்னும் இரண்டு இடங்கட்கு இடையில் தெற்கு நோக்கித் திரும்பிப் பஞ்சாப் மண்டிலத்தை அடைகின்றது. 80 கி.மீ. தெற்கே ஒடிய பின்னர், ஆப்கானிஸ்தானத்து யாறாகிய 'காபூல்' யாறு இதனுடன் அட்டாக் என்னும் இடத்திற்கு அருகில் கலக்கின்றது. அட்டாக்குக்கு 752 கி. மீ. தெற்கே, பஞ்சாப் மண்டிலத்தை மருத நிலமாகத் திகழச் செய்து வருகின்ற ஜீலம், சீனாப், ராவி, பியாஸ், சட்லெஜ் என்னும் ஐயாறுகளும் சிந்துவில் கலக்கின்றன. சிந்து ஆறு கடலிற் கலக்கும் இடத்தில் உள்ள புகார் நிலம் (Delta) 3000 சதுரக் கல் பரப்புடையது. சிந்து யாறு அடித்துக்கொண்டு வரும் ஏராளமான மணலும் மண்ணும் வந்து சேர்வதாலும், சிந்துயாறு அடிக்கடி தன் போக்கை மாற்றிக்கொள்வதாலும் ஆற்று முகத்தில் உள்ள கிளை யாறுகள் அடிக்கடி தம் போக்கை மாற்றிக் கொள்கின்றன. சிந்து யாற்றின் நீளம் ஏறக்குறைய 3200 கி. மீ. ஆகும்.இதன் பாய்ச்சல் பெற்றுள்ள நிலம் 960,000 ச.கிமீ ஆகும். ஆண்டில் மே மாதம் முதல் ஆகஸ்ட் மாதம்வரை இமய மலையில் உள்ள பனிக்கட்டிகள் உருகுவதால், சிந்து யாறு அளவு கடந்த வெள்ளப் பெருக்கெடுத்து மிக்க வேகமாக ஓடி வரும். இவ்வெள்ளத்தால் உண்டான அழிவுகள் பல; அழிந்த நகரங்கள் பல; இந்த யாற்றில் மீன்கள் மிக்குள்ளன. நீண்ட முக்குடைய் முதலைகள் மிகுதியாக இருக்கின்றன. இந்த வற்றாத வளமுடைய யாற்றால் சிந்து வெளி மிக்க விளைச்சலையுடைய சிறந்த மருத நிலமாகக் காட்சி அளிக்கின்றது.[1]

சிந்து யாறு இதுகாறும் பதினெட்டு முறை தன் போக்கை மாற்றிக்கொண்டதாம். இஃது 1928 வரை மொஹெஞ்சொ தரோவுக்கு ஐந்தாறு கற்களுக்கு ஓடிக்கொண்டிருந்தது;

அவ்வாண்டில், திடீரெனத் தன் போக்கு மாறி, மொஹெஞ்செதரேவுக்கு 1.5 கி. மீ. : தொலைவிற்குள் ஓடலாயிற்று. இதனால், இப்பொழுது தோண்டிக் கண்டெடுக்கப்பெற்ற மொஹெஞ்சொ-தரோவுக்கும் அங்குள்ள புதை பொருள் காட்சிச் சாலைக்கும் ஊறு நேரா-திருக்க, நூறாயிரம் ரூபாய்ச் செலவில் 300 செ. மீ. உயரத்திற்குச் சுவர் ஒன்றை 1.5 கி.மீ . சுற்றளவில் எழுப்புவதென்று இந்திய அரசாங்கத்தார் முடிவு செய்தனர்.

பஞ்சாப் மண்டிலம்

சிந்து யாறு பாயும் வெளி இன்று பஞ்சாப், சிந்து என்னும் இரண்டுமண்டிலங்களாகப் பிரிக்கப்பட்டு இருக்கின்றது. பஞ்சாப் மண்டிலம், சிந்து மாறும் அதன் உபநதிகளாகிய மேற்-சொன்ன ஐயாறுகளும் பாய்கின்ற வளமுடைய நாட்டகும். பயிர் விளைச்சலுக்குரிய சத்துள்ள பொருள்கள் இந்த யாறுகளால் அடித்துக்கொண்டு வரப்பெற்று இம்மண்டிலம் சிறப்புற்று இருக்கின்றது. இங்குப்பயிர்த்தொழில் நிரம்ப நடைபெறுகின்றது; கோதுமை, நெல் முதலிய கூல வகைகளும் பருத்தி, எண்ணெய் விதைகள், கரும்பு முதலியனவும் ஏராளமாகப் பயி-ராகின்றன; கால்நடைப் பண்ணைகள் பல நடத்தப்படுகின்றன, ஆனால், கனிப்பொருள்கள் அருகியே காணப்படுகின்றன.

சிந்து மண்டிலம்

சிந்து மண்டிலம் என்பது ‘தார்’ பாலைவனத்துக்கு மேற்கிலும், பலுசிஸ்தானத்திற்குக் கிழக்கிலும் , பஞ்சாப் மண்டலத்திற்குத் தெற்கிலும், ‘கட்ச்’ வளைகுடாவிற்கு வடக்கிலும் உள்ள நிலப்பரப்பாகும். இதன் பரப்பு ஏறக்குறைய 53 ஆயிரம் சதூரக்கல் ஆகும்.[2] இங்கு நெல், கோதுமை, பார்லி முதலிய கூல வகைகளும் பிறவும் விளைகின்றன. ஆயிரக் கணக்-கான ஆண்டுகட்கு முன் சிந்து மண்டிலம் காடுகள் செறிந்து இருந்தது; மிகுந்த மழை பெற்-றிருந்தது: அக்காலத்தில் சிந்து யாறும் கி. பி. 14ஆம் நூற்றாண்டுவரை ஓடிக்கொண்டிருந்த **‘மஹாமிஹ்ரான்’** என்னும் யாறும் பாயப்பெற்றுப் பெருவளம் பெற்றதாக இருந்தது. எனினும், இம்மண்டிலம் அடிக்கடி வெள்ளக் கேட்டிற்கு நிலைக்களனாக இருந்தமை வருந்தற்குரியது.

கீர்தர் மலைத் தொடர்

இம்மலைத்தொடர் சிந்துவின் மேற்கில் இருக்கின்றது.இதன் மேற்கில் பலுசிஸ்தானம் உள்ளது. இம்மலை நாட்டில் பண்டைக் காலத்தில் பலவகை விலங்குகள் வாழ்ந்திருந்தன. அடிவாரப் பகுதிகளில் கற்கால மனிதரும் செம்புக் கால மனிதரும் வாழ்ந் திருந்தனர் என்-பதற்குரிய அடையாளங்கள் பல கிடைத்துள்ளன. இந்நூலில் ஆரும் செய்திகட்கு இம்ம-லைத்தொடரைப் பற்றிய அறிவு இன்றியமையாததாகும். சிந்து மண்டிலத்தைப்பற்றிய இப்-பொதுவிவரங்களை இம்மட்டோடு நிறுத்தி, சிந்து வெளியிற் கண்டறியப்பெற்ற பண்டை நகரங்களைப்பற்றிய குறிப்புகளைக் காண்போம்.

ஹரப்பா

ஹரப்பா என்னும் பண்டை நகரம் பஞ்சாப் மண்டிலத்தில் இரண்டு யாறுகட்கு இடையே அமைந்திருத்தலால், மிகப் பழைய காலத்தில் உயர்ந்த நாகரிகம் வாய்ந்த பட்டணமாக இருந்திருத்தல் வேண்டும். இந்நகரம் மண்மேடிட்டுப் பல ஆயிரம் ஆண்டுகள் ஆகிவிட்டன. அதிகாரிகள் இதன் அருகில் புகைவண்டிப் பாதை போட்ட பொழுது, அப்பாதைக்கு வேண்-டிய கற்களை, இம்மண்மேட்டைத் தோண்டி உள்ளே இருந்த கட்டிடங்களி லிருந்து எடுத்துப் பயன்படுத்திக்கொண்டனர். இதனால்,ஹரப்பா நகரம் சிதைந்த நிலையை எய்தியது; இதன்

முழு நிலைமை இருந்த விதத்தை நாம் இன்று அறியக்கூடவில்லை. எபர் அலெக்ஸாண்டர் கன்னிங்ஹாம் என்னும் ஆராய்ச்சி நிபுணர்க்குச் சித்திர எழுத்துக்களைக் கொண்ட சில முத்திரைகளையே இந்நகரம் ஈந்தது. அது முதல் இந்நகரம் ஆராய்ச்சியாளர் கவனத்தைத் தன்பால் இழுத்தது. இங்கு 1920இல் நடைபெற்ற ஆராய்ச்சியின் பயனாய் இங்கு வாழ்ந்தவராகக் கருதப்பட்ட மக்களின் கல்லறை ஒன்றும் மட்டாண்டங்களும் விலங்குகளின் எலும்புகளும் வேறு சில முத்திரைகளும் கிடைத்தன. அதே சமயத்தில் 1922 இல் சிந்து மண்டிலத்து லர்க்கானாக் கோட்டத்தில் உள்ள மொஹெஞ்சொ-தரோ என்னும் நகரத்தின் ஒரு பகுதி தோண்டப்பட்டது. அங்குச் சில பொருள்கள் கிடைத்தன. இவ்விரண்டு இடங்களிலும் கிடைத்த பொருள்கள் ஒன்றாக இருத்தலை அறிந்த ஆராய்ச்சி நிபுணர்கள், இரண்டு இடங்களிலும் மும்முரமாக ஆராய்ச்சி செய்யலாயினர். எனவே, ஹரப்பா நகரத்தில் புகைவண்டிப்பாதை அமைத்தோரால் தொடப்படாதிருந்த பகுதிகள் தோண்டி எடுக்கப்பட்டன.

பண்டை ஹரப்பா நகரத்தின் சுற்றளவு 4 கி.மீட்டராகலாம். அங்கு ஆறு மண் மேடுகள் இருக்கின்றன. அவற்றுள் பெரியது 29,100 செ.மீ.நீளம், 23,400 செ.மீ. அகலம் உடையது. மேடுகளின் உயரம் 750 செ. மீ. முதல் 1,800 செ. மீ. அடிவரை இடத்திற்கு ஏற்றவாறு காணப்படுகிறது. ஹரப்பா எட்டு அடுக்குகளையுடைய நகரம்: அஃதாவது எட்டுமுறை புதுப்பிக்கப்பட்ட நகரம். இதன் காலம் கி. மு. 3500-கி.மு. 2,750 என்னலாம். இது மொஹெஞ்சொ-தரோவை விடச் சிறிது முற்பட்டது.[3]

மாதோ சருப் வாட்ஸ் என்னும் பேரறிஞர் இந்நகர ஆராய்ச்சியில் பேருக்கம் காட்டினார்; பல பொருள்களைப் பற்றிய வியத்தகு செய்திகளை இந்தியப் புதைபொருள் ஆராய்ச்சி நிலைய வெளியீடுகளில் வெளியிட்டார்; இறுதியில் ஹர்ப்பாவைப்பற்றிய ஆராய்ச்சியை இரண்டு பகுதிகளாக அண்மையில் வெளியிட்டுள்ளார். அவர் வெளியிட்டுள்ள செய்திகள் பின் வரும் பகுதிகளில் ஆங்காங்குக் கூறப்படும் ஆதலின், இங்குக் கூறாது விடப்பட்டன.

மொஹெஞ்சொ-தரோ (1922-23இல் நடைபெற்ற ஆராய்ச்சி)

இது மண் மூடுபட்டு இருந்த ஆரியர் வருவதற்கு முன்பு மிக உயர்ந்த நாகரிகத்துடன் இருந்த நகரமாகும். இஃது இன்று சிந்து ஆற்றின் மேற்கே இருக்கின்றது. இதனைச் சுற்றிலும் வேறு சில மண்மேடுகள் இருக்கின்றன. அவற்றுள் 2100 செ. மீ. உயரமுள்ள ஒன்றன்மீது பௌத்த ஸ்தூபி ஒன்று கட்டப்பட்டிருக்கின்றது. அதனைக் கண்ட பானர்ஜி என்னும் ஆராய்ச்சியாளர். அதன் சுற்றுப்புறத்தைத் தோண்டும் வேலையில் ஈடுபட்டார். அம்மண் மேட்டினுள் நாற்கோணமுள்ள முற்றம் ஒன்றைக் கண்டார்; அம்முற்றத்தைச் சூழ் இருந்த முப்பது சிற்றறைகளைக் கண்டார். அவற்றுள் ஒர் அறையில் அக்கட்டிடத்தின் காலத்தைக் குறிப்பனபோலச் சில நாணயங்கள் இருந்தன. அவை குஷான் அரசர்காலத்தவை வாசுதேவமன்னனால் வெளியிடப்பட்டவை. பானர்ஜி மிக்க மகிழ்ச்சி அடைந்தவராய் மேலும் மண்மேட்டை அகழ்ந்தார். அம்மேடு தரைமட்ட அளவுக்கு வெட்டப்பட்ட போது, அங்கொரு சித்திர எழுத்துக்களைக்கொண்ட முத்திரை கிடைத்தது. அவர்மேலும் நிலத்தை அகழ்ந்த போது, இரண்டு முத்திரைகளைக் கண்டெடுத்தார்.

இம்மூன்று முத்திரைகளும் ஆராய்ச்சிக் கூடத்தை அடைந்தன. அதே காலத்தில் ஹரப்பாவில் ஆராய்ச்சி நிகழ்த்திய **இராய் பகதூர் தயாராம் ஸஹ்னி** என்னும் பேரறிஞர், ஹரப்பாவில் கண்டெடுத்த சித்திர எழுத்துக்களைக்கொண்ட முத்திரைகளை ஆராய்ச்சிக்

கூடத்திற்கு அனுப்பினார். இவ்விரண்டு இடங்களில் கிடைத்த முத்திரைகளையும் மட்பாண்டங்களையும் நன்கு சோதித்து, அவற்றின் ஒருமைப்பாட்டை உணர்ந்த ஆராய்ச்சிக் குழுத்தலைவர் **ஸர் ஜான் மார்ஷல்** வியப்புற்றார்; அவற்றோடு பலுசிஸ்தானத்தில் கிடைத்த பொருள்களும் ஒன்றுபட்டிருத்தலைக் கண்டு பெருவியப்புற்றார். அன்று (1924) முதல் மொஹெஞ்சொ-தரோ மண் மேடுகள் தம் மெய்யுருவை மெல்ல மெல்ல உலகத்திற்கு உணர்த்தலாயின.

ஸ்தூபத்தையுடைய மண்மேடு

பௌத்த ஸ்துாபத்தைக் கொண்ட மண் மேட்டிற்குக் கால கல் தொலைவிற்றான் மொஹெஞ்சொ-தரோ நகரத்தைக்கொண்ட மண் மேடு இருக்கிறது. ஸ்துபத்தைச் சுற்றியுள்ள மண் மேடுகள் ஏறக்குறைய 750 செ மீ உயரமுடையன. மொஹெஞ்சொ-தரோ நகரத்தின் பல பாகங்கள் இந்த மண்மேடுகட்குள் இருக்கின்றன என்பது ஆராய்ச்சியாளர் கருத்தாகும். ஸ்துபத்தைக் கொண்ட மண்மேடு உள்ள இடமே, மொஹெஞ்சொ-தரோ செழிப்புடன் இருந்த காலத்திலும் சிறந்த இடமாக இருந்திருத்தல் வேண்டும்: அதன் அழிவிற்கு 2500 ஆண்டுகட்குப் பின்னரும் அவ்விடம் உயரிய நிலையில் இருந்தமையாற்றான், **பௌத்தர்கள்** அங்கு ஸ்துாபியை எழுப்பியிருக்கின்றனர். அந்த மண் மேட்டில் ஸ்துபியும் பௌத்தர் பள்ளியும் நன்கு எழுப்பப்பட்டு இருத்தலின், அவற்றை இவ்வமயம் எடுக்கக்கூடவில்லை. எனினும், அவை நாளடைவில் எடுக்கப்படும். அவற்றின் அடியில் என்ன அரிய பொருள்கள் இருக்கின்றனவோ, அறிந்தவர் யாவர்?

1925-1934 வரை நடைபெற்ற ஆராய்ச்சி

அறிஞர் பானர்ஜி ஸ்தாபங்கொண்ட மண்மேட்டில் சிறிதிடத்தைத் தோண்டியபின்னர், இன்றைய மொஹெஞ்சொ-தரோ நகரம் புதையுண்டிருந்த மண் மேட்டைத் தோண்டும் பணியில் **இராவ்பஹதூர் கே. என். தீக்ஷித்** என்பவர். முனைந்தார். அவருக்கு உதவியாளர் பலரும் இருந்தனர். அனைவரும் செய்த ஆராய்ச்சி விவரங்கள் சர் ஜான் மார்ஷல் மேற்பார்வையில் மூன்று பகுதிகளையுடைய பெரு நூலாக வெளியிடப்பட்டது.[4] **1927இல் இவ்வாராய்ச்சிக் கென்றே டாக்டர் ஈ. ஜே. ஹெச். மக்கே** என்பவர் அமர்த்தப்பட்டார். அவர் இப்பகுதியில் ஆராய்ச்சியை நடத்தினார்; தம் ஆராய்ச்சியிற் கண்டவற்றைப்பற்றி விரிவான நூல்கள் எழுதியுள்ளார்.[5] அவருக்குப்பின், மொஹெஞ்சொ-தரோவில் புதிதாக வைக்கப்பட்டுள்ள பொருட்காட்சிச் சாலையின் தலைவராகிய **கே. என். பூரி** என்பவரும், **க்யூ. எம். மொனீர்** (Q.M.Moneer) என்பவரும் வேறு சிலரும் ஆராய்ச்சிப் பணியில் இறங்கினர். இப்பெருமக்களின் இடைவிடா உழைப்பால், ஆயிரக்கணக்கான ஆண்டுகள் மண்ணுள் மறைந்து கிடந்த மாநகரமாகிய மொஹெஞ்சொ-தரோவின் **பத்தில் ஒரு பாகம் வெளிப் படுத்தப்பட்டுள்ளது.** அப்பகுதியிலிருந்து உலகத்தை வியப்பால் திடுக்கிடச் செய்யும் பல அரிய விவரங்கள் வெளிப்பட்டன்.

குறிப்பிடத்தக்க செய்திகள்

மண்ணுள் மறைந்த மாநகரத்தைப்பற்றிய அரிய விவரங்கள் அடுத்துவரும் பகுதிகளில் விரிவாகக் கூறப்படுமாதலின், ஈண்டுக் குறிப்பிடத்தக்க சிலவற்றையே கூறுதும்:

இந்நகரம் ஹரப்பாவைப்போலப் பல அடுக்குகளை உடையது. அறிஞர் இதுவரை ஏழு அடுக்குகளைக் கண்டுபிடித்துள்ளனர்; 'அவற்றின் அடியிலும் பல அடுக்குகள் இருக்கின்றன.

ஆனால், நீர் ஊறும் இட்மாக இருப்பதால் அவற்றைத் தோண்டிக் காணல் இயலாதுபோலும்! என்று கூறி வருந்துகின்றனர்.

இம்மாநகரம் ஹரப்பாவைப் போல அழிவுறவில்லை. நகர அமைப்பு, தெருக்களின் அமைப்பு இல்லங்களின் அமைப்பு இவை கண்டு இன்புறத் தக்கவை. வரிசை வரிசையாகக் கட்டப்பட்ட இல்லங்கள், மாடமாளிகைகள், மண்டபங்கள், நீராடும் குளம், கழிதீர்ப்பாதை, அஃது அமைக்கப்பட்டுள்ள உயரிய முறை. இன்ன பிறவும் கண்ணைக் கவர்வனவாகும். ஓவியங்களும் சித்திரக் குறியோடுகூடிய எழுத்துக்களும் கொண்ட கணக்கற்ற முத்திரைகள் அறிஞரை மெய்மறக்கச் செய்தன. பல நிறங்கொண்ட பலவடிவமைந்த மட் பாண்டங்கள், பொம்மைகள், விளையாட்டுக் கருவிகள், பண்பட்ட மண்ணாலும் சுண்ணாம்புக் கல்லாலும் அமைந்த பலவகைப்பொருள்கள், சங்கு-சிப்பி-பண்பட்ட மண். உயர்ந்த கற்கள் இவற்றாலாய அணி வகைகள் முதலியன உலக ஆராய்ச்சியாளர் தம் கவனத்தைத் தம்பால் ஈர்த்தன. இப் பொருள்களிற் பல, நாம் முற்பகுதியிற் கூறிய அசிரியா, பாபிலோனியா, மெசொபொட்டோ-மியா, ஏலம், பாரசீகம் முதலிய நாடுகளிற் கிடைத்த பொருள்களைப் பெரிதும் ஒத்திருத்த-லைக் கண்ட ஆராய்ச்சி அறிஞர் திடுக்கிட்டனர். இவ்வரிய பொருள்களைப் பயன்படுத்திய மக்களது காலம் ஏறக் குறைய கி.மு.3250-கி.மு.2750 ஆக இருக்கலாம் என மதிப்பிட்-டனர். இம்மாநகரம் பற்றிய செய்திகளை இத்துடன் நிறுத்தி, இச்சிந்து வெளியிலேயே புதை-யுண்டு கிடக்கும் பிற நகரங்களைப் பற்றிக் கவனிப்போம்.

சான்ஹூ-தரோ

அறிஞர் என்ஜீ.மஜூம்தார், சிந்து ஆற்றின் கிழக்குப்புறத்தில் ஒரு புதிய இடத்தைக் கண்டுபிடித்துள்ளார். அப்புதிய இடத்தில் மூன்று மண்மேடுகள் இருக்கின்றன. அந்த இடம் 30000 செ. மீ. நீளமும் 2100 செ.மீ. அகலமும் உடையது, மண்மேடுகள் மூன்றும் 300, 510, 570 செ.மீ. உயரம் இருந்தன. அந்த இடம் ஒரு காலத்தில் 'பெரியதொரு நகரமாக இருந்திருத்தல் கூடும்' என்பது அறியக்கிடக்கிறது. அறிஞர்கள் அதற்குச் சான்ஹூ-தரோ என்று பெயர் இட்டுள்ளனர். அறிஞர் மஜூம்தார், சான்ஹூ-தரோவில் ஆராய்ச்சி நிகழ்த்-திய அளவில், வெவ்வேறு வகையான பொருள்கள் பலவற்றைக் கண்டெடுத்துள்ளார்.

அங்குள்ள வீடுகள் பல உலர்ந்த செங்கற்களால் கட்டப்பட்டவை; சுட்ட செங்கல் கொண்டு கட்டப்பட்டவையும் சில உள. அங்கு அகழப்பட்ட வரையில் 300 பொருள்கள் கிடைத்தன. அவற்றுள் இரத்தின மணிகள் குறிப்பிடத் தக்கவை. இம்மணிகள்மீது '8' போன்ற வடிவம் காணப்பட்டது. அங்குச் சிப்பியாலான வளையல் துண்டுகள் பல கிடைத்தன. ஒரு வளையலில் இரண்டு துளைகள் இருந்தன. அழகிய பந்து ஒன்று வளைந்த கோடுகளுடன் காணப்பட்டது. **முத்திரைகள்** பல கிடைத்தன. இவற்றுள் ஒன்றில் இரு மனி-தர் வில்லும் அம்பும் ஏந்தி நிற்பதுபோலச் செதுக்கப்பட்டுள்ளது. அவர்கள் அருகில் ஒரு மலையாடு நிற்பது போலக் காணப்பட்டது. விளையாட்டுக் கருவிகள் பல கிடைத்தன. சிறு தேர் உருளைகளும் உடைந்த தேர்கள் இரண்டும் மண்ணில் செய்து சூளை இடப்பட்-டவை. எருமைத்தலை ஒன்று செவ்வண்ணம் பூசிக் கழுத்தில் துளையிடப் பட்டுள்ளது. இது போலத் துளையிடப்பட்ட குரங்கு காண்டா மிருகம் முதலியனவும் கிடைத்தன. பறவை ஒன்று மிக்க அழகாய்ச் செய்யப்பட்டுள்ளது. ஓர் ஊதுகுழல் நன்னிலையில் காணப் பட்டது. இவை அனைத்தும் செந்நிறம் பூசப்பட்டவை ஆகும். இவை தவிரக் களிமண்ணாற் செய்த

'தரைப்பெண்' தேவதையின் பதுமை ஒன்று கிடைத்தது. இஃது 15 செ. மீ. உயரமுள்ளது. அங்கு 198 மட்பாண்டங்கள் கிடைத்தன அவை பல நிறங்களில் பல்வகை ஓவியங்களுடன் காணப்படுகின்றன. அவற்றுள் ஒருபுறக் கைப்பிடியுடன் காணப்படுகின்றன. அவற்றுள் ஒருபுறக் கைப்பிடியுடன் காணப்பட்ட பாண்டம் ஒன்றே சிறந்ததாகும். அவற்றுடன் செம்புக் கத்தி, வளையல் துண்டு, உளி, ஈட்டிமுனை முதலியனவும் நிரம்பக் கிடைத்தன.

சான்ஹூ-தரோவில் கிடைத்த் பொருள்கள், மொஹெஞ்சொ-தரோவிற் கிடைத்தவற்றுக்கு ஒப்பாகவே இருக்கின்றன். அங்குக் கிடைத்த தாழிகளில் தீட்டப்பெற்ற ஓவியங்கள் மொஹெஞ்சொ-தரோ ஓவியங்களை ஒத்துக் காணப்படுகின்றன. ஒன்றில் மரமும் மற்றொன்றில் வெள்ளாடும் பொறிக்கப்பட்டுள்ள இரண்டு முத்திரைகள் அங்குக் கிடைத்தன. எனவே, சான்ஹூ-தரோவை மேலும் நன்கு அகழ்ந்து ஆராய்ச்சி நிகழ்த்தினால், பண்டைக் காலத்திற்கு உரிய பொருள்கள் பல கிடைத்தல் கூடும். ஆயின், அப்புதிய இடத்தை அகழ்ந்து பார்க்கும் உரிமையை இந்திய அரசாங்கத்தாரிடமிருந்து, ஓர் அமெரிக்க ஆராய்ச்சிக் கழகத்தினர் பெற்றுவிட்டனர். இனி அக்கழகத்தினர். தம் பொருட்செலவில் அவ்விடத்து ஆராய்ச்சிப்பணி ஆற்றுவர் போலும்!

லொஹூஞ்-சொ-தரோ

சிந்து ஆற்றின் மேற்குக் கரைவெளியில், பியாரோகோதத்திற்கு அருகில் மொஹெஞ்சொ-தரோவுக்கு 96 கி.மீ. தெற்கில் ஒரு பெரிய மண்மேடு இருப்பதாகத் தெரிந்தது. அவ்விடம் இருந்த மண்மேடு 27,000 செ.மீ.நீளமும் 18000 செ.மீ. அகலமும் 690 செ.மீ. உயரமும் உடையது. அம்மண்மேட்டின் ஒரு பகுதியைத் தரைமட்டம் வரையில் தோண்டி அதற்குக் கீழும் 330 செ.மீ. வரை அறிஞர் **மஜூம்தார்** சோதனை புரிந்தார். அங்குச் செங்கற்களாலாகிய - கட்டிடங்கள் காணப்பட்டன. அவற்றிற்கு அடியில் அவற்றுக்கும் முற்பட்ட காலத்துச்சின்னங்கள் பல காணப்பட்டன. அவற்றுள் சிறந்தவை மட்பாண்டங்களாகும். இவை செந்நிறம் பூசப்பட்டவை. அச்செந்நிறத்தின் மீது கறுப்பு வண்ணத்தில் சித்திரங்கள் தீட்டப்பட்டுள்ளன.இத்தகைய மட்பாண்டங்கள் பல மொஹெஞ்சொ-தரோவிலும் கிடைத் துள்ளமை கவனித்தற்குரியது, இப்பாண்டங்கட்கு மேற்புறத்தில் காணப்பட்ட வேறுவகைப் பாண்டங்கள் பிற்கால நாகரிகத்தைச் சேர்ந்தவை ஆகும் என்று மஜூம்தார் கருதுகின்றார். ஆகவே, இப் பகுதியிலும் இரு வேறுபட்ட நாகரிகம் இருந்திருத்தல் வேண்டும் என்பது கருதத்தக்கது. பிற பொருள்களுள் குறிப்பிடத் தக்கவை களிமண்ணாலாய எருதுப் படிவங்கள் ஆகும். அவற்றுள் ஒன்று கழுத்தில் துளையிட்ப்பட்டுள்ளது. முக்கோண வடிவில் அமைந்த **களிமண் அப்பங்கள்,** உயர்ந்த களிமண்ணாலாய வளையல்கள் முதலியன கண்டெடுக்கப்பட்டன. அங்குக் கிடைத்த பலவகை மணிகளுள் மாக்கல் மணிகள் பலவாகும் அவை தட்டை வடிவத்தில் அமைந்துள்ளன. அம்மணிகள் மொஹெஞ்சொ-தரோவிலும் மிகுதியாகக் கிடைத்துள்ளன. மாக்கல்லாலான முத்திரை ஒன்றும் கிடைத்தது. அதன்மீதுள்ள எழுத்துக் குறிகள் மொஹெஞ்சொ-தரோவில் கண்டெடுக்கப்பட்ட முத்திரைகளில் உள்ள எழுத்துக் குறிகளையே ஒத்துள்ளமை வியப்பூட்டுவதாகும்.

இவ்வண்ணம் கண்டுபிடிக்கப்பட்ட புதிய மண்மேடு இருந்த இடம் மொஹாஞ்சொ-தரோ என்னும் பெயர் கொண்டு விளங்குகிறது. அந்த இடங்களில் ஆராய்ச்சித் தொண்டாற்றிய அறிஞர் மஜூம்தார் பிறிதோர் உண்மையையும் வெளிப்படுத்தி யுள்ளார். அஃதாவது, 'அக்-

கால மக்கள், குன்றுகளின் அடிப் புறங்கள் வசிப்பதற்கு ஏற்ற தட்ப வெப்ப நிலையுடன் இருக்கின்றன என்பதையும் தற்காப்பு அரண் உடையவைகளாக இருக்கின்றன என்பதையும் நன்கு அறிந்திருந்தனர்' என்பதே ஆகும்.[6]

இது சிந்து மண்டிலத்தில் 'ஷஹடட்பூர்' என்னும் ஊருக்கு வடமேற்கில் 6.5 கி.மீ. தொலைவில் உள்ள பெரிய மண்மேடாகும். இதன் அருகில் 0.5 கி. மீ. தொலைவில் வேறொரு மண்மேடு இருக்கின்றது. மொஹெஞ்சொ-தரோ மண்மேட்டின் மீது இருக்கும் ஸ்தூபம் போன்ற பௌத்த ஸ்தூபி ஒன்று இங்கும் இருக்கின்றது. இந்த ஸ்தூபம் உள்ள மண்மேட்டைச் சுற்றிலும் சிறிய மண்மேடுகள் உள்ளன. இவை அனைத்தும் கொண்ட பெரிய மண் மேடேதகஞ்சொதரோ என்பது. இதன் பரப்பு ஐந்து ஏக்கர் ஆகும். மண்மேட்டின் உயரம் 600 செ.மீ. முதல் 1200 செ.மீ. ஆகும். இங்குச் சுட்ட செங்கற்கள் 10 செ.மீ. கனமுடையனவாகக் காணப்படுகின்றன. இங்குச் சித்திரம் தீட்டப்பெறாத மட்பாண்டங்களே மிகுதியாகக் கிடைக்கின்றன. இம்மட் பாண்டச் சிதைவுகளும் செங்கற்களுமே இப்பகுதியில் பெருவாரி யாகக் கிடைக்கின்றன. சில் செங்கற்கள் 28 செ.மீ. சதுரமுடையன; 5.5 செ. மீ. கனமுடையன. உயர்தரமணிகள் இரண்டு கிடைத்தன. இந்த இடத்தை மேலும் அகழ்ந்து ஆராய்ச்சி செய்யவில்லை. சித்திரம் தீட்டப் பெறாத மட்பாண்டங்கள் இருத்தலைக் காணின், இங்கு மிகப் பழைய நகரம் இருந்திருத்தல் வேண்டும் என்பது வெளியாகிறது.[7]

சக் பூர்பானி ஸியால்

ஹரப்பாவுக்குத் தென்கிழக்கே ஏறக்குறைய 20.5 கி. மீ. தொலைவில் பியாஸ் ஆற்றின் உலர்ந்த பழைய படுக்கை ஒன்றில் காணப்பட்ட மண்மேடுகளை அறிஞர் வாட்ஸ் என்பவர் அகழ்ந்து பார்த்தார். அந்த இடம் 'சர் பூர்பானிஸியால்' என்று வழங்கப் படுகிறது. அங்கு ஏராளமான உடைந்த மட்பாண்ட ஓடுகளும், செங்கற் கட்டிகளும், அடிப்புறம் குவிந்துள்ள நீர் அருந்தும் ஏனங்களும், நிறந் தீட்டப்பட்ட பாண்டச் சிதைவுகளும், உருட்டு வடிவான ஏனங்களும், மோதிரங்களும், பீடங்கள் மீது வைக்கும் கலன்களும், முட்டை வடிவக் கோப்பைகளும், தாம்பாளங்களும், வளையல்களும், குரங்கு அணில், கொம்புடைய எருது, கல்லால் கண்கள் வைக்கப்பெற்ற மயில் ஆகிய படிவங்களும், தலையற்ற பெண் படிவங்களும், காதணிகளுடன் கூடிய சிற்றுருக்களும், இருந்தன. அங்கு மேலும் பல நிறங்களுடைய சுட்ட களிமண் மணிகள், வளையல்கள், மாக்கல்லால் செய்யப்பட்ட மணிகள், இரத்தினக் கல் மணிகள் முதலியனவும் கிடைத்தன. பொதுவில் அவ்விடத்தில் நிகழ்த்திய ஆராய்ச்சியின் மூலம் அங்குக் கிடைத்திருக்கும் பொருள்கள் அனைத்தும் மொஹெஞ்சொ. தரோ ஹரப்பா ஆகியவற்றின் நாகரிகத்திற்கு இயைந்தவையாகவே இருக்கின்றன என்பது அறிஞர் வாட்ஸின் கருத்தாகும்.[8]

அலி முராத்

சிந்து வெளியில் ஆராய்ச்சிக்குரிய மற்றோர் இடம் அலி முராத் என்பது. அங்குச் சரித்திர காலத்திற்கு முற்பட்ட இரண்டு பெரிய மண்மேடுகள் இருக்கின்றன. அவற்றின் நீளம் 33000 செ.மீ, அகலம் 33000 செ.மீ. உயரம் 810 செ.மீ. ஆகும். அவற்றுள் ஒன்றின் உயரம் 750 செ. மீ. ஆகும். அதன் தென் பகுதியைத் தோண்டிய பொழுது கல்லால் கட்டப்பட்ட கிணறு ஒன்று காணப்பட்டது. அதன் உட்புறக் குறுக்களவு 20 செ. மீ. ஆகும். அக்கிணற்றை அடுத்து வளைவான கற்சுவர் ஒன்று 12.5 செ.மீ. உயரத்தில் காணப் பட்டது.

அதன் நீளம் 5100 செ.மீ. என்று கணக்கிடப்பட்டுள்ளது. அது கோட்டைக்கமைந்த மதிற் சுவராக இருந்திருக்கலாம். அச்சுவர்க்கு உட்பட்ட இடத்தில் பல கட்டிடங்கள் இருந்தமைக் குரிய அடையாளங்கள் கிடைத்துள்ளன. அவை யாவும் **கற்காலத்தை** நினைப்பூட்டுகின்றன. அவ்விடத்தில் கிடைத்த மட் பாண்டங்கள் மேற்குறிப்பிட்ட பல இடங்களில் கிடைத்த மட்பாண்டங்களைப் போலவே வண்ணமிடப்பட்டும் சித்திரம் தீட்டப்பட்டும் இருக்கின்றன. அவ்விடத்தில் களிமண் அப்பங்கள் ஆயிரக் கணக்கில் கிடைத்துள்ளமை பெரிதும் வியப்பூட்டுவதாகும்.இவையன்றி, முழுவேலைப்பாடு அமைந்துள்ள பீப்பாய் வடிவம் கொண்ட உயர்தரக் கல் ஒன்று 5 செ.மீ.நீளத்தில் காணப் பட்டது. இதே வடிவங்கொண்டசெம்மணி ஒன்றும் கண்டெடுக்கப் பட்டது. அவ்விடம் முழுவதும் தோண்டி எடுக்கப்படின், வேறு பல பொருள்களும் பிறவும் அறிதல் கூடுமென்று ஆராய்ச்சியாளர் கருதுகின்றனர்.[9]

பாண்டி வாஹி

இப்பெயருடைய சிறிய கிராமம் லர்க்கானாக்கோட்டத்தில் கீர்தர் மலைத்தொடரின் அடிவாரத்தில் உள்ளது. இதன் அருகில் இதன் பெயரையே கொண்டி மண்மேடு ஒன்று காணப்படுகிறது. அது 13500 செ. மீ. நீளமும் 7500 செ. மீ. அகலமும் 630 செ. மீ. உயரமும் உடையது. எனினும், அதன் பழைய அளவு மிகப் பெரியதாக இருந்திருத்தல் வேண்டும் என்று ஆராய்ச்சியாளர் கூறுகின்றனர். அம்மண் மேட்டில் குறிப்பிட்ட மூன்று இடங்களில் ஆராய்ச்சி நடைபெற்றது. மேற்கூறப்பட்ட இடங்களில் கிடைத்த மட்பாண்டப் பொருள்களும் பிறவும் அவ்விடத்தும் கிடைத்தன. அம்மண்மேடும் முன் சொல்லப்பட்டமேடுகளைப்போலவே முழு ஆராய்ச்சிக்கு உட்படுமாயின், பல உண்மைகள் வெளியாகும்.[10]

அம்ரி

அம்ரி என்பது கராச்சிக் கோட்டத்தில் வடக்கு எல்லையில் சிந்து ஆற்றின் கரையில் உள்ள சிற்றூர் ஆகும். சிந்து, ஆற்றில் பிரயாணம் செய்த பர்னஸ் என்னும் மேனாட்டு அறிஞர் சுமார் 100 ஆண்டுகட்கு முன்னரே, இவ்விடத்தைப்பற்றிக் கீழ் வருமாறு குறிப்பிட்டுள்ளார்: “அம்ரி என்னும் பெயருடன் இன்று விளங்கும் சிற்றூர், ஒரு காலத்தில் மிகப் பெரிய நகரமாக இருந்திருத்தல் வேண்டும். இது சிந்துவின் வெள்ளத்திற்கு அடிக்கடி இரையாகி மறைந்திருத்தல் வேண்டும். எனினும், இன்றுள்ள கிராமத்தினருகில் 1200 செ.மீ. உயரத்தில் மண் மேடு ஒன்று காணப்படுகிறது. அதனைத் தோண்டிப் பார்ப்பின் பல உண்மைகள் வெளிப்படல் கூடும்”.

இவ்வறிஞர் ஒரு நூறு ஆண்டுகட்கு முன் இங்ஙனம் எழுதிச் சென்றமை இன்று உண்மை ஆகிவிட்டது. இவர் ஆப்பி மண்மேடு, கிராமத்தின் வடமேற்கில் அமைந்துள்ளது. அதன் அருகில் வேறு பல மண் மேடுகளும் உள்ளன. அவற்றுள் ஒன்றில் உலர்ந்த செங்கற்களால் கட்டப்பட்ட கட்டிடச் படுகின்றன. சில மண்மேடுகளில் சுட்ட கட்டிடச்சிதைவுகள் காணப்படுகின்றன.அவ்விடத்தை ஆராய்ச்சி செய்யச் சென்ற மஜூம்தார் ஒரு மண்மேட்டில் 1500 செ. மீ. நீளமும் 360 செ. மீ. அகலமும் 150 செ. மீ ஆழமும் உள்ள குழி சிதைவுகள் காணப் செங்கற்களால் ஆகிய ஒன்றைத் தோண்டிப் பார்த்தார். மூன்று கற்சுவர்களின் பகுதிகள் தென்பட்டன. ஆராய்ச்சியா ளர் அச்சுவர் களின் அடிமட்டம் வரை தோண்டவே, அவ்விடம் தரைமட்டத்தினும் கீழ்நோக்கிச் சென்றது: அக்குழியிலிருந்து 253 பொருள்கள் கிடைத்தன. அவற்றுள் சித்திரம் தீட்டப்பட்ட விளையாட்டு வண்டிகள், மட் பாண்டங்கள்,

பதுமைகள், வளையல் துண்டுகள், மணிகள், மண் அப்பங்கள் முதலியன சிறப்பித்துக்கூறத் தகுவன. மட்பாண்டங்கள் 214 கிடைத்துள்ளன.இவை பலவகை நிறங்கள் தீட்டப்பட்டுள்ளன. அந்நிறங்களுக்குமேல் மீன் செதில், வட்ட மலர், மாவிலை, அரசிலை, அலகில் மலருடன் விளங்கும் மயில், சதுரங்கப்பலகை, முட்டை, பட்டைகள், பட்டைகளுக்குள் முக்கோண வடிவம் முதலிய ஓவியங்கள் பற்பல விதமாகத் தீட்டப்பட்டுள்ளன. பொதுவாக, மட்பாண்டங்கள் செந்நிறமே பூசப்பட்டுள்ளன. இவை மொஹெஞ்சொ-தரோவில் கிடைத்தவற்றை ஒத்திருக்கின்றன.

பிற பொருள்களில் நீண்டு உருண்ட பச்சை மணிகளும், குமிழ்போன்ற மணிகளும் குறிப்பிடத் தக்கவை. இம்மணிகள் மீது வளையங்கள் வரையப்பட்டுள்ளன. வளையல் துண்டுகள் 25 கிடைத்தன. இவற்றுட் சிலவற்றில் செந்நிறப் புள்ளிகள் காணப்படுகின்றன.பதுமைகளுள் சிதைந்த் தேர்கள் 12 கிடைத்தன; **எருதுப்பதுமைகள்** 8 கிடைத்தன. ஓர் எருதுத் தலை கழுத்தில் துளையுடன் காணப்பட்டது. இத்தலைக்குரிய உடல் காணப்பட வில்லை. இவை தவிர, 10 **மண் அப்பங்கள்** கிடைத்திருக்கின்றன. இங்குக் கிடைத்த பொருள்கள் மொஹெஞ்சொ-தரோ நாகரிகத்துடன் பெரிதும் ஒத்துக் காணப்படுகின்றன என்று அறிஞர்கள் கூறுகின்றனர்.[11]

கோட்லா நிஹாங் கான்

‘சிவாலிக் மலைக்கு அடிப்புறம் உள்ள ‘அம்பாலா’ கோட்டத்தில் ‘ருபார்’ நகருக்கு அருகில், சிந்து ஆற்றின் கிளையாகிய ஸ்ட்லெஜ் ஆற்றின் படுக்கையில் இருக்கும் **கோட்லா நிஹாங் கான்** என்னும் சிற்றூரைச் சார்ந்துள்ள மண்மேட்டை அறிஞர் **வாட்ஸ்** அகழ்ந்து ஆராய்ச்சி நிகழ்த்தினார். அம்மேடு 12 ஏக்கர் பரப்புள்ளது; 360 செ. மீ. முதல் 900 செ.மீ. வரை உயரமுடையது. அங்கு அவர் கண்டெடுத்த பொருள்கள் பலவற்றை, ஹரப்பாவிலும் மொஹெஞ்சொ-தரோவிலும் பிற இடங்களிலும் கிடைத்த பொருள்களுடன் ஒப்பிட்டுப் பார்த்தபோது, அவை பெரிதும் ஒன்றுபட்ட **ஓர்ரே** நாகரிகத்திற்கு உரியவையாக இருந்தன. கோட்லா நிஹாங் கானில் கிடைத்த களி மண்ணாலாய செங்கற்கள், களிமண் கொண்டு செய்யப்பட்ட மணிகள், அப்பங்கள், மோதிரங்கள், சுரைக்குடுக்கை போன்ற நீர்க்குவளைகள், தாம்பாளங்கள், சாடிகள் வைக்கும் பீடங்கள், மட் பாண்டங்கள், இவற்றின் உடைந்த பகுதிகள், வளையல் துண்டுகள், சிறு நிறைக் கற்கள், முட்டை வடிவத்தில் இருந்த நீர் அருந்தும் குவளைகள் முதலியன சிந்து வெளிமக்கள் நாகரிகத்தையே ஒருவாறு ஒப்பனவாக இருக்கின்றன.[12]

நூற்றுக்கு மேற்பட்ட மண்மேடுகள்

சிந்து ஆற்றின் கிழக்குக் கரைமீதுள்ள ‘கைர்ப்பூர்’ சமத்தானத்திலும், கத்தியவாரிலுள்ள ‘லிம்ப்டி’ சமத்தானத்தைச் சேர்ந்த, ‘அரங்பூர்’ என்னும் இடத்திலும், லர்க்கானாவுக்கு அருகில் உள்ள **‘ஜூகார்’** என்னும் இடத்திலும், காஜிஷா என்னும் இடத்திலும் இவ்வகை ஆராய்ச்சிப் பணி நடைபெற்றது. இந்நான்கு இடங்களிலும் நிகழ்த்திய ஆராய்ச்சித் தொண்டின் பலனாகக் கிடைத்த பண்டைப் பொருள்களை நோக்கின், இவற்றிற்கும் மொஹெஞ்சொ-தரோ, ஹரப்பா ஆகிய இடங்களில் கிடைத்த பொருள்களுக்கும், இடையே சிறு வேறுபாடும் இல்லை எனலாம். இவை முழுவதும் சிந்து வெளி நாகரிகத்துடன் இயைந்து காணப்படுகின்றன.

சிந்து வெளியில் மட்டும் ஒரு நூற்றுக்கு மேற்பட்ட மண்மேடுகளும் பழைய சரித்திர காலத்திற்குரிய இடங்களும் இருக்கின்றன.இவற்றை ஆராய்ச்சி செய்து பார்ப்பின், இன்றுள்ள இந்திய வரலாறு அற்புத மாறுதலை அடையும் என்பதில் ஐயமில்லை.

1. ↑ Nelsons 'Encyclopaedia', Vol:13, p. 129;

2. ↑ Cassel's World Pictorial Gazetteer pp. 855, 923.

3. ↑ M.S.Vat's Excavations at Harappa', Vol.I pp.3-21.

4. ↑ Mohenjo-Daro and the Indus Civilization; Vols, I to III

5. ↑ Dr. E.J.H.Mackay's 'Further Excavations at Mohenjo-Daro'. Vols. I & II and 'The Indus Civilization.

6. ↑ Annual Reports of the Archaeological Survey of India' - (1930 - 1934), Part I, pp. 99-93.

7. ↑ Annual Report of the Archaeological Survey of India' - (1929 - 1930) P. 117.

8. ↑ 'Annual Reports ofthe Archaeological Survey of India' - (1930-1934). Part 1. pp.106. 107. M.S.Vat's 'Excavations at Harappa' pp. 475-476.

9. ↑ 'Annual Reports of the A.S. of India', (1930-1934) Part I. pp. 97, 98 and NG. Majumdar's 'Explorations in Sind', p. 89.

10. ↑ Ibid, pp. 104, 105.

11. ↑ Annual Report of the Achaeological Survey of India (1929-1930), pp. 113. 116 N.G.Majumdar's 'Explorations in Sind', pp. 24-28.

12. ↑ 'Annual Report of the Archaeological Survey of India' (1929-1980) pp. 131-132. M.S.Vates's 'Excavations at Harrappa', Vol.I. pp.476-477.

3

பிற மண்டிலங்களின் புதை பொருள்கள்

ஆராய்ச்சி இடங்களிற் பாயும் ஆறுகள்-இந்தியாவில் ஆராய்ச்சிக்குரிய பிற இடங்களை அறியுமுன், அவ்விடங்கள் அமைந்துள்ள ஆற்று வெளிகளைப் பற்றி அறிதல் இன்றியமையாததாகும். ஆதலின், சிந்து நீங்கலாகவுள்ள கங்கை, நருமதை,கோதாவரி,கிருஷ்ணை, காவிரி, தாமிரபரணி, பெரியாறு என்னும் யாறுகளைப் பற்றியும் அவை பாயும் இடங்களைப் பற்றியும் ஈண்டு முதலில் குறிப்பிடுவோம்.

கங்கை - இமயமலையின் தென் பள்ளத்தாக்குகளிலிருந்து புறப்படும் 'பாகீரதி அலகண்டா' என்னும் இரண்டு சிற்றாறுகளின் கலப்பே கங்கை யாறு ஆகும். இஃது அல்லகபாதை அடையும்வரை மிக்க நீரோட்டம் உடையதன்று. அல்லகபாதில் மிகப் பெரிய யாறாகிய யமுனை என்பது கங்கையிற் கலக்கின்றது. அங்கிருந்து கங்கையாறு ஐக்கிய மண்டிலத்திலும் வங்காள மண்டிலத்திலும் பாய்ந்து வங்கக்கடலிற் கலக்கின்றது. இதன் மொத்த நீளம் 2490 கி.மீ. ஆகும். இதில் கலப்புறும் யாறுகள் - சர்தா, இராம் கங்கா, கும்டி, கோக்ரா, சோனை, கண்டக்குசி என்பன. இதன் சங்கமுகத் துறையில் உள்ள புகர் நில வெளி 128 முதல் 352 கி. மீ. அகலமுடையது. இதன் பாய்ச்சலைப் பெறும் இடம் 39,000 சதுரக் கற்கள் ஆகும். இது மிகப் பழைய கால முதலே சிறப்புடையாறாகக் கருதப்பட்டு வருகின்றது. இது பாய்கின்ற நிலம் கங்கை வெளி எனப்படும். இதன் கரையோரத்தில் இருந்த பண்டை நகரங்கள் **(வட) மதுரை, கௌசாம்பி,** பிரயாகை, **வாரணாசி (காசி)** முதலியன.

சிந்து வெளியிற் குடியேறிய ஆரியர் நாளடைவில் கங்கையமுனை யாறுகட்கு இடையில் உள்ள நிலப்பகுதியிலும் குடியேறினர். அங்கனம் அவர்கள் குடியேறும் பொழுது அங்கு வாழ்ந்திருந்த பண்டை மக்களோடு போரிட்டனர். **"கிருஷ்ணன்** என்பவனைத் தலைவனாகக் கொண்ட 'கிருஷ்ணர்' (கறுப்பர்) யமுனைக் கரையில் வாழ்ந்திருந்தனர். அவருள் ஐம்பது ஆயிரம் பேரை ஆரியர் தலைவனான இந்திரன் கொன்றான்"[1] என்று ரிக்வேதம் கூறுவதிலிருந்து, கங்கை வெளியிற் பல இடங்களில் **பண்டை மக்கள் நகரங்களை அமைத்துக்கொண்டு வாழ்ந்திருந்தனர்**[2] என்னும் உண்மையை உணரலாம்.

நருமதை - தபதி யாறுகள் - இவை வட இந்தியாவிற்குத் தென் எல்லையாகவுள்ள விந்திய - சாத்பூரா மலைத் தொடர்களிலிருந்து புறப்பட்டு மேற்கு நோக்கிச் சென்று அரபிக் கடலில் கலக்கின்றன. நடு இந்தியாவின் தெற்கில் உள்ள மலைக் கோட்டங்களும், நடு மண்டிலங்களின் வடக்கில் உள்ள மலைக்கோட்டங்களும் முறையே விந்தியசாத்பூரா மலை நாடுகளிற் கலந்துள்ளன. இவ்விரு மலைத் தொடர்கட்கும் இடையே சிறந்த யாறாகிய தருமதை ஒடிக்கொண்டிருக்கிறது.இந்த இருமலைத் தொடர்களைச் சார்ந்த நாடுகளில், பல வகைப்பட்ட மலைவாணர் வாழ்கின்றனர். இம்மலை நாடுகளில், அடர்ந்த காடுகள் மிக்குள்ளன இவற்றைக் கடந்துபோதல் இயலாத செயல், போக விரும்புபவர், கரையோரங்கள் வழியாகவும் கடல் வழியாகவும் போகலாம். இம்மலைப் பகுதிகளாற்றான் வட இந்திய வரலாறு வேறாகவும் தென் இந்திய வரலாறு வேறாகவும் இருக்கின்றன.

தென்னாடு - விந்திய - சாத்பூரா மலைத்தொடர்கட்குத் தென்பாற்பட்ட நிலப்பகுதி தென்னாடு அல்லது ‘டெக்கான்’ எனப்படும். இம் மேட்டுப் பகுதி கிழக்கு நோக்கியும் தென்கிழக்கு நோக்கியும் சரிந்துள்ளது. அதனால் மகா நரி, கோதாவரி, கிருஷ்ணை, காவிரி என்னும் பெரிய யாறுகள் கிழக்கு நோக்கி ஓடி வங்கக் கடலில் கலக்கின்றன. இந்த யாறுகள் பாயும் நிலப்பகுதிகள் வளமுடையனவாகும் மக்கள் தொகுதி மிக்குடையனவாகும். இந்த யாறுகள் மேற்கு மலைத் தொடர்ச்சியில் உற்பத்தியாவன.

கோதாவரி - இந்தப் பெரியாறு 1440 செ மீ நீளமுடையது. இதன் சமவெளியில் அரிசி, புகையிலை, எண்ணெய் விதைகள், கரும்பு முதலியன பெருவாரியாக விளைகின்றன. இதனை அடுத்துள்ள காடுகளில் தேக்க மரங்கள் மிகுதியாக இருக்கின்றன. இந்த யாற்றின் நெடுந்துரம் ஹைதராபாத் நாட்டில் அடங்கி இருத்தலால், இந்த யாற்றால் உண்டாகும் பெரும்பயனை அந்நாடே பெற்றுவருகின்றது.

கிருஷ்ணை - இது 1280 செ மீ நீள முடையது. 180 செ. மீ. தொலைவு பம்பாய் மண்டிலத்தில் ஒடிப்பின்பு ஹைதராபாத்திற்குட் புகுந்து, பின்னர்ச் சென்னை மண்டிலத்தை அடைகின்றது. இதன் பாய்ச்சலைப் பெற்ற மருத நிலங்களில் நெல் முதலிய பலவகைப் பொருள்கள் வளமுறப் பயிராகின்றன்.

காவிரி - இந்த யாறே தமிழ் நூல்களிற் சிறப்புப் பெற்றதாகும். இது மேற்கு மலைத் தொடரில் தோற்றமாகி, மைசூர்நாட்டின் வழியே தமிழ் நாட்டை அடைந்து வங்கக் கடலில் கலக்கின்றது. இதன் நீளம் 760 செ. மீட்டராகும். இதன் பயனை அடைந்துவரும் நிலம் 76,800 ச. கி. மீ பரப்புடையது. இது தஞ்சாவூர்க் கோட்டத்தில் கடலோடு கலக்கின்றது. இது பொன்னைக் கொழிக்கும் பெருமை யுடையதாதலின், ‘பொன்னி எனப் பெயர் பெற்றது.

தாமிரபரணி - இந்த யாறும் பொன் கொழிக்கும் பெருமை பெற்றது. இது திருநெல்வேலிக்கோட்டத்திற் பாய்கின்றது. இதனை அடுத்துள்ள மருத நிலங்கள் மிக்க விளைச்சலை நல்குகின்றன. இது பாயும் “திருநெல்வேலிக் கோட்டத்தில் பண்டைப் புகழ்பெற்ற கொற்கை முதலிய பாண்டியர் நகரங்கள் மறைந்து கிடக்கின்றன.

பேரியாறு - இதுமேற்கு மலைத்தொடர்ச்சியில் தோன்றி மேற்கு நோக்கி ஓடி அரபிக் கடலில் கலக்கின்றது; திருவாங்கூர் நாட்டில் தோன்றிக் கொச்சி நாட்டிற் பாய்கின்றது.

ஆற்று வெளிகளில் பண்டை மக்கள் - இந்தியாவில் உள்ள இந்த யாறுகள் பாயப் பெற்றுள்ள இடங்களிலும் மலை நாடுகளிலும் பழைய கற்கால மனிதரும் புதிய கற்கால மனிதரும்

செம்புக்கால மனிதரும் வெண்கலக்கால மனிதரும் இரும்புக்கால மனிதரும் கிராமங்களை-யும் நகரங்களையும் அமைத்துக் கொண்டு வாழ்ந்திருந்தனர் என்பது கூறாமலே விளங்கும். இவர்கள் இங்ஙனம் வாழ்ந்திருந்தனர் என்பதற்குரிய சான்றுகள் கிடைத்த வண்ணம் இருக்-கின்றன. இனி, அச்சான்றுகளை ஒரளவு முறையே காண்போம்.

ஐக்கிய மண்டலத்துப் புதை பொருள்கள் - மொஹெஞ்சொ - தரோவும் ஹரப்பாவும் தோண்டிக் கண்டுபிடிப்பதற்கு முன்னரே - சிந்துவெளி நாகரிகம் பரவி இருந்த உண்மை வெளிப்படுவதற்கு முன்னரே - கங்கை ஆற்றுப் பாய்ச்சல் நாடுகளில் செம்பினாலாய வாட்-களும், வரலாற்றுக் காலத்துக்கு முன் பயன்படுத்தப்பட்ட கத்திகளும், மனித உருவம்-போலச் செய்யப்பட்ட பொருள்களும் கிடைத்துள்ளன. மனித உருவம் போன்ற பொருள் மொஹெஞ்சொ - தரோவில் கிடைத்த முத்திரைகள் சிலவற்றுள் காணப்படும் மனித உருவம் போன்றே இருந்தன.

ஜெனரல் கன்னிங்காம் என்பாரும் பிறரும் கங்கை ஆற்றுப் பள்ளத்தாக்குகளாகிய **காஜிப்பூர், கா**சி ஆகிய கோட்டங்களில் உள்ள பல இடங்களில் நிகழ்த்திய ஆராய்ச்சி மூலம், செம்பினாற் செய்யப்பட்ட கருவிகள் மட்டும் இன்றிப் பல ஒவியங்களும் சிவப்புக் கற்களாலாய மணிகளும், சிந்து ஆற்றுப் பள்ளத்தாக்குகளில் கிடைத்தவற்றை ஒத்த பல பொருள்களும் வெளிப்பட்டிருக்கின்றன. வாரணாசி காசிக் கோட்டத்தில் சில செம்புக் கரு-விகளும் சக்கிமுக்கிக் கற்களும் கிடைத்தன. இவைபோலவே, கங்கை ஆற்றின் எதிர் கரை-யிலுள்ள காஜிப்பூர்க் கோட்டத்திலும் பல பொருள்கள் கிடைத்திருக்கின்றன.

கௌசாம்பி தோன்றிய காலம் - ஐக்கிய மண்டிலத்தின் பல இடங்களில் பண்டைக்காலப் பொருள்கள் பல கிடைத்துள்ளன. ஓரிடத்தில் ஒன்பது வாய்ச்சிகள் உட்படப் பதினாறு செப்-புக் கருவிகள் கிடைத்தன; இருபுறமும் அவ்வாறு கணைகளுடன் கூடிய செம்பாலாய அம்பு முனைகள் அகப்பட்டன.வடமதுரையில் ஓரிடத்தில் இருந்த மண்மேட்டைத் தோண்டியபோது செம்பாலாய பல வாய்ச்சிகளும் அம்பு, வேல், போன்ற எறிபடைகளும் கிடைத்தின. 'ஷாஜ-ஹான்பூர்' கோட்டத்தில் செம்பாலாய ஈட்டிமுனை ஒன்று கிடைத்தது. இந்தச் செம்பு ஈட்டி இப்பொழுது இலக்ஷ்மணபுரி - பொருட் காட்சி நிலையத்தில் காட்சி அளிக்கின்றது. இது-போல, 'இட்டவா' கோட்டத்தில் கிடைத்த பிறிதோர் ஈட்டி இப்பொழுது பிரிட்டிஷ் பொருட்-காட்சி நிலையத்தில் உள்ளது. பிறிதோர் இடத்தில் மனித உருவம் போன்ற கருவி ஒன்-றும் நீண்ட கனத்த வாள் ஒன்றும் கிடைத்தன. கங்கை ஆற்றங்கரையில் உள்ள ஓரிடத்தில் பல அம்பு முனைகளும் கல்லுளிகளும் கிடைத்தன. கான்பூர் கோட்டத்தில் சில இடங்-களில் செம்பாலாய மனித உருவங்களும் அம்பு முனைகளும் ஈட்டிகளும் கல்லுளிகளும் கிடைத்தன. பிறிதோரிடத்தில் சிறுத்துக் குறுகிய உளி ஒன்று கிடைத்தது. இஃது 12.5 செ. மீ. உயரமுடைய கல்லுளி ஆகும். இந்தச் செம்புக் காலத்திற்றான் கௌசாம்பி என்னும் வரலாற்றுச் சிறப்புடைய நகரம் கட்டப்பட்டிருத்தல் வேண்டும் என்று **இராவ்பகதூர் தீக்ஷ-ஜித்** கருதுகின்றார். **ஸர் ஜான் மார்ஷல்** என்னும் அறிஞர் 'பீட்டர்' என்னும் ஊரில் ஒரு பகுதியை மட்டும் அகழ்ந்து ஆராய்ச்சி நடத்தியதன் மூலம், கல்லாலும் செம்பாலும் செய்-யப்பட்ட பொருள்கள் பலவற்றைக் கண்டெடுத்தனர்.

பீகார் மண்டிலத்துப் புதை பொருள்கள் - பீகார் மண்டிலத்தில் கங்கையும் சோனையாறும் கலக்கும் இடத்தில் மோரியர் தலைநகரமான பாடலிபுரம் அமைந்திருந்தது. அது சரித்திரப்

புகழ்பெற்ற பண்டை நகரமாகும்.அஃது இன்றுள்ள பாடலிபுரத்திற்கும் ஹாஜிப்பூர்க்கும் இடையில் இருந்த நகரம். அதன் பெரும் பகுதி கங்கையாற்றால் சேதமுற்றுவிட்டது என்று அங்குள்ளார் கூறுகின்றனர். எனினும், ஆராய்ச்சியாளர் நிலத்தை அகழ்ந்து பார்த்தபோது, அசோகனது அரண்மனையின் சிதைவுகளையும் பிற அரிய பெரிய பொருள்களையும் கண்டெடுத்தனர். இப்பொழுதுள்ள புதிய பாடலிபுர நகர சபையினர் அண்மையில் புதை கழிநீர் வடிகால்களை நிலத்திற்கு அடியில் அமைப்பதற்காக நிலத்தை அகழ்ந்த போது மோரிய வமிசத்தவர்.இந்நாட்டைஆட்சிபுரிந்த காலத்திற்கு உரியபண்டைக் குறியீடுகள் பலவற்றைக் கண்டெடுத்தனர்.[3]

நடு மண்டிலத்து வெள்ளித் தாம்பாளங்கள் - நடு மண்டிலத்தில் ஓர் இடத்தில் ஒரே சமயத்தில் 424 செம்புக் கருவிகள் கிடைத்தன. சோட்டா நாகபுரிப்பகுதியில் செம்புக் காலத்திற்கு உரிய இடங்கள் பல இன்னும் அகழ்ந்து பார்க்க வேண்டுபவையாக இருக்கின்றன. இம்மண்டிலத்தில் ஓர் ஊரில், திருத்தமாகச் செய்து முடிக்கப்படாத உளிகள் மூன்று உட்படப் பல சிறு செம்புக் கருவிகள் கிடைத்தன. ஆராய்ச்சியாளர் இவற்றை மிகவும் முக்கியமானவை என்று கருதுகின்றனர். சோட்டா நாகபுரியின் தென்பாகத்தில் செம்புச் சுரங்கள் இருப்பதால், அந்த வெளியில் மேலும் பல இடங்களில் பண்டைக் காலப் பொருள்களோ அன்றிச் செம்புச் சுரங்கங்களோ இருத்தல் வேண்டும் என்று அறிஞர் நினைக்கின்றனர். இதே மண்டிலத்தில் பிறிதோரிடத்தில் 162 வெள்ளித் தாம்பாளங்கள் அகப்பட்டன. இந்தியாவில் கண்டுபிடிக்கப்பட்ட செம்புக்காலத்திற்கு உரிய பொருள்களுள் இவைதாம் மிகச் சிறந்தவை என்று அறிஞர் கருதுகின்றனர். ஜப்பல்பூரில் வெண்கலத்தால் செய்யப்பட்ட கல்தச்சர் உளி ஒன்று கிடைத்தது. இவ்வுளி நீண்டு வளைந்ததாய்க் கூரிய முனை உடையதாய் இருக்கிறது.[4]

ஒரிஸ்ஸாவில் இரட்டைக் கோடரிகள் - ஒரிஸ்ஸா (உரியா) மண்டிலத்தைச் சேர்ந்த ‘மயூர்ப்பஞ்ச்’, சமத்தானத்தில் இருபுறமும் கூர்மை உடைய செம்பாலாகிய இரட்டைக் கோடரிகள் கிடைத்தன. இந்த மாகாணத்தில் கந்த கிரி (Khanda Giri) என்னும் மலைப் பிரதேசத்தில் அழகிய வேலைப்பாடமைந்த மலைக் குகைகள் இருக்கின்றன. இந்த இடம் ஆராய்ச்சிக்கு மிகவும் உரியதாகும்.[5] வங்காளத்திலும் செம்பாலான கருவிகள் சில கண்டெடுக்கப் பட்டன. இப்பகுதிகளில் விரிவான முறையில் ஆராய்ச்சி நடைபெறின் வரலாறு எழுதத் தொடங்கப்பட்ட காலத்திற்கும் அதற்கு முன்னைய காலத்திற்கும் உள்ள உறவுபற்றிய துணுக்கங்கள் பலவும், செம்புக் காலத்தில் நம் நாட்டின் எவ்வெப் பகுதிகளில் மக்கள் எவ்வெந்நிலையில் இருந்தனர் என்பதும், அதற்குப்பிற் பட்ட கால விவரங்களும் கிடைக்கப்பெறலாம் என்பது அறிஞர்கள் கருத்தாகும். -

டெக்கான் - இந்திய நாட்டின் வடபுறத்துச் செய்தி இவ்வண்ணம் இருப்பத் தென்புறத்தைக் கவனிப்போம்; நருமதை, தபதி ஆகிய ஆறுகள் பாயும் இடங்கள் பயன் அற்றவையா? செய்ப்பூர், பிக்கானீர், ஜெய்ஸால்மர், காம்பே வளைகுடா, புரோச் ஆகிய இடங்களைச் சூழ்ந்துள்ள இடங்கள் அறிஞர் கவனத்தை ஈர்க்கவில்லையோ? ‘இல்லை’ என்று கூறிவிடல் முடியாது. இந்த இடங்களிலும், சிந்து வெளி நாகரிகம் பரவி இருந்தது என்பதற்குச் சான்றுகள் பல கிடைத்தல் கூடும் அறிஞர் இதுவரை இப்பகுதி களில் தீவிரமாக ஆராய்ச்சி நிகழ்த்தவில்லை. எனினும், ஈண்டும் சிந்து வெளி நாகரிகம் பரவித்தான் இருந்திருத்தல் வேண்டும் என்று தெரிகிறது. சிந்து ஆற்றுப் பாங்கில் வாழ்ந்த மக்கள் கனி பொருள்-

களுக்காகவும் வாணிபம் பற்றியும் இந்தப் பகுதிகளில் வாழ்ந்திருந்த மக்களுடன் கூட்டுறவு பெற்றிருத்தல் வேண்டும். கங்கை ஆற்றுப் பள்ளத்தாக்குகளைவிட இந்தப்பகுதிகளில், இக்கருத்தை மெய்ப்பிப்பதற்கு வேண்டிய சான்றுகள் பல வெளிப்படும் என ஆராய்ச்சியாளர் நம்புகின்றனர்.அப்பண்டைக் காலச் சிவப்புமண் கற்களும், செங்கற்களும், சிவப்பு மண்ணாலாய மணிகளும், மட்பாண்டங்களும், பிற பெர்ருள்களும் கரம்பே, புரோச் ஆகிய துறைமுகப்பட்டினங்கள் மூலமாகவே, வெளிநாட்டாருக்கு அனுப்பப்பட்டிருத்தல் வேண்டும் என்பது ஆராய்ச்சியாளர் கருத்து சிந்து வெளி நாகரிக் காலத்தில் இந்த பட்டினங்கள் வெளிநாட்டு வாணிபத்தின் பொருட்டுப் பெருஞ் சிறப்புப் பெற்றவையாகவே அமைந்திருத்தல் வேண்டும் என்று ஆராய்சிசியாளர் கருதுகின்றனர்.

விந்தமலைப் பகுதிகளில் புதிய கற்கால மக்கள் கையாண்ட நல்லுருவில் அமைந்துள்ள இயந்திரங்கள், கல் உளிகள், தாழிகள், உரல்கள், பல்வேறு வகைப்பட்ட பிற பொருள்கள், உயர்தர மணிகளாலான பொருள்கள், சித்திர வர்ண வேலைப்பாடமைந்த கலங்கள் முதலியன குகைகளிலிருந்தும் மண் மேடுகளிலிருந்தும் எடுக்கப்பட்டன. **கத்தியவாரில்** உள்ள 'லிம்ப்டி' நாட்டில் 'அரங்பூர்' என்னும் இடத்திற் கிடைத்த ஏராளமான மட்பாண்டங்களும் பிற பொருள்களும் மொஹெஞ்சொ - தரோவிற் கிடைத்தவை போலவே இருத்தல் கவனித்தற்குரியது. இப்பகுதியில் மேலும் விரிவான ஆராய்ச்சி நடைபெறின், சிந்து வெளி நாகரிகம் நருமதை - தபதி யாறுகள் பாய்கின்ற இடங்களிலும் பரவியிருந்த பண்பு புலனாகும்.

பரோடாவில் புதிய கற்கால மக்கள் கையாண்ட மட்பாண்டங்கள் பெருவாரியாகக் கிடைத்தன.அவை சித்திரத்தை யுடைய பலநிறப் பாண்டங்கள் சித்திரம் இல்லாத பாண்டங்கள் என இருவகை யாகும். அவற்றுள்ளும் கரடுமுரடானவை, மழ மழப்பு உடையவை, கண்ணுக்கு இனியவை, சித்திரம் தீட்டப் பெற்றவை என நான்கு வகை உண்டு. இவை நேரே கண்டு இன்புறத் தக்கவையே அன்றி எழுத்தால் அறிந்து இன்புறுத்தக்கவை அல்ல.

ஹைதராபாதில் பல இடங்களில் இத்தகைய பல் வகைப்பட்ட மட்பாண்டங்கள் கிடைத்துள்ளன. '**பல்லாரிக்** கோட்டத்தில் உள்ள இராமன் துர்க்க மலைகளைச் சார்ந்த தார்வார் - பாறைகளின் மேற்குப்புற எல்லையில், புதிய கற்கால மக்கள் வைத்திருந்த பலவகை நிறங்கள் கொண்ட களிமண் பொருள்களும் பிறவும் பெருவாரியாகக் கண்டெடுக்கப் படுகின்றன', என்று ஆராய்ச்சியாளர் கூறுகின்றனர்.

மைசூர் நாட்டிலும் முன் சொன்ன பல நிறப்பாண்டங்கள் பல கிடைத்துள்ளன; பழைய கற்கால மக்களும் புதிய கற்கால மக்களும் கட்டிவிட்டுச் சென்ற ஒரு வகைக் கற்கோவில்களும் சவக் குழிகளும் கிடைத்துள்ளன.

சென்னை மண்டிலம்- பல்லாரி, அனந்தப்பூர், கடப்பை, கர்நூல் என்னும் நான்கு கோட்டங்களிலும் புதிய கற்கால மக்களின் மட் பாண்டங்கள் மேற்சொன்ன இலக்கணங்களைக் கொண்டன வாகக் காணப்படுகின்றன. பெருங் கற்களை அடுக்கிக் கட்டப்பட்ட பலவகைச் சமாதிகள் **பல்லாரிக் கோட்டத்தில்** மிக்குள்ளன. அங்கு இதுகாறும் 2000க்கு மேற்பட்ட சமாதிகள் கண்டுபிடிக்கப்பட்டன என **ஜே.சி.பிரௌன்** என்னும் ஆராய்ச்சியாளர் அறைந்துள்ளனர். **அனந்தப்பூர்க்கோட்டத்தில்** 'ஹிந்துப்பூர்' என்னும் புகை வண்டி நிலையத்துக்குக் கிழக்கே 7 கி. மீ. தொலைவில் 'தெமகெடியபல்லே (பள்ளி)' என்னும் சிற்றூர் உளது.அதன் கிழக்கிலும் தெற்கிலும் பல சிறிய குன்றுகள் இருக்கின்றன. அவை ஏறத்-

தாழ ஒரே தொடர்ச்சியாக உள்ளன். அவற்றுள் ஒன்று குகைகளாகச் செய்யப்பட முற்பட்டது என்பதற்குரிய அடையாளங்கள் தென்படுகின்றன. அங்கு நாற்றுக் கணக்கான கல்லுளிகள், வேறு பல கற்கருவிகள், சுத்திகள் முதலியன அகப்பட்டன. குண்டக்கல் புகைவண்டி நிலையத்திற்கு அருகில் **மரச்சிப்பு** ஒன்று கண்டெடுக்கப்பட்டது. அது புதிய கற்காலப் பெண்களது கூந்தல் அலங்காரத்திற்கு வேண்டப் பட்டதாகும். அஃது எடுக்கப்பட்ட இடத்தில் மதிப்புக்குரிய மட்பாண்டங்கள் பலவும் தோண்டி எடுக்கப்பட்டன. கர்நூல் கோட்டத்தில் உள்ள பில்லசுர்க்கம் குகையில் பற்களால் ஆன தாயித்துகள் கிடைத்தன.[6] இத்தகைய மலை முழைகளை ஆராய்வதால் பல பண்டைப் பொருள்கள் கிடைக்கும். 'மலைப்பிரதேசங்களில் உள்ள காடுகளில் அஞ்சாது நுழைந்து, குகைகளைக் கண்டறிந்து, ஆராய்ச்சி நிகழ்த்துதல் அறிஞர் கடனாகும் என்று புட் (Foote) என்னும் ஆராய்ச்சியறிஞர் அறைந்துள்ளனர். கிருஷ்ணா **சில்லாவில்** 'குடிவாடா'வில் இருக்கும் பெரிய மண்மேடுகட்குக் கிழக்குப் பக்கத்தில், புதிய கற்காலத்துக்கு உரிய சித்திரம் தீட்டப் பெற்ற 'குதிர்' ஒன்று அகப்பட்டது. இஃது ஏதேனும் ஒரு கூலப் பொருளைச் சேமித்து வைக்கப்பெறும் பெரிய 'குதிர்' ஆகும். இதில் பட்டையாக நிறம் தீட்டப்பட்டுள்ளது. அப்பட்டைக்கு இண்டயில் பலவண்ண வேலைப்பாடுகள் காணப்படுகின்றன. பண்பட்ட **களிமண் காப்புகள்** பல இடங்களில் அகப்பட்டன. அவற்றின்மீது வேலைப்பாடுகள் நிறைந்துள்ளன. **சிப்பி வளையல்கள்** பலவகை வேலைப்பாடுகளுடன் கூடியனவாகக் கிடைத்துள்ளன.

சென்னைக்கு அடுத்த பல்லாவரத்தில் களிமண்ணும் மணலும் கலந்து செய்யப்பெற்ற (terra cotta) மனித உருவம் ஒன்று கண்டெடுக்கப்பட்டது. அதன் கால்கள் குட்டையாக இருந்தன. அங்குப் பிணம் புதைக்கும் தாழிகள் பலவுங் கண்டெடுக்கப் பட்டன. சேலத்தில் பல்லாரி முதலிய கோட்டங்களிற் கிடைத்த மட் பாண்டங்களைப் போன்ற பொருள்களே மிகுதியாகக் கிடைத்தன், செந்நிற மண்ணாலாய பெண் உருவங்கள் சில கிடைத்தன. இப்பெண் உருவங்களின் கூந்தல் அலங்காரம் ஆராய்ச்சியாளர் கருத்தைக் கவர்ந்தது. கூந்தல் பல சுருள் சுருளாகத் தலைமுழுவதும் சுருட்டப்பட்டு, அச்சுருள்கள் மீது உயர்ந்த சீப்புகள் செருகப்பட்டமாதிரி காணப்பட்டது.[7] இவ்வகை அலங்காரம் கொள்ளும் பெண்கட்குக் **கழுத்தணி** (அட்டிகை போன்றது) அவசியமாகும். பெண்கள் உறங்கும்பொழுதும் அக்கூந்தற் சுருள்கள் அவிழாமல் இருத்தற்கு கழுத்தணியே வேண்டற்பாலது. இங்ஙனம் உதவும் கழுத்தணி ஒன்று மைசூர்ப்பகுதியில் காவிரியாற்றின் கரை அருகில் தோண்டி எடுக்கப்பட்டது.சேலம் கோட்டத்தில் **குடிசைகளைப் போன்ற** பிணப்பெட்டிகள் பல கண்டெடுக்கப்ட்டன.இவைபோன்றவை பல கூர்ச்சரத்திலும் அகப்பட்டன.[8]

மகிழ்ச்சிக்குரிய மண்மேடு- கோயமுத்தூர்க் கோட்டம் பல்லடம் தாலுகாவில் உள்ள செட்டிபாளையம் என்னும் ஊருக்கு அண்மையில் வயல் வெளியில் ஒரு மண்மேடு இருக்கின்றது. அதன் நீளம் 2550 செ.மீ; அகலம் 2130 செ. மீ. அதன் உயரம் மிகக் குறைவாகும்.அதன் ஒரு புறம் சிறிய கூழாங்கற்களின் குவியல் இருக்கின்றது. அம்மேடுள்ள இடித்தில் மட்பாண்டச் சிதைவுகளும் பல வகை உலோகப் பொருள்களும் எலும்புகளும் கிடக்கின்றன. மேட்டின் நடு இடத்தில் கற்குகை போன்று ஒன்று காட்சி அளித்துக்கொண்டு இருந்தது. ஆராய்ச்சியாளர் அதனைத் தோண்டிப் பார்த்த போது இது **கல்லாலான பிணக்கோவில்**[9] என்பது தெரிந்தது. அஃது ஒரு நீள சதுர அறையாகும்; 240 செ.மீ. நீளமும் 142.5 செ.மீ

அகலமும் 15 செ. மீ. உயரமும் உடையது; பெருங்கற்களால் கட்டப்பட்டது. அதன் கூரையாக அமைந்த கல் 322.5 செ. மீ நீளமும் 20 செ. மீ. அகலமும் 30 செ. மீ. உயரமும் கொண்டிருந்தது. அக்கோவிலின் உட்புறத்தில் பலவகைப் பண்டைப்பொருள்கள் இருந்தன. மழமழப்பான கறுப்புநிற மண்பாண்டங்கள் நல்ல நிலையிற் காணப்பட்டமை குறிப்பிடத்தக்கது: நீர் அருந்தும் செம்புக் கோப்பை ஒன்று கிடந்தது; வேறொரு கோப்பையின் மூடிமீது ஆடு (மான்?) நிற்பது போலச் செதுக்கப்பட்டுள்ளது; இக் கோப்பை பாரசீகத்தில் ‘‘லூரித்தான்’ என்னும் இடத்தில் கிடைத்த வெண்கலப் பாத்திரங்கள் நினைப்பூட்டுவது’ என்று ஆராய்ச்சியாளர் அறைகின்றனர்.இவை கிடைத்த மண்மேட்டுக்கு அருகில் வேறு பல மண்மேடுகள் ஆங்காங்கு இருக்கின்றன. இவை அனைத்தும் ஆராய்ச்சிக்கு உட்படுமாயின் வரலாற்றுக் காலத்துக்கு முற்பட்ட தென் இந்திய நாகரிகத்தை அறிய வசதி உண்டாகும் என்று அறிஞர் கருதுகின்றனர்.[10]

புதுக்கோட்டையில் தாழிகள்- புதுக்கோட்டையைத் தமிழ்நாட்டிற் புதை பொருள் ஆராய்ச்சிக்குரிய திருப்பதியாகச் சொல்லலாம். அங்கு முன் சொன்ன பலவகை மட் பாண்டங்கள் கிடைத்துள்ளன. அங்குப் புதிய கற்கால மக்களுடைய பிணம் புதைக்கும் பலவகை முறைகளைக் காணலாம். மண் தாழியில் உடல் உட்கார வைக்கப் பட்டு, அதன்மேல் மணல் பாதியளவு பரப்பப்பட்டு, அவ்வளவுக்கு மேல் அரிசியும் பிற கூலப்பொருள்களும் கொண்ட தட்டொன்று வைக்கப்பட்டுத் தாழி புதைக்கப்பட்டுள்ளது. அத்தாழியின் பக்கங்களில் இறந்தவன் பயன்படுத்திய கற்கருவிகளும் பிறவும் வைக்கப்பட்டுள்ளன. தாழி, மணல் நிரம்பப் பரப்பப்பட்டு மூடியிட்டுப் புதைக்கப்பட்டுள்ளது. தாழியைப் புதைத்த குழி, மணல் போடப்பட்டுப் பாறையால் மூடப்பட்டுள்ளது. அப் பாறையின் மீது மீண்டும் மணல்கொட்டிப் பாதி முட்டைவடிவம் போன்ற பாறை ஒன்றால் மூடப்பட்டுள்ளது.இப்பாறையைச் சுற்றி ஒரு முழம் உயரமுடைய கற்கள் புதைக்கப்பட்டுள்ளன. புதுக்கோட்டை சமத்தானத்தில் நீர்ப்பசையுள்ள இடங்களின் அருகிர்ல ஆயிரக்கணக்கான தாழிகள் புதைக்கப்பெற்ற இடங்கள் பல **கற்கள்** வரை உள்ளன. இவ்விடங்கள், சுற்றிலும் உள்ள தரையைவிட்ச் சிறிது உயர்ந்துள்ளன. இப்பகுதிகளை மேலாகத் தட்டினால் அவற்றின் ஓசை நன்கு கேட்கும். இத்தாழிகள் உருவத்தில் பலவாறு வேறுபட்டுள்ளன; சில 120 செ. மீ. உயரமும் 105 செ. மீ. குறுக்களவும் கொண்டுள்ளன. [11]சில தாழிகள் கோடுகளைக் கொண்டுள்ளன. **இரும்புக் காலத்துச் சவப் பெட்டிகள்** இரண்டாக பகுக்கப்பட்டுள்ளன. ஒன்றில் பிணமும் மற்றொன்றில் அவ்விறந்தவர் பயன்படுத்திய பொருள்களும் வைக்கப்பட்டுள்ளன. இந்தத் தாழிகள் உள்ள இடங்களைச் சோதித்துப் பார்த்தால், பண்டைக்கால மக்களைப்பற்றிச் சுவை பயக்கும் செய்திகள் பல நன்குணரலாம்.

திருச்சிராப்பள்ளி, திருநெல்வேலிக் கோட்டங்களிலும் மேற்சொன்ன பலவகையானவையும் பல நிறமுள்ளவையுமான மட்பாண்டங்கள் கிடைத்துள்ளன. திருநெல்வேலிக் கோட்டத்தைச் சேர்ந்த **ஆதிச்ச நல்லூரில்** தாமிரபரணியாற்றுக் கரையோரம், ஏக்கர் ஒன்றில் ஏறக்குறைய ஆயிரம் தாழிகள் வீதம் 114 ஏக்கர்களில் தாழிகள் புதைக்கப்பட்டுள்ளன. அவற்றுள் சிலவற்றுள் இரும்பு, வெண்கலம், பொன் இவற்றாலான பொருள்கள் இருந்தன. குடிசைத் தாழிகள் (hut urns) சில சிந்து மண்டிலத்தில் உள்ள பிராமண பாத்திலும் கிடைத்துள்ளமை குறிப்பிடத்தக்கது. டெக்கான் பகுதி வட இந்தியாவைவிடப் பழமையானது; வட இந்தியா

கடலுள் மூழ்கியிருந்தபோது டெக்கான் பீடபூமி தனித்திருந்தது. ஆதலின், அதுவே புதைபொருள் ஆராய்ச்சிக்குப் பெரிதும் பொருத்தமுள்ள இடம் ஆகும் என்று நில நூல் நிபுணர் அறைகின்றனர்.

திருவிதாங்கூர் - இது பண்டைச் சேரநாட்டின் பெரும் பகுதியாகும். இப்பகுதியில் மலைகள் பல. அம்மலைகள் மீதும், அவற்றை அடுத்துள்ள இடங்களிலும் பழைய கற்கால மனிதரும் புதிய கற்கால மனிதரும் இரும்புக்கால மனிதரும் இருந்தமைக்குரிய சான்றுகள் கிடைத்தவண்ணம் இருக்கின்றன. அம்மக்கள், இறந்தவர் உடலங்களை எரித்து உண்டான சாம்பலையும் எலும்புகளையும் பெரும் தாழிகளில் அடைத்து அவ்விறந்தவர் பயன்படுத்திய பலவகைக் கருவிகளும் பாண்டங்களும் பிறவும் அத்தாழிகளுள் அடக்கிப் புதைத்தனர். அவ்விடங்களுக்குமேல் ஒழுங்கான பாறைக் கற்களை நட்டுச் சிறு மண்டபங்கள் அமைத்துள்ளனர். இத்தகைய மண்ட்பங்கள் பல **மலையரையர், முதுவர்** என்னும் நாகரிகமற்ற மக்கள் வாழ்கின்ற இடங்களில் காணப் படுகின்றன. ஓரிடத்தில் நடத்திய ஆராய்ச்சியில் அகப்பட்ட தாழியின் வாய் 37.5 செ.மீ. அங்குலம் குறுக்களவு உடையது; 192 செ. மீ. உயரமுடையது. அதனுள் எட்டுச் சிறு தாழிகளும், உணவுண்ணும் கலன்களும், நீரருந்தும் கலன்களும், சாடிகளும், சட்டிகளும் இருந்தன. அவையாவும் கருப்புக் களிமண்ணாலும் சிவப்புக் களிமண்ணாலும் செய்யப்பட்டவை. அத்தாழியின் மேற்புறத்தில் 75 செ.மீ நீளமுள்ள வாள் ஒன்று கிடைத்தது.அதன் கைப்பிடி அழிந்தது போலும்! அத்தாழிக்குள் இரண்டு இரும்பு ஈட்டித் தலைகள் கிடந்தன. பிறிதோர் இடத்தில் வெண்கல விளக்கொன்று கண்டெடுக்கப்பட்டது. இத்தகைய பழங்காலப் புதைப்பொருள்களைப்பற்றிய விவரங்கள் ஆராய்ச்சியாளரால் அவ்வப்பொழுது வெளிப்படுத்தப்பட்டு வருகின்றன.

டெக்கான் பகுதி தனித்திருந்ததா?- பழைய புதிய கற்காலங்களிலும் இவற்றை அடுத்துத் தோன்றிய இரும்புக் காலத்திலும் கிடைத்த பொருள்களைப் பிற நாடுகளிற் கிடைத்த பொருள்களோடு வைத்து ஆராய்கையில், டெக்கான் பகுதி வெளி நாடுகளோடு தொடர்புற்று இருந்தது என்னும் பேருண்மையை உணரலாகும்: (1) பல்லாவரத்தில் அகப் பட்ட மனித உருவம் இராக்கில் உள்ள **'பாக்தாத்'** நகரில் கண்டெடுக்கப்பெற்ற உருவங்களை ஒத்துள்ளது கவனித்தற்குரியது. (2)கால் கொண்ட மட்பாண்டப் பொருள்கள் பல ஹென்றிக் ஷ்லீமன் என்பாரால் தோண்டி எடுக்கப்பெற்ற 'ட்ராய்' நகரத்தில் கிடைத்த மட்பாண்டப் பொருள்களை ஒத்துள்ளன. (3) மைசூர்ப் பகுதியில் கண்டு எடுக்கப்பெற்ற **'ஸ்வஸ்திகா'** வடிவில் அமைந்த பொருள், 'டராய்' நகரில் அகப்பட்ட ஸ்வஸ்திகள் வடிவத்தைப் பெரிதும் ஒத்துள்ளது.[12] (4) 'செட்டிபாளையத்திற் கிடைத்த மான் அல்லது ஆடு நிற்பதாக உடைய கோப்பை மூடி ஒன்று பாரசீகத்தில்லூரிஸ்தானில் கிடைத்த வெண்கலப் பொருள்களை ஒத்துள்ளது. இன்ன பிற காரணங்களால் அப்பண்டைக் கால மக்கள் ஆசிய, ஆப்பிரிக்க, ஐரோப்பிய நாடுகளுடன் **அறிவியல் துறையிலும் வாணிபத் துறையிலும் நெருக்கமான தொடர்பு** கொண்டிருத்தல் வேண்டும் என்னும் பேருண்மை புலனாகும்.[13]

பண்டைத் தமிழ் நகரங்கள்- 'வடஇந்தியாவை விடத்தென்னாடு பழைமை வாய்ந்ததாதலின், மெய்யான ஆராய்ச்சிக்கு உரிய இடம் தென்னாடே ஆகும்' என்று, நிலநூற் புலவர் கூறுகின்றனர் என்பதை முன்னரே குறிப்பிட்டோம் அல்லமோ? ஆதலால், முன் சொன்ன தென்பகுதிகளில் ஆராய்ச்சி செய்தல் இன்றியமையாததாகும். மேலும், தமிழகத்தை

ஆண்ட முடியுடை மூவேந்தர் தம் தலைநகரங்களில் பேராராய்ச்சி நடத்தல் மிகவும் இன்றியமையாததாகும். சோழநாட்டில் **உறையூர், திருவாரூர், காவிரிப்பூம்பட்டினம்** என்பன மிக்க பழைமை வாய்ந்தன. காவிரிப்பூம்பட்டினம் நெடுங்காலமாக மேனாடுகளுடனும் கீழ்நாடுகளுடனும் வாணிபம் செய்து வந்த நகரமாகும். அது கி.பி. இரண்டாம் நூற்றாண்டில் கடலுக்கு இரையானதென்று **மணிமேகலை** கூறுகின்றது. **திருமறைக்காடு** எனப்படும் வேதாரண்யம் பழைய காலத்தில் ஒரு துறைமுகப் பட்டினமாக இருந்தது. அந்த இடத்திற்கும் யாழ்ப்பாணத்திற்கும் நெடுந்துரமில்லை இன்றும் சிறுவணிகர் தம் பொருள்களைப் படகுகளில் ஏற்றிக் கொண்டு யாழ்பாணத் தீவுகட்குச் சென்று வாணிபம் செய்கின்றனர். அத் துறைமுகப்பட்டினமும் ஆராய்ச்சிக்குரியதாகும். அதைப் போலவே பாண்டியர் பழம்பதியாகிய **அலைவாய்** (கபாடபுரம்) கடல் கோளால் அழிவுற்றதென்று இறையனார் களவியல் உரையும், சிலப்பதிகார உரையும் செப்புகின்றன. இப்பட்டினம் சிறந்த நாகரிகத்தோடு இருந்த பாண்டியர் பழம்பதி என்று **வான்மீகி இராமாயணம்** கூறுகின்றது. இராமாயணத்தின் காலம் ஏறக்குறைய கி.மு.1000க்கு முற்பட்டதென்று ஆராய்ச்சியாளர் கூறுகின்றனர். எனவே, இராமனது சம காலத்தவராகிய வான்மீகி முனிவர் சொன்ன கி.மு.1000க்கு முற்பட்ட 'அலைவாய்' இருந்த இடம் எங்கே? என்பதை அறிஞர் தேடிப்பார்த்து, அவ்விடத்தை ஆராய்தல் அவசியமன்றோ? **கொற்கை,** முத்துக்குப் பெயர்போன பழம்பட்டினமாகும். இங்கிருந்துதான் வேதகால ஆரியர்க்கு முத்துக்கள் அனுப்பப்பட்டிருத்தல் வேண்டும்' என்பர் **திரு.பி.டி.சீனிவாச ஐயங்கார்.** எனவே, கொற்கையும் மிக்க ப்ழைமை வாய்ந்த பகுதியாகும்.

சேர நாட்டில் அரபிக்கடலில் துறைமுகப் பட்டினங்களாக விளக்கமுற்று இருந்தவை **முசிறி, தொண்டி** முதலியன. அங்கிருந்து உரோமப் பெருநாட்டிற்கும் பிற இடங்கட்கும் மிளகு, தந்தம், தேக்கு, அகில், வாசனைப்பொருள்கள் முதலியன ஏற்றுமதி செய்யப்பட்டன. சுமார் கி.மு.1000இல் வாழ்ந்திருந்த சாலமன் மன்னர்க்கு மயில் முதலியன அளித்த இடம் சேர நாடாகும். எனவே, இத்துறைமுகப் பட்டினங்களும் பழைமை வாய்ந்தனவே ஆகும். கொச்சி நாட்டில் அழிந்த நிலையில் உள்ள வஞ்சி மாநகரம் பழைய சேரர் தலைநகரமாகும். அது கி.மு. - விலேயே பெருஞ் சிறப்பு வாய்ந்த நகரமாக இருந்தது. அதனையும் அகழ்ந்து ஆராய்ச்சி புரிதல் நற்பலனை அளிக்கும். செங்கற்பட்டு ஜில்லாவில் உள்ள மஹாபலிபுரம் ஓரளவு பழைமை வாய்ந்த துறைமுகப் பட்டினம். அங்கு அரேபியாவிலிருந்து குதிரைகள் இறக்குமதி செய்யப்பட்டன என்று தமிழ் நூல்கள் கூறுகின்றன.

இவையெல்லாம் கி.மு.4 ஆம் நூற்றாண்டிற்கு முன்னரே பெருஞ் சிறப்புப்பெற்ற பண்டை நகரங்கள் ஆகும். இவ் விடங்களில் விரிவான ஆராய்ச்சி நிகழ்த்தல் சிந்து வெளி ஆராய்ச்சிக்குப் பெருந்துணை புரிவதாகும்! தமிழகத்துப் பழைமையையும் கணிக்கப் பேருதவி புரிவதாகும்.

சங்கு சான்று பகரும்- சிந்து ஆற்றுப் பாய்ச்சல் பெற்ற பகுதிகளில் நிகழ்த்திய ஆராய்ச்சியிலிருந்து, அங்கு வாழ்ந்திருந்த மக்கள் சங்கைப் பெரிதும் பயன்படுத்தி வந்தனர் என்பதை அறிகிறோம். 'இந்தச் சங்குகள் சிந்துவெளி மக்களுக்கு எங்ஙனம் கிடைத்தன? இவற்றைப் பயன்படுத்தும் வழக்கம் அவர்களுக்கு எங்கிருந்து வந்தது? சங்கைப் பயன்படுத்தும் முறை எங்குப் பெருகி இருந்தது? என்பவற்றைக் கவனித்தோமாயின், சிந்து வெளி மக்களுக்கும் தமிழ்நாட்டு மக்களுக்கும் இருந்த தொடர்பு தெற்றெனத் தெரியும்.

இந்திய நாட்டின் தென்கிழக்குக்கோடியில்(தமிழ் நாட்டில்) வாழ்ந்திருந்த **தமிழ் மக்களிட-மிருந்தே** சங்குகள் சிந்துப் பிரதேசங்களில் வாழ்ந்திருந்த மக்களுக்குப் போயிருத்தல் வேண்-டும் என்று அறிஞர் கருதுகின்றனர்.[14] 'சங்கு அறுக்கும் குலத்தவர் என்றே ஒரு பகுதி மக்கள், தமிழ் நாட்டில் மிகப் பிற்பட்ட காலம் வரையிலும் இருந்திருக்கின்றனர். சங்குகளும் முத்துக்களும் தமிழ்நாட்டின் சிறந்த வாணிபப் பொருள்களாக இருந்தன என்பதைச் சங்க நூல்களாலும் பிற சான்றுகளாலும் அறியலாம்.

"வேளாப் பார்ப்பான் வாளரந் துமித்த
வளைகளைந் தொழிந்த கொழுந்து"

என்னும் அகநானூற்று அடிகள் சிந்திக்கற்பாலன.

மேனாட்டார் முயற்சி - இத்தகைய ஆராய்ச்சித் தொண்டில் நம்நாட்டுச் செல்வர்கள் விருப்பங் கொள்வதில்லை. மேனாடுகளில் உள்ள செல்வர்களோ இங்ஙனம் இருப்பதில்லை, புதுமைகளைக் காணுவதில் ஒரு சாரார் ஈடுபட்டால், தொன்மைச் செய்திகளை அறிவதில் பிறிதொரு சாரார் ஈடுபடுகின்றனர். இவ்வுலகின் பல மூலைகளுக்கும் சென்று ஆங்காங்-குள்ள வியத்தகு விவரங்களை எல்லாம் கண்டறிந்து, அப்போதைக்கப்போதுவெளியிடுதற்கு என்று மேனாட்டுச்செல்வர் சிலர் கூடி ஓர் இயக்கம் தோற்றுவித்துள்ளனர். அவ்வியக்கத்தி-னர், தாங்கள் கண்டுபிடிக்கும் புதுமைகளையெல்லாம் அவ்வாறு ஆங்காங்கே படம் பிடித்துச் சென்று, அவற்றிற்கு உரிய விவரங்களுடன் திங்கள்தோறும் ஓர் இதழாக வெளியிட்டு வரு-கின்றனர்.மற்றொரு பிரிவினர் உலகிலுள்ள உயர்ந்த மலைகள் மீதேறி ஆங்குக் கிடைக்கும் அற்புத விவரங்களைச் சேர்த்து வெளியிட்டு வருகின்றனர். உலகில் மிக உயர்ந்ததும், இது-காறும் எவராலும் அதன் உச்சியில் சென்று காணுதற்கு இயலாததுமாக விளங்கிப் பெருமை பெற்றிருக்கும் இமயமலைமீது ஏறுதற்கு மேனாட்டு அறிஞர் பலர் முயன்றுள்ளனர்; இன்-றும் முயன்று வருகின்றனர். மற்றும் ஒரு கூட்டத்தினர் கடலின் அடிப்பகுதிகளிற் சென்று, அங்கு வாழும் உயிர்களின் அற்புதச் செயல்களையும் நிகழ்ச்சிகளையும் அறிந்து, அவற்-றினை வெளிப்படுத்தி வருகின்றனர். இங்ஙனமே நிலத்தை அகழ்ந்து மண்ணுக்குள் மறைந்து கிடக்கும் பல பண்டைப் பொருள்களை வெளிப்படுத்தி ஆராய்ச்சி செய்வதிலும் அம்மே-னாட்டு மக்கள் ஆர்வங்காட்டி வருகின்றனர்.

நம்மவர் கடமை-மேனாட்டாரைப் போல நம் நாட்டுச் செல்வர்களும் அறிஞர்களும் இத்-தகைய துறைகளில் ஆர்வங் காட்டி உற்சாகமும் ஊக்கமுங் கொண்டு உழைத்தால், பிற நாடுகளைவிட நம் நாடு பல வகையான அற்புத விவரங்களை உலகுக்கு விளக்கி வியக்க-வைக்கும் என்பதில் ஐயமில்லை.

1. ↑ P.T.S.Iyengar's 'Stone Age in India', p.51
2. ↑ இப்பண்டை மக்கள் யாவர் என்பதை இறுதிப் பகுதியில் ஆராய்வோம்.
3. ↑ L.A. Waddell's 'Report on the Excavations at Pataliputra'.
4. ↑ K.N.Dikshit's 'Pre - historic Civilization of the Indus Valley', pp.54, 55.
5. ↑ M.M.Ganguly's 'Orissa and her Remains'.

6. ↑ புலியின் பல்லைக் கயிற்றில் கோத்து அணிதல் பண்டைத் தமிழர் மரபு. அது புலிப்பல் தாலி எனப்படும்.

7. ↑ இதே கூந்தல் அலங்காரமும் சிப்புச் செருகலும் சிந்து வெளி மாதரிடம் இருந்த பழக்கங்கள் ஆகும் என்பது இங்கு அறியத் தக்கது.

8. ↑ P.T.S.Iyengar's 'Stone Age in India', pp. 19 - 40.

9. ↑ Megalithic Monument.

10. ↑ 'Annual Reports of the Archaeological Survey of India' for the year 1930 - 1934; PartI, pp. 112, 113.

11. ↑ P.T. Srinivasa Iyengar's 'Stone Age in India'; pp. 14, 24.

12. ↑ P.T.S.Iyengar's 'Stone age in India', P43 இதே 'ஸ்வஸ்திகா' வடிவம் மைசூரிலும் திருநெல்வேலியிலும் கிடைத்துள்ள செம்பு நாணயங்களிலும் காணப்படுகின்றன.

13. ↑ P.T.S.Iyengar's 'Stone age in India' p.43.

14. ↑ Dikshit's 'Pre - historic Civilization of the I. V', pp. 12, 13.

4

நகர அமைப்பும் ஆட்சி முறையும்

மறைந்தாரின் **மண்மேடுகள்** - மொஹெஞ்சொ - தரோ நகரம் அமைந்துள்ள இடத்தில் பல மண்மேடுகள் இருக்கின்றன. அவற்றுள் பெரியது 117,000 செ.மீ. நீளமும் 60,300 செ மீ அகலமும் உடையது. இது தெற்கு வடக்காக அமைந்துள்ளது. இதற்கு 18000 செ மீ மேற்கே இதற்கடுத்த பெரிய மண்மேடு ஒன்று இருக்கின்றது. இதுவும் தெற்கு வடக்காக அமைந்துள்ளது. இதன் நீளம் 39,500 செ.மீ அகலம் 29700 செ.மீ பெரிய மேட்டிற்கு வடக்கிலும் கிழக்கிலும் சிறிய மண் மேடுகள் பல இருக்கின்றன.முதலில் குறிப்பிட்ட இரண்-டுபெரிய மண்மேடுகளும் முதலில் ஒன்றாகவே இருந்தனவா. அன்றி இரண்டாகவே இருந்-தனவா என்பதை இன்று உறுதியாகக் கூறல் இயலாது. இவ்விரண்டுக்கும் இடையில் உள்ள இடத்தைத் தோண்டிப் பார்த்த பின்னரே முடிவு கூறுதல் இயலும். இவ்விரண்டு பெரிய மண்-மேடுகளும் நகரமாகவும், சுற்றியுள்ள பிற சிறிய மண் மேடுகள் நகரத்தைச் சேர்ந்த பகுதிக-ளாகவும் இருக்கலாம் என்று ஆராய்ச்சியாளர் கருதுகின்றனர். இம்மண்மேடுகள் சிறிதுமங்-கிய செந்நிறத்துடன் காணப்படுகின்றன.

ஆற்றோரம் அமைந்த நகரம் - புதிய கற்கால மக்களும் செம்புக்கால மக்களும் அறிவு வளர வளர, ஆற்றோரங்களில் நகரங்களை அமைத்துக்கொண்டு வாழ்ந்திருந்தனர் என்று முதற் பகுதியிற் கூறினோம். நாம் கூறியாங்கே, இவ்விரு காலங்களையும் சேர்ந்த சிந்து நாட்டு மக்கள் தம் வாழ்விற்கு உரிய இடங்களை ஆற்றோரங்களில் அமைத்துக் கொண்-டிருந்தமை கவனித்தற்குரியது. மொஹெஞ்சொ தரோ சிந்து ஆற்றின் கரையில் அமைந்-திருந்தது. ஹரப்பா, ராவி ஆற்றின் கரையில் அமைந்திருந்தது. மரக்கலப் போக்குவரத்து வசதி கருதியே இந்நகரங்கள் ஆற்று ஓரங்களில் அமைக்கப் பட்டுள்ளன. மொஹெஞ்சொ - தரோவில் படகுகளில் ஏற்றப்படும் பொருள்கள் அதே ஆற்றில் யாதொரு தடையும் இன்-றிச் சென்று அரபிக்கடலை அடைய வசதியுண்டு. அங்ஙனமே வெளி நாட்டுப் பொருள்கள் கப்பல்கள் மூலம் வந்து சிந்து மண்டிலத் துறைமுகத்தை அடைந்த பின், அப்பொருள்க-ளைப் படகுகள் ஏற்றிக்கொண்டு மொஹெஞ்சொ - தரோவை அடைதலும் எளிதானது. இப்-போக்குவரவு வசதி கருதியே அப்பண்டை வாணிபம் புகழ் பெற்ற மக்கள் ஆற்றோரங்களில்

அழகிய நகரங்களை அமைத்துக் கொண்டு வாழ்ந்தனராதல் வேண்டும்.

நகரம் அமைந்த இடம் - மொஹெஞ்சொ - தரோ நகரம் அமைந்துள்ள இடம் மிகப் பரந்த சமவெளியாகும். இந்நகரம் அமைந்துள்ள இடம் ஒரு சதுரமைல் பரப்புடையது. இதில் பத்தில் ஒரு பாகமே இப்பொழுது தோண்டப்பெற்று ஆராய்ச்சி நடைபெற்றுள்ளது. தோண்டப்படாத பகுதி 15, 29, 92, 160 ச. செ. மீ. பரப்புடையது. அப்பகுதியும் தோண்டப்பெற்று ஒழுங்கான முறையில் ஆராய்ச்சி நடைபெறுமாயின், இந்நகரத்தைப்பற்றிய பல செய்திகள் உள்ளவாறு உணர்தல் கூடும். ஆயினும், இன்றுள்ள நிலையில் தோண்டி எடுக்கப்பெற்ற பத்தில் ஒரு பாகத்தை ஆராய்ந்த அளவில் இந்நகரத்தைப் பற்றிய தம் கருத்துக்களை ஆராய்ச்சி யாளர் விரிவாகக் கூறியுள்ளனர்.

தெருக்களின் அமைப்பு - இந்நகரத்தின் தெருக்கள் கிழக்கு மேற்காகவும், தெற்கு வடக்காகவும் அமைந்துள்ளன. தென்கிழக்குப் பருவக்காற்று, வடகிழக்குப் பருவக்காற்று என்பவற்றைக் கவனித்தே - நல்ல காற்றோடத்தை எதிர்பார்த்தே இத்தெருக்கள் அமைக்கப்பட்டன வாதல்வேண்டும்.காற்றுநகரின் அகன்றதெருக்களில் வீசும்பொழுது, குறுக்கேயுள்ள சிறிய தெருக்களிலும் புகுந்து எல்லா மக்கட்கும் நற்காற்று நுகர வசதி உண்டாகல் இயல்பே. இந்நோக்கம் பற்றியே சிறிய தெருக்கள் பெரிய தெருக்களில் வந்து கலக்குமாறு செய்யப்பட்டுள்ளன. காற்றோட்டம் கருதி இங்ஙனம் தெருக்களை அமைத்துள்ள முறை, உயரிய நாகரிக மக்கள் எனப் போற்றப் பட்ட பாபிலோனியர் நகரங்களிலும் காணக்கூடவில்லை என்பது கவனித்தற்குரியது.

பெரிய தெருக்களைச் சிறியதெருக்கள் ஒரே நேராக வெட்டிச் சென்றுள்ளன. ஒரு பெருந்தெரு முக்கால் கல் நீளம் உடையது.இது நகர மண்மேட்டையே இரண்டாகப் பிரித்துள்ளது. இதன் அகலம் 990 செ.மீ. இது வண்டிப் போக்குவரவிற்கே இவ்வளவு அகலமாக அமைக்கப்பட்டிருத்தல்வேண்டும். இதன் இருபுறங்களிலும் மக்கள் நடந்து செல்லும் நடைப்பாதையும் அமைந்துள்ளது. இத்தெருவில் சிந்து மண்டில வண்டிகள் மூன்று ஒரே வரிசையிற் போக வசதி உண்டென்று அறிஞர் அறைகின்றனர்.இதன் இடையிடையே சிறிய தெருக்கள் பல சந்திக்கின்றன. இந்நெடுந் தெருவின் மேற்குப் புறத்தில் குறிப்பிடத்தக்க பெரிய கட்டிடங்கள் இருந்தனவாதல் வேண்டும். இதைவிடப் பெரிய தெரு ஒன்று சிறிதளவே தோண்டப்பட்டுள்ளது. அதனால் அதைப்பற்றி ஒன்றும் இப்பொழுது கூறுதற்கில்லை.540 செ.மீ அகலமுடைய தெருக்கள் சில இருக்கின்றன. 390 செ.மீ. அகலமுள்ள தெருக்கள் சில, 270 செ. மீ. அகலம் முதல் 360 செ மீ அகலம் வரை உள்ள தெருக்கள் பல. 120 செ.மீ. அகலமுடைய சந்துகள் பல இக்குறுந்தெருக்கள், நெடுந் தெருக்களையும் நடுத்தரமான தெருக்களையும் பல இடங்களில் இணைத்துள்ளன. பொதுவாகக் கூறின், எல்லாத் தெருக்களுக்கும். இணைப்பு இருக்கின்றது.

சில தெருக்கள் உடைந்த செங்கல் துண்டுகளையும் மட்பாண்டச் சிதைவுகளையும் கொட்டிக் கெட்டிப்படுத்தப் பட்டுள்ளன. பல தெருக்கள் புழுதிபடிந்துள்ளன. சிறிய தெருக்கள் பெரிய தெருக்களைவிடநன்னிலையில் அமைந்துள்ளன. பெருத்த வாணிபமே இந்நிலைமைக்குக் காரணமாகும். சில சந்துகளின் முனை வீட்டுச் சுவர்கள் மீது, சுமைதூக்கிச் சென்ற விலங்குகள் உறைந்து சென்ற அடையாளங்கள் காணப்படுகின்றன. வேறு சில முனை வீட்டுச் சுவர்கள் வளைவாகவே அமைக்கப்பட்டுள்ளன. இதனால் பொதி ஏற்றிச் செல்-

லும் விலங்குகளும் வண்டிகளும் சந்தைவிட்டுத் திரும்பும்போது வீட்டுச் சுவரைப் பழுதாக்க இடமிராதன்றோ? மிக நுட்ப அறிவுடன் அமைக்கப்பட்டுள்ள இச்சுவர் அமைப்புச் சுமேரியர் நகரமான புகழ் வாய்ந்த 'உர்' என்பதில் அமைந்துள்ள சில முனை வீட்டுச் சுவர்களில் காணப் படுகின்றது. ஐயாயிரம் ஆண்டுகட்கு முன்பிருந்த இப்பண்டை மக்கள், இவ்வளவு மதிநுட்பம் வாய்க்கப் பெற்றிருந்தனர் என்பதை எண்ண எண்ண ஆராய்ச்சியாளர் பெருவி-யப்புக் கொள்கின்றனர்.

கால்வாய் அமைப்பு - மொஹெஞ்சொ - தரோவில் கால்வாய் இல்லாத நெடுந் தெருவோ குறுந்தெருவோ இல்லை. கால்வாய்கள் அனைத்தும், ஒரே அளவில் வெட்டிச் சுட்டுத் தேய்த்து வழவழப் பாக்கிய செங்கற்களால் அமைந்தவை. பொதுவாக எல்லாக் கால்-வாய்களும் 50 செ. மீ. ஆழமும் 22 செ. மீ அகலமும் உடையனவாக இருக்கின்றன. இக்-கால்வாய்களைப் போலவே இல்லங்களில் அமைக்கப்பட்டுள்ள சிறிய கழிநீர்க் கால்வாய்க-ளும் இத்தகைய சிறந்த முறையிற் செய்யப்பட்ட செங்கற்களைக் கொண்டே கட்டப்பெற்றவை ஆகும். இவ்வீட்டு வடிகால்கள் தெருக்கால்வாயுடன் சேரும் இடங்களில், சதுர வடிவில் செங்கற்கள் கொண்டு கட்டப்பெற்ற் சிறு குழிகள் அமைந் துள்ளன. அக்குழிகள் 22 செ. மீ. சதுரமும் 45 செ. மீ. ஆழமும் உட்யைவை. அக்குழிகளில் 90 செ. மீ. உயரமுடைய தாழிகள் புதைக்கப்பட்டுள்ளன. அத்தாழிகளின் அடியில் சிறிய துளைகள் இருக்கின்றன. வீட்டு வடிகால்கள் வழியே கழிநீருடன் குப்பை களங்கள் வந்து தாழிகளில் விழுதல் இயல்பு. தாழிகளின் அடியில் உள்ள சிறிய துளைகள் வழியே கழிவுநீர் தொட்டியில் நிரம்பித் தெருக் கால்வாயில் கலக்கும். அந்நீருடன் வந்த குப்பை கூளங்கள் தாழியின் அடியிலேயே தங்கி விடும் நகராண்மைக் கழகப் பணியாட்கள் அக்குப்பை கூளங்களை அவ்வப்போது தாழிகளி-லிருந்து அப்புறப்படுத்தித் தூய்மை செய்வர். 'ஆ! இச்சிறந்த முறை வேறு எந்தப் பண்டை நகரத்திலும் இருந்ததாக யாம் கண்டதில்லை; கேட்டது மில்லை' என்று சார் ஜான் மார்ஷல் போன்றார் கூறிப் பெரு வியப்பு எய்தியுள்ளனர். இவ்வியத்தகு முறை, நாகரிகம் மிகுந்த இக்காலத்திலும் சென்னை, கல்கத்தா போன்ற பெரிய நகரங்களில் உண்டே தவிரப் பிற பட்டணங்களில் இல்லை என்பது கவனிக்கத் தக்கது. இவ்வரிய கால்வாய் அமைப்பு முறை 5000 ஆண்டுகட்கு முற்பட்ட மக்களால் கைக்கொள்ளப்பட்டிருந்தது எனின், அவர் தம் அறிவு நுட்பமும் சுகாதார வாழ்வில் அவர்க்கிருந்த ஆர்வமும் வெள்ளிடை மலையாம். சென்னை போன்ற பெரிய நகரங்களில் நிலத்தின் அடியில் சாக்கடைகள் கட்டப்பட்டுள்ளன. ஆனால், மொஹெஞ்சொ - தரோவில் தரைமீதே சாக்கடைகள் கட்டப் பட்டுள்ளன. இந்நக-ரத்துச் சாக்கடை அமைப்பு முறையே நாளடைவில் பாதாளச் சாக்கடைகளாக மாறியுள்ளது என்பதும் கவனித்தற் குரியது.

சுவருக்குள் கழிநீர்க் குழை - மேன்மாடங்களிலிருந்து வரும் கழிநீரைக் கீழே உள்ள தாழியிற் கொண்டு சேர்க்கச் சுட்ட களிமண்ணாலாய பெரிய குழைகள் சுவர் அருகில் பதிக்-கப்பட்டுள்ளன. ஆனால் சில பெரிய வீடுகளில் இக்குழைகள் வெளியே தோன்றாதவாறு சுவருக்கு உள்ளேயே அமைந்திருத்தல் வியப்பினும் வியப்பாகும். தாழியின் அருகில் உள்ள இக்குழைகளின் வாய் 8 செ. மீ. அகலமும் 10 செ. மீ. நீளமும் உடையனவாக இருக்-கின்றன.

மூடப்பெற்ற கால்வாய்கள் - தெருக்களில் ஓடும் பெரிய கால்வாய்கள் மீது நீண்ட சதுர வடிவில் 30 செ. மீ. நீளமுடைய செங்கற்கள் பதித்து நெடுக மூடப்பட்டுள்ளன. சில இடங்களில் 56.5 செ. மீ. நீளமுள்ள கற்களும் மூடுவதற்காகப் பயன்படுத்தப்பட்டு உள்ளன. ஆயின், இடை இடையே கட்ட செங்கற்களாலும் கருங்கற்களாலும், சுண்ணக் கற்களாலும் செய்யப் பெற்ற மூடிகள் பொருத்தப்பெற்று இருக்கின்றன. கால்வாய்களில் சகதி படிந்து கழிவுநீர் எளிதில் ஓட இயலாதவாறு தடையுண்டாகா திருத்தலைப் பார்த்துக் கொள்ளவே இக்கற்கள் அழுத்தமாக வைத்து மூடப்படாமல் பொருத்தப்பெற்று உள்ளன என்பது எளிதிற் புலனாகின்றது.

இடை இடையே பெருந் தொட்டிகள் - நீண்ட கால்வாய்களுக்கு இடையிடையே மூலை முடுக்குகளில் கழிவுநீர் தேங்குவதற்குப் பெருந்தொட்டிகள் அமைக்கப்பட்டுள்ளன. அவற்றிலிருந்து நீரை வேறு வழியே கொண்டு செல்லும் கால்வாய்கள் தொட்டிகளுடன் இணைப்புண்டு இருக்கின்றன. அக்குட்டைகளிலிருந்து நீண்ட தாடிகளை விட்டு இரு புறத்துக் கால்வாய்களையும் இயன்ற அளவு தூய்மை செய்யவே அவை அமைக்கப்பட்டுள்ளன என்று ஆராய்ச்சியாளர் கூறுகின்றனர். அக்குட்டைகட்கும் அகன்ற மேல்மூடிகள் உள்ளன. அப்பண்டைக் கால உலகத்தைச் சேர்ந்த எந்த நாகரிக நாட்டிலும் இச்சிறந்த கால்வாய் அமைப்பு முறை இல்லை, இல்லை என்று ஆராய்ச்சி அறிஞர் ஒவ்வொருவரும் வியந்து கூறுதல் கவனித்தற் குரியதாகும்.

மதகுள்ள கால்வாய்கள் - பெரிய கால்வாய்கள் முடிவுறும் இடங்களில் 120 செ. மீ. அல்லது 150 செ. மீ. உயரமும் 75 செ. மீ. அகலமும் உள்ள மதகுகள் கட்டப்பட்டுள்ளன. அம்மதகுகட்கு மேல் வளைந்த உத்திரங்களுடன் கூடிய கூரை வேயப்பட்டுள்ளது. இத்தகைய மதகுகளையுடைய பெருங் கால்வாய்கள் பொதுவான நாட்களில் கழிவு நீருக்காகப் பயன்படுவதே போன்று, வெள்ளம் வரும் காலங்களில் அவ்வெள்ள நீரை வடியச் செய்வதற்கும் பயன் பல்டனவாதல் வேண்டும் என்று அறிஞர் கூறுகின்றனர். இதுகாறும் கூறப்பெற்ற எல்லாப் பொருள்களும் அழியாமல் உறுதியாக இருத்தலைக்கொண்டு இவை எவ்வளவு உறுதியாகக் கட்டப்பெற்றுள்ளன என்பதை எளிதில் அறிந்து கொள்ளலாம்.

பன்முறை உயர்த்தப் பெற்ற கால்வாய்கள் - மொஹெஞ்சொ - தரோ நகரத்தின் வளப்பத்திற்கும் பெருமைக்கும் காரணமாக் இருந்த சிந்து யாறே அதன். அழிவிற்கும் காரணமாக இருந்தது என்னும் உண்மை, அந்நகரம் பன்முறை திருத்தியும் உயர்த்தியும் அமைக்கப்பட்டிருப்பதிலிருந்து நன்கு புலனாகின்றது. முதலில் அந்நகரைச் சம தரையில் அமைத்த மக்கள், பின்னர்ச் சிந்துயாற்றின் வெள்ளக் கொடுமைக்கு அஞ்சி, அந்நகரத்தின் அடி மட்டத்தைச் சிறிது சிறிதாக உயர்த்திக் கொண்டே போயினர்; பிறகு உயர்ந்த மேட்டில் நகரத்தைப் புதுப்பித்துக் கட்டினர். இங்ஙனம் அவர்கள் பல அடுக்குகளை கட்டினர் என்பது ஆராய்ச்சியாளர்க்கு நன்கு புலனாகிறது. அறிஞர் இதுவரை ஏழு அடுக்குகளைக் கண்டுள்ளனர். ‘ஏழாவதன் அடியிலும் பல அடுக்குகள் இருக்கின்றன. ஆனால் அங்கு நீர் ஊற்றம் ஏற்படுதலால், தோண்டிப் பார்த்தல் இயலாததாக இருக்கிறது’ என்று. கூறிவருகின்றனர்.[1] ‘முதலில் அமைக்கப் பெற்ற நகர்த்தின் காலம் ஏறக்குறைய கி.மு.2800 ஆக இருக்கலாம்; ஏழாம் முறை அமைக்கப்பெற்ற நகரத்தின் காலம் சுமார் கி.மு. 2500 ஆக இருக்கலாம்’ என்று மக்கே போன்ற ஆராய்ச்சி அறிஞர் கருதுகின்றனர்.[2]

இவ்வாறு கட்டிடங்கள் உயர உயரப் பழைய கால்வாய்கள் பயனில ஆயின, அதனால் புதிய கால்வாய்கள் கட்டப்பட்டன.பல இடங்களில் பழைய கால்வாய்களின் பக்கச் சுவர்கள் உயர்த்தப் பட்டுள்ளன. சில இடங்களில் பழைய கால்வாய்கள் மீதே செங்கற்களை அடுக்கிப் புதிய கால்வாய்கள் கட்டப்பட்டுள்ளன. சில பகுதிகளில் பழைய கால்வாய்கள் இடித்துத் தள்ளப்பட்டுப் புதிய கால்வாய்கள் கட்டப்பட்டுள்ளன. இங்ஙனம் கால்வாய்கள், பன்முறை திருத்தப்பெற்றும் புதியனவாக அமைக்கப்பெற்றும் உள்ளன.[கு 1]

மலம் கழிக்க ஒதுக்கிடம் - மொஹெஞ்சொ - தரோவில் உள்ள பெரும்பாலான இல்லங்களில் மலம் கழிப்பதற்கு உரிய ஒதுக்கிடங்கள் கட்டப்பட்டுள்ளன. அவை இன்றும் நம் நாட்டில் உள்ளன போலவே இருக்கின்றன. அவற்றின் தள வரிசையும் புறச்சுவர்களும் செவ்வையாகவும் உறுதியாகவும் அமைக்கப் பெற்றுள்ளன. அவை நாள்தோறும் நகராண்மைக் கழகத்தார் அமர்த்தியிருந்த தோட்டிகளால் தூய்மை செய்யப்பெற்று வந்தன என்பதற்குரிய அடையாளங்கள் தெரிகின்றன. சில மாளிகைகளின் மேன் மாடங்களிலேயே இத்தகைய ஒதுக்கிடங்கள் இருக்கின்றன. அங்கிருந்து மலமும் நீரும், சுவருக்கு உள்ளே அல்லது வெளியே அமைத்துக் கீழே உள்ள தாழியோடு இணைக்கப்பட்டுள்ள குழை வழியே கீழே சென்றுவிட வசதி யிருந்தது என்பது தெரிகிறது. இவ்வொதுக்கிடங்கள் நீரோடும் அறையை அடுத்து அமைக்கப் பட்டுள்ளன. இவை பெரிதும் இன்று சிந்து மண்டிலத்தில் உள்ள மலம் கழிக்கும் இடங்களையே ஒத்துள்ளமை குறிப்பிடத் தக்கது.[3]

நகர ஆட்சி முறை - இக்கால இந்தியாவில் நாகரிகம் மிக்குள்ளனவாகக் கருதப் படும் நகரங்கள் பலவற்றிலும் காண இயலாத சுகாதார முறைகள் 5000 ஆண்டுகட்கு முற்பட்ட மொஹெஞ்சொ - தரோவில் மேற்கொள்ளப்பட்டன என்பது பெரு வியப்புக்கு உரியதாகும் அன்றோ? ஒவ்வொரு வீட்டிலும் சந்திலும் குறுந்தெருவிலும் நெடுந்தெருவிலும் சுகாதார விதிகள் கண்டிப்பாகக் கைக் கொள்ளப்பட்டிருந்தன என்னல் ஒரு போதும் மிகையாகாது. நெடுந் தெருக்களைவிடக் குறுந்தெருக்களும் சந்துகளும் மிக்க துய்மையாக இருந்தன எனின் இம்முறைக்கு நேர்மாறான முறையில் இக்கால நகரங்கள் இருக்கின்றன. எனின் - அக்கால மக்களின் ஒழுங்குமுறையும், கட்டுத் திட்டங்கட்கு அவர்கள் அளித்து வந்த பெரு மதிப்பும், சுகாதார முறையில் வாழவேண்டு மென்று அவர்கள் விரும்பி நடந்துவந்தமையும், நகராண்மைக் கழகத்தாரின் ஆட்சித் திறனும் நன்கு விளங்குகின்றன அல்லவா? தெருக்களில் புழுதி கிளம்பாதிருக்க நாளும் தண்ணிர் தெளிக்கப் பட்டு வந்தது. பத்துப் iiதினைந்து வீடுகட்கு ஒன்றாக வைக்கப் பட்டிருந்த தொட்டிகளிலேயே குப்பை கூளங்கள் கொட்டப் பட்டு வந்தன. நகரத்தின் பல இடங்களில் இக்காலத்திய பொது இடங்கள் - இக்காலத்துப் பூம்பொழில் (Park) போன்றவை - இருந்தன என்று நினைப்பதற்குரிய சான்றுகள் கிடைக்கின்றன.

ஒருநகரம் நன்முறையில் அமைந்துள்ளது. எனின், அது பரந்த இடத்தில் அமைந்திருதல் வேண்டும் நீண்டு அகன்றதெருக்களைப் பெற்றிருத்தல் வேண்டும்: எல்லாப் பாதைகளும் விலக்கின்றித் தூய்மையாக இருத்தல் வேண்டும் கழிநீரைச் செவ்வனே கொண்டு செல்லும் ஒழுங்கான கால்வாய்கள் அமைந்திருத்தல் வேண்டும். வீட்டு அசுத்தப் பொருள்களை உடனுக்குடன் அப்புறப்படுத்தும் எல்லா வகை வசதிகளும் நன்கு அமைந்திருத்தல் வேண்டும்; ஓர்ரோ வழி மக்கள் கலந்து இன்புறத் தக்க பொது இடங்கள் இருத்தல் வேண்டும்.

வெள்ள நீரை உடனுக்குடன் வெளிக்கொண்டு செல்லத்தக்க பெரிய சாக்கடைகள் நன்முறையில் அமைந்திருத்தல் வேண்டும் கழிநீர்ப்.பாதைகள் மூ ப்பட்டிருத்தல் மிக்க அவசிய மாகும்.இத்தகைய எல்லா வசதிகளையும் பெற்றுள்ள நகர்மே சுகாதார முறையில் அமைக்கப்பட்ட நகரம் எனப்படும். இவ்வசதிகள் **அனைத்தும் மொஹெஞ்சொ - தரோவில் இருந்தன.** எனவே, இந்நகர மக்கள் சிறந்த நாகரிகத்தைப் பேணிய பெருமக்கள் என்னலாம். இந்நகர ஆட்சியினர், அக்கால உலகில் இருந்த பிற நகர ஆட்சியினரைவிட மிக உயர்ந்த அறிவுடையவர் என்னல் மிகையாகாது.

சுகாதாரம் ஒரு பால் இருப்ப, நகரின் பல பாகங்களில் காவற். கூடங்கள் இருந்தன என்பதிலிருந்து, நகர ஆட்சியினர் நகரத்தைப் பாதுகாத்த முறையும் நன்கு விளங்கும். பல பெரிய தெருக்களின் கோடிகளில் இத்தகைய காவற் கூடங்கள் அமைந்திருந்தன. மொஹெஞ்சொ - தரோ வாணிபம் மிகுந்த நகரம் அன்றோ? அங்கு வணிகர் தங்குவதற்காகப் பெரிய கட்டிடங்கள் இருந்தன. அவற்றின் அருகில் காவற் கூடங்கள் இருந்தன. வாணிபப் பொருள்களைச் சேமித்து வைக்க விடுதிகள் பல இருந்தன; வெளிநாட்டு வணிகரும் உள்நாட்டு வணிகரும் செல்வப்பெருக்கு உடையவர்கள். ஆதலின், பொருளுக்கும் செல்வத்துக்கும் ஊறு நேராதிருத்தற் பொருட்டே நகர ஆட்சியினர் ஆங்காங்குக் காவற் கூடங்களை அமைத்துக் காவலாளிகளை வைத்து, நகரத்தைக் காத்து வந்தனர்.

நகராண்மைக் கழகத்தில் பெரும்பாலார் வணிகராகவே இருந்திருத்தல் வேண்டும். என்னை? இந்நகரம் வாணிபப். பெருக்க முடைய நகரமாதலின் என்க. **மோரியர்** ஆட்சிக் காலத்தில் இருந்த **மக்கள் பிரதிநிதிகள்** அடங்கிய **மன்றம்**[4] அல்லது குப்த **மன்னர்** ஆட்சிக் காலத்தே இருந்த **நகராண்மைக் கழகம்**[5] முதலியவை மொஹெஞ்சொ - தரோ போன்ற பழைய இந்திய நகரங்களிலிருந்தே தோன்றினவாதல் வேண்டும் என்று ஆராய்ச்சியாளர் அறைந்து வியக்கின்றனர்.[6]

அவசியமே அறிவை வளர்ப்பது - இந்நகரத்தை அமைத்த பண்டை மக்களின் சுற்றுப் புறங்களில் கீர்தர் மலையடிவாரப் பகுதிகளில் இருந்த மக்கள் கற்குகைகளிலும் கல்லால் ஆன வீடுகளிலும் வசித்தனரே அன்றி நகரங்களை அமைத்துக்கொண்டு வாழ்ந்திலர். எனவே, மொஹெஞ்சொ - தரோ, ஹரப்பா போன்ற பண்டை நகரங்கள் அந்நகர மக்களின் அறிவு நுட்பத்தைக் கொண்டே அமைந்தனவாதல் வேண்டும். அவர்கள் வேறெவரையும் பார்த்து நகர அமைப்பு முறையைக் கற்றுக்கொண்டனர் என்று இன்றுள்ள ஆராய்ச்சி நிலையைக்கொண்டு கூறுதல் இயலாதது. ஏனெனில், அதே காலத்தில் சிறப்புற்றிருந்த எகிப்தியர், சுமேரியர் நகரங்கள் இவ்வளவு சிறப்புடையனவாக இல்லாமையே இங்ஙனம் வற்புறுத்திக் கூறுதற்குக் காரணமாகும்.

பிற நாடுகளில் இல்லாத நகர அமைப்பு - “நல்ல திட்டங்கள் இட்டுச் சிறந்த சுகாதார முறையில் நகரங்களை அமைத்தவர்கள் சிந்து மண்டில மக்களே ஆவார்கள். இத்தகைய திட்டம் கி.மு.2000 வரை ‘உர்’ என்னும் நகரில் தோன்றியதாகக் கூறல் இயலாது. அதே காலத்திற்றான் பாபிலோனியாவிலும் இத்திட்டம் தோன்றியது. எகிப்தில் உள்ள **‘கஹுூன்’** என்னும் நகரில் பன்னிரண்டாம் அரச பரம்பரையினர் ஆண்டகாலத்தேதான் இது போன்ற திட்டம் தோன்றியது. எனவே, மிக்க புகழ்படைத்த **எகிப்தியரும் பாபிலோனியரும் சுமேரியரும்** அப்பழங்காலத்தில் கண்டிராத நகர அமைப்பு முறையே இச் சிந்து மக்கள் கையாண்டிருந்-

தனர் எனின், அவர்கள் பல ஆயிரம் ஆண்டுகளாக இந்நாட்டிலேயே இருந்து இம்முறைக-
ளிற் கைதேர்ந்தவராதல் வேண்டும். சுமார் கி.மு.1500 இல் இந்தியாவுக்கு வந்த ஆரியர்க்கு
முன்னரே பல நூற்றாண்டுகளாக மிக உயர்ந்த நாகரிகத்தில் திளைத்தினராதல்வேண்டும்.
அவர்களது நாகரிகம் சுமேரியர், ஏலத்தவர் தம் நாகரிகங்களைவிட மிகவும் உயர்ந்ததாகும்.[7]

1. ↑ Sir John Marshall's Mohenjo - Daro and the Indus Civilization'. Vol. pp.102, 103.

2. ↑ Dr.Mackay's Further Excavations - Mohenjo - Daro, Vol.1.p.7

3. ↑ Dr. Mackay's 'Further Excavations - Mohenjo - Daro' p. 166

4. ↑ Board System of the Mauryan Period.

5. ↑ City Council System of the Gupta Period.

6. ↑ K.N. Dikshit's 'Pre - histroic Cilvilization of the Indus Valley', p.24.

7. ↑ Dr. Mackays. The indus Civilization, pp. 11, 12, 22

1. ↑ இங்ஙனம் பலமுறை அமைக்கப்பட்ட நகரம் அழிந்து மண் மேடிட்டுக் கி.பி. முதல் அல்லது இரண்டாம் நூற்றாண்டு வரை கவனிப்பார் அற்றுக்கிடந்தது. அதன் பின்னரே அம்மண்மேடுகளில் ஒன்றைப் பௌத்தர்கள் கைக்கொண்டு, வெள்ளத்தினின்றும் தப்பும் பொருட்டுத் தரைமட்டத்தை உயர்த்தி, செங்கற்களையும் களிமண்ணையும் கொண் கட்டிடங் கட்டி வாழ்ந்தனர் என்பது தெரிகிறது.

5

கட்டிடங்கள்

கட்டிட அமைப்பு முறை - மொஹெஞ்சொ - தரோ மக்கள் அகன்ற காற்றோட்டம் மிக்க தெருக்களை அமைத்து, நகர அமைப்பில் தங்கட்கிருந்த பண்பட்ட அறிவை உலகத்திற்கு உணர்த்தியது போன்றே, கட்டி அமைப்பு முறையிலும் தங்களுக்கு இருந்த பண்பட்ட அறிவைத் தங்கள் கட்டிடங்களின் வாயிலாக விளக்கியுள்ளனர். அப்பெருமக்கள், தங்கள் கட்டிடங்கட்குச் சுட்ட செங்கற்களையும் உலர்ந்த செங்கற்களையும் பயன்படுத்தி உள்ளனர். மழை, வெயில், வெள்ளம், புயற்காற்று இவற்றுக்கு எளிதில் ஆட்படுபவை கட்டிடங்களின் புறச் சுவர்களே ஆகும். ஆதலின் அவ்வறிஞர்கள், அப்புறச் சுவர்களைச் சுட்ட செங்கற்களாலேயே அமைத்துள்ளனர். மேற் சொன்னவற்றால் துன்புறுத்தப்படாத உட்புறச் சுவர்களை உலர்ந்த சூளையிடப்படாத செங்கற்களால் அமைத்துள்ளனர். அவர்கள் இக்காலத்திய சிமென்டை அறியார்: கான்க்ரீட் என்பதையும் அறியார். ஆதலின், அக்கால முறைக்கு ஏற்றபடி களிமண் சாந்தையே சுவர்களின் மேற்பூச்சாகப் பயன்படுத்தினர். சில இல்லச் சுவர்களைத் தவிடு கலந்த களிமண் சாந்தால் மெழுகியுள்ளனர். சுவர், தரை, கூரை இம்மூன்றும் களிமண் சாந்தால் ஆனவை. அவர்கள் மர உத்திரங்களைப் போட்டு அவற்றின் மீது நாணற்பாய் பரப்பி, அப்பாய்கள் மீது களிமண் சாந்தைக் கனமாய்ப் பூசிக் கூரை அமைத்து வாழ்ந்தனர்; உத்திரங்களை நுழைப்பதற்கென்றே சுவர்களின் தலைப்புறங்களில் சதுர வடிவில் சிறிய துளைகளை விட்டிருந்தனர். நாம் அவற்றை இன்னும் தெளிவுறக் காணலாம். கட்டிடப் புலவர்கள் சுவர்களையும் தரையையும் மேற்கூரையையும் ஒழுங்குபடுத்த மட்டப் பலகையைப் பயன்படுத்தினர். அப்பலகைகள் பல மொஹெஞ்சொ - தரோவில் கிடைத்துள்ளன. அவை பல அளவுகள் உடையனவாக உள்ளன. வீட்டுச் சுவர்கள், சாளரங்கள் வாயிற்படிகள் முதலியன ஒழுங்காக அமைந்திருந்ததிலிருந்து, அக்காலத்துக் கொத்தர்கள் கட்டிட அமைப்பில் நிறைந்த அறிவுடையவர்களாகத் திகழ்ந்தனராதல் வேண்டும் என்பது நன்கு புலனாகின்றது.

அணி அணியான கட்டிடங்கள் - ஒவ்வொரு தெருவிலும் வீடுகள் ஒன்றுக்கொன்று இடைவெளியின்றிச் சேர்ந்தாற்போலவே அமைந்துள்ள . ஆயின் பிற்காலததில் சிந்துநதியில் வெள்ளம் உண்டாகி, அதனால் ஒரு முறை நகர அமைப்புக்குப் பங்கம் ஏற்பட்டதும், அணி அணியாக அமைக்கப்பட்ட கட்டிடங்கள் சில மாறுதல் களைப் பெற்றன. அவற்றின் தரைமட்டம் உயர்த்தப் பட்டது. இங்ஙனம் மும்முறை தரை மட்டம் உயர்த்தப்பட் டுள்ளது. இவ்-

வாறு தரைமட்டம் உயர்த்தப் பட்டபின் கட்டப்பட்ட எழுப்பப்பட்ட சுவர்களோ வீடுகளோ அணி அணியாக இன்றிச் சிறிது உயர்த்தும் தாழ்ந்தும் முன்னும் பின்னுமாக மாறியுள்ளன. நகர அடிமட்டம் உயர்த்தப் பட்ட பின் போதிய இடம் இன்மையின், இவ்வாறு தாறுமாகக் கட்டிடங்கள் எழுப்பப்பட்டனவாதல் வேண்டும். தொடக்கத்தில் அமைந்துள்ள கட்டிட அமைப்பும், பின்னர் அமைந்துள்ள கட்டிட அமைப்பும் காண்போர்க்கு நன்கு காட்சியளிக்கின்றன. அகன்ற நெடுந்தெருக்களில் உள்ள இல்லங்களை விடக்குறுந் தெருக்களில் உள்ள இல்லங்களே நன்னிலையில் இருக்கின்றன.

பருத்த சுவர்கள் - பெரும்பாலும் எல்லாக் கட்டிடங்களின் சுவர்களும் பருத்தவையாக இருக்கின்றன. அவை 105 செ. மீ. முதல் 180 செ.மீ. வரை தடித்தவையாக இருக்கின்றன. சிந்து நதியின் வெள்ளத்தை எதிர்நோக்கியே இச்சுவர்கள் இவ்வளவு கனமாக அமைக்கப்பட்டுள்ளன. இரண்டிற்கு மேற்பட்ட மேன் மாடங்களை அமைக்கும்பொழுது அவற்றின் பாரத்தைத் தாங்க வல்லவையாக இவை அமைந்திருத்தல் வேண்டும் அன்றோ? அந் நோக்கம் பற்றியும் இச்சுவர்கள் இங்ஙனம் அமைக்கப்பட்டுள்ளன என்று கூறலாம். ஒரு பெரிய கட்டிடத்தின் புறச் சுவர் 172.5 செ. மீ. கனமுடையதாகவும், பிற சுவர்கள் 105 செ. மீ, 145 செ. மீ, 132.5 செ. மீ. கனம் உடையன வாகவும் அமைந்துள்ளன. இவை அவ்வப்போது புதுப்பிக்கப் பட்டன. ஆதலின், இங்ஙனம் வேறுபட்டுக் காண்கின்றன.

நெடுஞ்சுவர்கள் - கட்டிடச் சுவர்கள் ஓரளவில் இல்லை. பெரிய தெருக்களில் உள்ள கட்டிடச் சுவர்கள் 540 செ. மீ. உயரம் உடையனவாக இருக்கின்றன. குறுந் தெருக்களில் உள்ள கட்டிடச் சுவர்கள் 540செ.மீ. முதல் 750 செ. மீ. வரை உயரம் உடையனவாக உள்ளன. இந்நகரம் தோண்டப்பட்ட பொழுது, ஆராய்ச்சியாளர் மிகுந்த கவனத்துடன் மேற்பார்வை செலுத்தி வந்தமையின், இக்கட்டிடச் சுவர்கள் சிறிதும் பழுதுக்கு உள்ளாகாமல் காண்கின்றன. இவற்றை நன்கு கவனிப்பின், தரைமட்டம் உயர்த்தப் பட்டபோதெல்லாம் இவையும் உயர்த்தப்பட்டு வந்தன என்பதை எளிதில் உணர்தல் கூடும்.

பலவகைக் கட்டிடங்கள் - மொஹெஞ்சொ - தரோவில் பல திறப்பட்ட கட்டிடங்கள் இருக்கின்றன. சில இரண்டு அடுக்கும் இரண்டிற்கு மேற்பட்டவையும் உடைய மாடிவீடுகள் சில அகன்ற முற்றங்களை உடைய ஒரே அடுக்கு உடையவை. இவ்வில்லங்கள் எல்லாம் மேலே தளம் இடப்பட்டவை; சுற்றிலும் கைப்பிடிக் சுவர்களை உடையவை; மேல்தளத்தில் பெய்யும் மழைநீர் உடனுக்குடனே கீழே விழக் குழைகளையுடையவை.இக் குழைகள் மண்ணாலும் மரத்தாலும் செய்யப்பட்டவை. சில கட்டிடங்கள் அங்காடிகளாக இருந்தவை; சில கோவில்கள் என்று கருதத் தக்கவை: பல எளியவர் இல்லங்கள்.

எளியவர் இல்லங்கள் - சிறிய இல்லங்கள் என்பன நான்கைந்து அறைகள் கொண்டுள்ளன. இவை 900 செ.மீ நீளமும் 810 செ. மீ. அகலமும் உடையன. இவை அனைத்தும் செங்கற்களைக் கொண்டே அமைத்தவை ஆகும். இவற்றின் தரை சாணத்தால் மெழுகப்பட்டு வந்தது. இங்ஙனம் செங்கற்களைக் கொண்டு உறுதியுடைய இல்லங்கள் கட்டி வாழ இயலாத மக்கள், நகரத்தின் வெளிப் புறத்தில் உறுதியற்ற பொருள்களைக் கொண்டு குடில்கள் அமைத்து வாழ்ந்தனராதல் வேண்டும்.

பெரிய முற்றமுடைய இல்லங்கள் - சில பெரிய கட்டிடங்களின் நடுவில் பெரிய - அகன்ற முற்றம் இருக்கின்றது. அதனைச் சூழப் பல அறைகள் அமைந்துள்ளன. அவ்-

வறைகள் இக்காலத்துப் பெரிய அறைகள் போன்றவை அல்ல; எனினும் காற்றோட்டம் கொண்டனவாகவே அமைந்துள்ளன. ஒவ்வோர் அறையிலும் காற்றும் வெளிச்சமும் புகத் தக்கவாறு சாளரம் அமைந்துள்ளது. காற்றோட்டம் நன்கு அமைந்திருக்கத் தக்கவாறு வீட்டின் வாயிற்படியும் கூரையும் உயர்த்திக் கட்டப்பட்டுள்ளன. இத்தகைய இல்லங்கள் சென்னையில் வண்ணாரப்பேட்டையிலும் இராயபுரத்திலும் காணலாம். சிந்து மாகாணத்திலும் பல இடங்களில் இத்தகைய அகன்ற முற்றமுடைய இல்லங்கள் இருக்கின்றன என்று ஆராய்ச்சியாளர் அறைகின்றனர்.

பல குடும்பங்கள் வாழ்ந்த வீடுகள் - பெரிய வீடுகளிற் சில இடையே நெடுஞ்சுவர்கள் வைத்துப் பிரிக்கப்பட்டுள்ளன. அத்தகைய இல்லங்கள் **உடன் பிறந்தோர் பிரிந்து வாழ்வதற்கென்றே** அமைக்கப்பட்டவை ஆகும். சில இடங்களில் சிலவீடுகள் அவற்றின் தாய்ச் சுவர்களுக்கும். அடுத்த வீட்டுச் சுவர்களுக்கும் இடையில் சிறு இடைவெளி விட்டுக் கட்டப்பட்டுள்ளன. இவற்றால் அக்கால மக்கட்குள் சுவர்களால் ஏற்படும் தொல்லை இருந்தது என்பதும், அதனை நீக்கவே இம்முறை கையாளப்பட்டது என்பதும் எளிதிற் புலனாகின்றன. இத்தகைய பெரிய வீடுகளில் கூலங்களைச் சேமித்துவைக்கும் களஞ்சியங்கள் தரையிற் பதிக்கப்பட்டு இருந்தன. சில இல்லங் களில் மாடங்களும் சுவர் அறைகளும் அமைந்துள்ளன. சில வீடுகளில் 1ற் கலன்கள் வைத்தற்குரிய மரப் பெட் கங்கள் (Cup boards) சுவர்களிலேயே இணைக்கப்பட்டுள்ளன.

செல்வர் தம் மாட மாளிகைகள் - இவை, இரண்டும் இரண்டுக்கு மேற்பட்ட அடுக்குகளு - முடைய மாளிகைகள் ஆகும். இவை பெரிய கூடங்கள், அகன்று நீண்ட தாழ்வாரங்கள், அகன்ற முற்றங்கள், இடை கழிகள், சிறிய பெரிய வாயில்கள், பல அறைகள் இவற்றை உடையனவாகும். இவற்றின் மேன்மாடங்கள் செங்கல் தள வரிசை உடையன. சில மாளிகைகளில் உள்ள மேன்மாடங்களில் படுக்கை அறைகள் உள்ளன; வேறு சில மாடங்களில் படுக்கை அறைகள், நீராடும் அறைகள், மலங்கழிக்க ஒதுக்கிடம் முதலியன அமைந்துள்ளன. மேன்மாடங்கட்குச் செல்லும் படிக்கட்டுகள் பல இன்றும் நன்னிலையிற் காண்கின்றன. அவை இன்று நம் வீடுகளில் உள்ள படிக்கட்டுகள் போலவே இருக்கின்றன. படிக்கட்டு இல்லாத மாடங்கள் சில காணப்படுகின்றன.அவற்றுக்கு மர ஏணிகள் பயன் பட்டனவாதல் வேண்டும். படிக்கட்டுகள் பெரும்பாலான வீடுகளில் தெருப்புறமே அமைந்துள்ளதை நோக்க கீழ்க் கட்டிடத்தில் வேறு பலர் குடியிருந்தனர் என்று எண்ண வேண்டியிருக்கிறது. சில வீடுகளில் படிக்கட்டுகள் உட்புறத் தாகவே அமைந்துள்ளன. ஒரு மாளிகையில் இரண்டு படிக்கட்டுகள் ஒன்றுக்கொன்று அண்மையிலேயே அமைந் துள்ளன. படிக்காக விடப்பட்ட பலகை ஒவ்வொன்றும் 21 செ. மீ அகலமும் 5.5 செ. மீ. கனமும் உடையது. படிக்கட்டின் அகலம் 100 செ.மீட்டராகும். இங்ஙனம் இரண்டு படிக்கட்டு வைத்துள்ள இல்லம் பெருந் தலைவனுடைய இல்லமாகவே இருத்தல் வேண்டும் என்பது ஆராய்ச்சியாளர் கருத்து. வேறொரு பெரிய மாளிகையின் முன்புறம் 2550 செ. மீ. அகன்றுள்ளது பின்புறம் 290 செ மீ அகன்றுள்ளது. இங்ஙனம் இல்லத்தின் இருபுறமும் பரந்த இடம்விட்டுக் கட்டும் முறை அப்பண்டைக் காலத்திலேயே வழக்கில் இருந்ததென்பது பெரு வியப்புக்குரிய செய்தியே அன்றோ?

அரசனது அரண்மனையோ? - இதுகாறும் தோண்டிக் கண்ட கட்டிடங்கள் அனைத்தி-னும் மிகப் பெரியதாயுள்ள மாளிகை ஒன்றே அறிஞர் கவனத்தை மிகுதியும் கவர்ந்ததாகும். அம்மாளிகை 7260 செ.மீ நீளமும் 3360 செ.மீ. அகலமும் உடையது. அதை அடுத்துச் சற்றுக் குறைந்த அளவு 350 செ.மீ.நீளமும் 3480 செ.மீ அகலமும் உடைய பெரிய மாளிகை ஒன்று உள்ளது. அதற்கு அடுத்தாற்போல் மற்றொரு மாளிகை இருக்கின்றது. அதன் வடபுறச் சுவர் 2610 செ. மீ நீளம்: தென்புறச் சுவர் 2800 செ. மீ நீளம் மேற்குப்-புறச்சுவர் 140 செ.மீ. நீளம் கிழக்குப்புறச் சுவர் 1465 செ. மீ நீளம் அக்கட்டிடத்துள் பல அறைகளும் ஒரு கிணறும் இருக்கின்றன; ஒவ்வொரு புறத்தும் 125 செ. மீ அகலமுள்ள சதுரத் துண்கள் சில இருக்கின்றன. இத்தூண்கள் அக்கட்டிட வாயிலின் வளைவுகளைத் தாங்குபவை என்று ஆராய்ச்சியாளர் கருதுகின்றனர். அக்கட்டிடத்திற்கு மேன் மாடி இருந்-திருத்தல் வேண்டும். அஃது இன்று காணுமாறில்லை.

அக்கட்டிடங்களை அடுத்துச் சிறு விடுதிகள் பல உள்ளன. அவை 1680 செ.மீ நீள-முடையன. அவை ஒவ்வொன்றிலும் நடுவில் நெடுந்துண்களைக் கொண்ட மண்டபமும் பல கூடங்களும் உள்வழிகளுடன் கூடிய பல அறைகளும் இருக்கின்றன. அந்த அறைகள் சாமான்களை வைப்பதற்கும், சமையல் செய்வதற்கும், படுக்கைக்கும், உணவு உட்கொள்ள-வும், பிற தேவைகட்காகவும் தனித்தனியே அமைக்கப்பட்டவை ஆகும். இங்ஙனம் அமைந் துள்ள பெரிய மாளிகை ஆட்சி உரிமையுடைய பெருந்தலைவனது அரண்மனையாகவும், அதனை அடுத்த மாளிகைகள் அவனுக்கு அடுத்த உத்தியோகத்தர்களின் மாளிகைகளாக-வும், இம்மாளிகை களின் வெளிப்புறம் உள்ள விடுதிகள் காவலாளர் ஏவலாளர் இல்லங்க-ளாகவும் இருத்தல் வேண்டும் என்பது ஆராய்ச்சியாளர் கருத்தாகும்.

தையலார்க்குத் தனி அறைகள் - இல்லங்கள் சிலவற்றில் கால்நடைகளைக் கட்டுவதற்-குத் தனி இடங்கள் இருந்தனவாகத் தெரியவில்லை. ஆதலால் அம்மக்கள் வீட்டு முற்று-ளிலேயே ஒரு மூலையில் அவற்றைக் கட்டியிருத்தல் வேண்டும். ‘சமையல் அறைகள் இல்-லாத இல்லங்களில் சமையல் வேளையும் முற்றத்திலே நடைபெற்றிருத்தல் வேண்டும்’, என்று அறிஞர் சிலர் அறைகின்றனர். ஆயின் கராச்சி விக்டோரியாக் கண்காட்சிக் சாலையின் காப்பாளராகிய அறிஞர் **சி.ஆர்.ராய்** என்பார், ‘ஒவ்வொரு வீட்டிற்கும் வாயிற்படி உண்டு. அதனை அடுத்துத் திறந்த சிற்றறை ஒன்று வாயிற் காவலனுக்காகக் கட்டப்பட்டுள்ளது. அதன் பின்புறம் அமர்ந்து பேசுதற்குரிய கூடங்கள் உண்டு. அவற்றிற்குப் பின்புறம் படுக்கை அறைகள், சமையல் அறைகள், **தையலார் இருக்கத் தனி அறைகள்** முதலியன இருக்-கின்றன என்று கூறுகின்றனர்.[1]

நீராடும் அறைகள் - ஒவ்வோர் இல்லத்திலும நீராடத் தனி அறை இருக்கிறது. மாளி-கைகளில் ஒன்றுக்கு மேற்பட்ட நீராடும் அறைகள் இருக்கின்றன. இவை தெருப்பக்கம் அமைந்துள்ளன; மெல்லிய செங்கற்களால் தளவரிசை இடப்பெற்றுள்ளன; இவற்றிலிருந்து கழிநீர் ஓட வடிகால்கள் நன்முறையில் அமைந்துள்ளன. இவ் வடிகால்கள் தெருக் கால்-வாயுடன் இணைக்கப் பெற்றுள்ளன. இவ்வடிகாலுக்கு உரிய புழையுள்ள இடம் நோக்கி நீராடும் அறையின் தரைமட்டம் சரிந்து செல்வது குறிப்பிடத் தக்கது. இத்தகைய நீராடும் அறை ஒன்று **எஷ்னன்னாவில்** இருந்த **அக்கேடியர் அரண்மனையுள்** இருந்தது. அக்கேடி-யர் நீராடும் அறை அமைப்பதைச் சிந்துப் பிரதேச மக்களிடமிருந்தே கற்றிருத்தல் வேண்டும்

என்பதில் ஐயமில்லை.[2]

சமையல் அறைகள் - ஒவ்வொரு வீட்டாரும் பெரும்பாலும் முற்றத்தண்டை சமையல் செய்து வந்த போதினும், சமையலுக்கென்று தனி அறையையும் வைத்திருந்தனர். அந்த அறையில் விறகு வைக்கவும் பிற சமையற் பொருள்களை வைக்கவும் தனி மேடைகள் கட்டப்பட்டுள்ளன. சில பெரிய வீட்டுச் சமையல் அறைகள் அகன்று இருக்கின்றன. அவற்றுள் பெரிய தாழிகள் பதிக்கப்பட் டிருந்தமைக்குரிய அடையாளங்கள் இருக்கின்றன. அத்தாழிகள் நீரைச் சேமித்து வைக்கப் பயன்பட்டிருக்கலாம். மேலும், சமையல் அறையில் சமையலுக்குரிய சாமான்களை வைக்கப் பல மண் சாடிகள் பயன்படுத்தப்பட்டன. இப்பழக்கம் இன்றும் மொஹெஞ்சொ - தரோவைச் சுற்றியுள்ள கிராமத்தாரிடம் இருப்பதைக் காணலாம். சமையல் அடுப்புகள் சிலவே காணப்பட்டன. அவை **மெசொபொட்டேமியாவில் கிடைத்த அடுப்புகளைப் போலவே இருத்தல்** வியப்புக்கு உரியதே.[3]

அங்காடியோ? அம்பலமோ? - ஓரிடத்தில் மிகப் பெரிய மண்டபம் ஒன்று காணப்பட்டது. அது 76500 ச. செ. மீ. பரப்புடையது. அதன் கூரையை இருபது செங்கல் தூண்கள் தாங்கி நிற்கின்றன. இவை நான்கு நான்காய்ச்சதுரம் சதுரமாக நிறுத்தப்பட்டுள்ளன. அப்பெரிய மண்டபம் பொது அங்காடியாக இருந்திருக்கலாம் என்று அறிஞர் சிலர் அபிப்பிராயப்படுகின்றனர். சிலர், 'பொது மக்களின் இறைவணக்கத்திற்குரியதாகவும், பொது வினைக்கு உரியதாகவும் இருந்திருக்கலாம்', என்று கருதுகின்றனர். ஆயிரக்கணக்கான யாண்டுகட்கு முன் பயன்படுத்தப்பட்ட ஒன்றைப்பற்றி இங்ஙனம் பலதிறப்பட்ட கருத்துக்கள் எழுதல் இயல்பன்றோ?

சில இடங்களில் அறைக்குள் அறையாகப் பல இல்லங்கள் காண்கின்றன. அவை அங்காடிகளாக இருத்தல் வேண்டும் என்றும், உள்ளறைகள் கடைச் சாமான்கள் வைத்தற் குரியவை என்றும், அறிஞர் எண்ணுகின்றனர். வேறு சில இல்லச் சுவர்களைச் சுற்றி 120 செ. மீ. அகலம் தளவரிசை இடப்பெற்ற மேடைகள் காணப்படுகின்றன. அவை சில்லறைக் கடைகள் வைக்கப் பயன்பட்டவை என்று அறிஞர் சிலர் கருதுகின்றனர். சிலர், 'அவை வெள்ளப் பாதுகாப்புக்கென்றே உயர்த்தப் பட்டவை' என்று எண்ணுகின்றனர்.

கள்ளுக்கடையோ? தண்ணீர்ப்பந்தலோ? உண்டிச்சாலையோ? - சில இடங்களில் பெரிய அறைகளைக் கொண்ட கட்டிடங்கள் சில நிலத்தில் அழுந்திப் பதிந்துள்ளன.இவை பெரும்பாலும் தெருக் கோடிகளிற்றாம் அமைந்துள்ளன.இவற்றுள் களிமண்ணால் செய்து சூளையிடப்பட்ட பெரிய தாழிகள் பல தரையிற் புதைந்து கிடந்தன. இவை கள்ளுக் கடைகளாக இருந்திருத்தல் வேண்டும் என்று சிலர் எண்ணுகின்றனர். **தீக்ஷத்** போன்றோர், 'இவை நீர் மோர், தண்ணிர் முதலிய பானங்களை வழிப்போக்கர்க்கு விலையின்றி வழங்கும் அறச்சாவடிகளாக இருந்திருத்தல்வேண்டும்', என்று கருதுகின்றனர். 'இவை நகர மாந்தர் ஒன்றுகூடி அளவளாவுதற்கமைந்த உண்டிச் சாலைகளாக இருக்கலாம்' என்று டாக்டர் மக்கே கூறுகின்றார்.

வேட்கோவர் விடுதிகள் - நகரத்தின் ஒரு புறம் இருந்த இல்லங்கட்கு அருகில் பல காளவாய்களும் அரை குறையாகச் சூளையிடப்பட்ட மட்டாண்டங்களும் காணப்பட்டன. அவ்விடத்தில் மட்பாண்டத் தொழிலாளர் வேட்கோவர் பெரும்பான்மையினராக வாழ்ந்தனராதல் வேண்டும். தொடக்கத்தில் அம்மக்கள் நகரத்தின் புறம்பே இருந்திருத்தல் வேண்டும்

என்றும் (காளவாய்கள் நகரில் இருத்தல் சுகாதாரக் குறைவாதலின்), நாளடைவில் சனத்தொகை குறையக் குறைய நகரத்தின் ஒரு பகுதியிற் குடியேறலாயினர் என்றும் அறிஞர் கருதுகின்றனர்.[4]

வீட்டு வாயில்கள் - மொஹெஞ் சொதரோ நகரத்து இல்லங்களின் வாயில்கள் பெரும்பாலும் பெருந் தெருக்களில் வைக்கப் படாமல் குறுக்குப் பாதைகளிலேயே அமைந்துள்ளன. இம்முறையால் தெருக்கள் அழகாகக் காணப்படல் இயல்பே அன்றோ? சில பெரிய மாளிகைகளிற்றாம் அகன்றும் உயர்ந்தும் உள்ள வாயில்கள் இருக்கின்றன. ஏனைய இல்லங்களில் எல்லாம் உயரத்திலும் அகலத்திலும் குறுகலாகவுள்ள வாயில்களே அமைந்துள்ளன. பெரிய வீட்டு வாயில் 235 செ.மீ. அகலமுடையது; ஆனால் 150 செ. மீட்டருக்கு மேற்பட்ட உயரமுடையதாக இல்லை. இப்பெரிய வாயில்களை உடைய வீட்டார் பல எருதுகளையும் கோவேறு கழுதைகளையும் பிற கால்நடைகளையும் வைத்திருந்தவர் ஆதல் வேண்டும். இவர்கள் அவற்றை வீட்டு முற்றத்திலேயே கட்டியிருந்தனர். இங்கு, அவை புல்லையும் வைக்கோலையும் தின்ன அமைக்கப் பட்ட இடங்கள் இருந்த அடையாளம் தெரிகின்றது. பெரும்பாலான வீட்டு வாயில்கள் 120 செ. மீ. உயரமே உள்ளன. இவை இங்கனம் அமைந்திருத்தற்கு இரண்டு காரணங்கள் கூறலாம்: ஒன்று வெள்ளம் வீட்டிற்குள் எளிதில் வராமல் தடுப்பதற்காக இருக்கலாம்; மற்றொன்று, **மொஹெஞ்சொ - தரோ மக்கள் சுமேரியரைப் போலக் குள்ளமானவராக இருத்தல் வேண்டும்.** மேலும், அவர்கள் மேன்மாடிக்கு இட்ட உத்திரங்கள் தரைமட்டத்திலிருந்து 180 செ. மீ.க்கு உள்ளேயே இருத்தலும் கவனித்தற்குரியது. எனவே பின்னதே பெரிதும் பொருத்தமுடைய காரணமாகும்.[5] வீட்டுக் கதவுகள் எல்லாம் மரக் கதவுகளேயாகும். சிந்துப் பிரதேசத்தில் அப்பழங்காலத்தில் காடுகள் மிகுதியாதலினாலும் வீட்டுச் சுவரின் கனத்திற்கு ஏற்ற கதவு அமைத்தல் கடனாதலாலும் மரக்கதவுகள் மிக்க பருமன் உடையனவாக இருந்திருத்தல் வேண்டும் என்று டாக்டர் **மக்கே** கருதுகிறார்.

துண்கள் - மொஹெஞ்சொ - தரோவில் காணப்பட்ட துண்கள் எல்லாம் செங்கற்களால் ஆனவையே. அவை பெரும்பாலும் சதுரத் துரண்களேயாகும். சில அடியில் 2700 ச. செ. மீ. ராகவும், மேல் போகப்போக 2250 ச. செ.மீ.ராகவும் உள்ளன. பல முற்றும் 2700 ச. செ மீ பரப்புடையனவாகவே உள்ளன. சுமேரியாவில் அதே காலத்தில் வட்டத்துண்கள் பயன்பட்டன. சுமேரியரோடு நெருங்கிய வாணிபம் செய்துவந்த சிந்துப் பிரதேச மக்கள் அவ்வட்டத் தூண்களைத் தங்கள் இல்லங்கட்குப் பயன்படுத்தாமை வியப்புக்குரியதாகும். தூண்களைத் தாங்கும் கல்வளையங்கள் பல கிடைத்தன். ஆனால் அவை **'யோனிகள்'** என்று தயாராம சஹனி கூறுகிறார்.[6]

இனி, **ஹரப்பா** நகரத்து இல்லங்களைப்பற்றிய சில விவரங்களைக் காண்போம்:

ஹரப்பாவில் கட்டிட அமைப்பு - மொஹெஞ்சொ - தரோ மக்கள் சுகவாழ்விற்கேற்ற கட்டிடங்களைக் கட்டிக்கொண்டு வாழ்ந்தாற் போலவே ஹரப்பா மக்களும் மிகச் சிறந்த கட்டிடங்கள் கட்டி வாழ்ந்தனர். பெரிய கட்டிடங்களின் அடிப்படை மிக்க உறுதியாக இருத்தல் வேண்டி, நன்கு சூளையிடப்பட்ட செங்கற்கள் பயன்படுத்தப்பட்டுள்ளன. ஆனால், சிறிய இல்லங்களின் அடிப்படை இங்ஙனம் உறுதியாக இல்லை. அவை உடைந்த மண் ஓடுகள், செங்கற்கட்டிகள், மட்பாண்ட ஒடுகள் முதலியவற்றையே கொண்டிருந்தன. பெரிய கட்டிடங்களின் சுவர்களும் தரைகளும் சாக்கடைகளும் ஒருவிதக் கல் கொண்டு நன்றாக

வழவழப்பாகத் தேய்த்து இக்காலச் 'சிமெண்ட்' பூசப்பெற்றனபோல் அமைந்துள்ளன. தளவ-
ரிசையில் உள்ள கற்கள் அனைத்தும் ஒழுங்காகவும் வழவழப்பாகவும் அறுத்துச் சூளையி-
டப்பட்டவையாகும். மாடிப் படிக்கட்டுகள் மொஹெஞ்சொ - தரோவில் உள்ளவைபோலத்
திறம்பட அமைந்துள்ளன. குப்பை கொட்டும் தொட்டிகள், கழிநீர்த் தேக்கங்கள், கால்வாய்-
கள், வடிகால்கள் முதலியன மொஹெஞ்சொ - தரோவில் இருப்பவற்றைவிட நல்ல நிலை-
யில் உள்ளன. இவையன்றிக் கிணறுகள் ஆங்காங்கே கட்டப்பட்டுள்ளன. அவை வீட்டுக்-
கொன்றாக அமைந்துள்ளமை குறிப்பிடத்தக்கது.

இருவகை இல்லங்கள் - ஹரப்பாவில் உள்ள கட்டிடங்களை இருவகையினவாகப் பிரிக்-
கலாம்;அவை குடி இருத்தற்குரிய இல்லங்கள், பொதுக் கட்டிடங்கள் என்பன ஆகும்.
குடிக்கு உரிய இல்லங்கள் பெரும்பாலும் சிறந்தனவாயும் மாடிகள் உடையனவாயும் இருக்-
கின்றன. அவற்றில் விருந்தினர்க்குத் தனி அறைகளும் தையலார்க்குத் தனி அறைகளும்
அகன்ற முற்றங்களும் இருந்தமை குறிப்பிடத் தக்கது. பொதுக் கட்டிடங்களில் செங்கற்களால்
கட்டப்பட்ட வட்டவடிமான மேடைகள் அமைந்துள்ளன.

பெருங் களஞ்சியம் - அறிஞர் ஒரு மண்மேட்டைத் தோண்டியபோது அதன் அடியில்
களஞ்சியம் ஒன்று இருக்கக் கண்டனர். இது 50 - 10 செ.மீ. நீளமும் 4050செ.மீ அகல-
மும் உடையது. இதன் சுவர்கள் 1560 செ.மீ. உயரமும் 270 செ.மீ. கனமும் உடையன.
இவை இரண்டு வரிசை களாகக் கட்டப்பட்டுள்ளன. இவ்விரண்டு வரிசைகட்கு இடையே
உள்ளதுரம் 690 செ மீ ஆகும். இந்த இடைவெளிக்குமேல் கூரை இருந்திருத்தல் வேண்-
டும் என்று அறிஞர் எண்ணுகின்றனர். இந்த இரு வரிசை நெடுஞ் சுவர்களுள் ஒவ்வொரு
வரிசையிலும் ஆறு மண்டபங்கள் இருக்கின்றன. ஒவ்வொரு மண்டபத்தையும் இணைக்கும்
வகையில் ஐந்து இடைகழிகள் விடப்பட்டுள்ளன. ஒவ்வொரு மண்டபமும் மூன்று நெடுஞ்-
சுவர்கள் எழுப்பப்பெற்று நான்கு அறைகள் போலப்பிரிந்து உள்ளது. மண்டபங்களின் தரைப்
பகுதியில் மரப்பலகைகள் பதிக்கப்பட்டுள்ளன. இவ்வளவு அற்புதமான வேலைப்பாட்டுடன்
விளங்கும் இம்மண்டபங்கள் தானியங்கள் கொட்டிவைக்கப் பயன்பட்ட களஞ்சியங்கள் ஆகும்
என்பது ஆராய்ச்சியாளர் கருத்து. இங்கிலாந்திலும் செர்மனியிலும் பண்டமாற்று முறையும்,
வரிகளைப் பண்டங்களாகவே வாங்கும் வழக்கமும் இருந்த பண்டைக் காலத்தில், அரசிய-
லார், அப்பொருள்களைச் சேமித்து வைப்பதற்காகக் கட்டியிருந்த கட்டிடங்களைப் போலவே
ஹரப்பாவில் கட்டப்பட்ட களஞ்சிய மண்டபங்கள் இருக்கின்றன. ஆதலால், இவை அரசிய-
லார் அரசிறைக்காகத் திரட்டப்பெற்ற பண்டங்கள் வைக்கும் களஞ்சியங்களாகவே இருத்தல்
கூடும் என்பது அறிஞர் எண்ணமாகும்.

தொழிலாளர் இல்லங்கள் - ஹரப்பாவில் தொழிலாளர் இல்லங்கள் அமைந்துள்ள முறை
கவனித்தற்குரியது. ஒரு வரிசையில் ஏழு வீடுகள் இருக்குமாறு இரண்டு வரிசைகள் ஒன்-
றாகக் கட்டப்பட்டுள்ளன. இரண்டிற்கும் இடையில் நீண்ட குறுகிய பாதை ஒன்று செல்கின்-
றது. அப்பாதை இரு பக்கங்களிலும் பொதுத் தெருக்களில் கலக்கின்றது. இவ்வில்லங்கள்
எகிப்தில் உள்ள **கெல் - எல் அமர்னா**[7] என்னும் இடத்தில் அமைந்துள்ள தொழிலாளர்.
இல்லங்களைப்போலவே இருத்தல் குறிப்பிடத் தக்கது. ஆனால், பின்னவை ஒரே வரிசையில்
அமைந்துள்ளன; இடையில் பாதை விடப்பட்டில. மேலும், ஹரப்பாவில் உள்ள தொழிலாளர்
இல்லம் ஒவ்வொன்றிலும் பெரிய முற்றமும் மூன்று அறைகளும் இருக்கின்றன. இங்ஙனம்

எகிப்திய இல்லங்கள் அமைந்தில. மேலும், ஹரப்பாவின் இல்லங்கள் கி.மு.2500க்கு முற்பட்டன; ஆனால், எகிப்திய இல்லங்கள் கி.மு.2000க்குப் பிற்பட்டன. இப் பிற்கால இல்லங்களைவிட ஹரப்பாவில் உள்ள முற்கால இல்லங்கள் சுகாதார வசதியோடு பிற வசதிகளும் பொருந்தியிருக்கும்படி அமைக்கப்பட்டிருத்தல் பெருவியப்புக்கு உரியதே ஆகும். வெளியிலிருந்து பார்ப்பவர்க்கு உட்புறம் தோன்றாதவாறு இவ்வில்லங்களின் தலைவாயில் வளைந்த சுவர்களுடன் அமைந்துள்ளது. இவ்விடுதிகளில் பலவகைத் தொழில்புரி மக்கள் வாழ்ந்திருந்தனர் என்று எண்ணுதற்குரிய அடையாளங்கள் இருக்கின்றன.

வீட்டிற்கு உரிய வீடுகளே - 'அறம், பொருள், இன்பம், வீடு என்னும் பேறுகள் நான்கனுள், **வீடு**' என்பது 'இன்பம்' அல்லது 'மோக்ஷம்' எனப் பொருள்படும். மனிதன் இவ்வுலகில் தன் உயிருக்குயிரான பெற்றோருடனும் மனைவி மக்களுடனும் நீண்ட நாள் கலந்து உறவாடி இன்பம் நுகரும் இடமாக உள்ளது **வீடே** அன்றோ? அவ்வில்லம் நல்ல சுகாதார முறைப்படி அமைந்திருக்குமாயின், நோய் நொடியின்றி உடல் வளம் குன்றாமல் சுறுசுறுப்பாக வினை யாற்றிப் பொருளிட்டி இல்லறமென்னும் நல்லறம் துய்த்து இன்ப வாழ்வு வாழலாம் அன்றோ? இங்ஙனம் இன்பம் (வீடு) தரத்தக்க இல்லம் அமைத்து வாழ்ந்தமையாற்றானோ, நம் முன்னோராய பண்டைத் தமிழ் மக்கள் மோக்ஷத்தை **'வீடு'** என்னும் பெயரால் அழைத்தனர்? இப்பொருட் பொருத்தம் உடையனவாகவே ஹரப்பா, மொஹெஞ்சொ - தரோ என்னும் இரண்டு நகரங்களிலும் இருந்த பண்டைக் கால வீடுகள் விளக்கமுற்றிருந்தன. எகிப்தியர், சுமேரியர் முதலியோர் பிரமிட் கோபுரங்களைக் கட்டுவதிலும் சித்திர வேலைப்பாடு மிகுந்த இல்லங்களை அமைப்பதிலும் தங்கள் கருத்தைச் செலுத்தினரே அன்றிச் சிறந்த சுகாதார முறைக்கு ஏற்றவாறு இல்லங்களை அமைத்து வாழ்ந்திலர். 'வீடு' (இல்லம்) என்பதை வீடு (மோக்ஷம்) ஆக்கிய பெருமை ஆரியர்க்கு முற்பட்ட சிந்துப்பிரதேச மக்கட்கே உரியதாகும்.

1. ↑ C.R. Roy's article in 'The Indian World' (1940)
2. ↑ Patrick Cartleon's Buried Empires', p.148.
3. ↑ Dr.Mackay's; The Indus Civilization, pp.39, 40, 43.
4. ↑ தமிழ்நாட்டு வேட்கோவர் பெரிய தாழிகளைச் செய்வதில் நிபுணர் என்பதைப் புறநானூற்றுப் பாடல்களால் அறிக.
5. ↑ Dr. Mackay's 'The Indus Civlilization', p.202.
6. ↑ Ibid. pp.37,38.
7. ↑ Tel El Amarna' in Egypt.

6

கிணறுகள் - செய்குளம் - செங்கற்கள்

5000 ஆண்டுகட்கு முற்பட்ட கிணறுகள் - மொஹெஞ்சொ - தரோவில் பெரும்பாலும் வீட்டுக்கொரு கிணறு இருந்ததெனக் கூறலாம். ஆராய்ச்சியாளர் நகரத்தைத் தோண்டி ஆராய்ச்சி நடத்தும்பொழுது பல கேணிகள் இருத்தலைக் கண்டனர். ஆனால் அவை அனைத்தும் தூர்ந்து கிடந்தன. ஹரப்பாவில் அறிஞர் **வாட்ஹ்** என்பார் ஆராய்ச்சி நிகழ்த்திய போது ஒரு பெருங் கிணற்றில் நீர் இருத்தலைக் கண்டார். அக்கிணற்றில் 245 செ.மீ. உயரம் தண்ணீர் இருந்ததாம். அவ்வறிஞர் அதனைத் தூய்மை செய்து அங்கு வேலை செய்து வந்த தொழிலாளர்க்குப் பயன்படுமாறு ஏற்பாடு செய்தனராம். ஹரப்பாவில் பிறிதோர் இடத்தில் 180 செ. மீ. சுற்றளவுடைய கிணறு ஒன்று கண்டுபிடிக்கப்பட்டது. பல கிணறுகள் நகர அழிவினால் அழிந்து விட்டன. பல இருந்த இடம் தெரியாமல் மண்ணுக்குள் மறைப்புண்டன.

இன்றும் சுரப்புடைய கிணறுகள் - மொஹெஞ்சொ - தரோவில் உள்ள கிணறுகள் 107.5 செ.மீ. சுற்றளவு முதல் 270 செ.மீ. சுற்றளவு வரை பல திறப்பட்டனவாக இருக்கின்றன. அவற்றுள் பல மண்ணுள் புதைந்துவிட்டன. ஆராய்ச்சியாளர் அவற்றைக் கண்டறிந்து அவற்றில் அடைந்துள்ள மண் கல் முதலியவற்றை அப்புறப்படுத்தி, சகதியை நீக்கித் தூய்மை செய்யும் வேலையில் ஈடுபட்டனர். சில கிணறுகள் நன்னீர்ச் சுரப்புடையனவாகக் காணப்பட்டன. அந்நீரே அங்கு ஆராய்ச்சியில் ஈடுபட்டுள்ள அறிஞர்க்கும் தொழிலாளர்க்கும் உண்ணவும் குளிக்கவும் உரியதாயிற்று.கேணி நீரைப் பயன்படுத்துவதற்கு முன் அவர்கட்குத் தேவைப்பட்ட நீர் 3கிமீ தொலைவிலிருந்து வண்டியில் கொண்டுவரப்பட்டது. இப்பொழுது அத்தொல்லை முற்றும் நீங்கிவிட்டது. சுமார் 5000 ஆண்டுகட்கு முற்பட்ட கிணறுகள் இன்றும் சுரப்புடையனவாக இருத்தல் வியப்புக்குரியதே அன்றோ?

மாளிகைகளில் உள்ள கிணறுகள் - சில மாளிகைகளில் உள்ள பழங்கிணறுகள் தெருப்புறம் இல்லாமல் மாளிகைக்கு அண்மையில் அமைந்திருந்தனவென்று தெரிகிறது. அந்நிலையில் அவை மாளிகை மக்கட்கே பயன் பட்டிருத்தல் வேண்டும். ஆனால் அம்மாளிகையில் பிற்காலத்தில் வீட்டின் தெருப்புறமாகக் கிணறுகள் அமைந்துள்ளன. அவை பிற்காலத்தில்

பொதுமக்கள் நலங்கருதியே முன்புறம் அமைக்கப் பட்டன என்று அறிஞர் கருதுகின்றனர். இங்ஙனம் தெருப்புறம் அமைந்துள்ள கிணறுகள் சில அறைகளில் உள்ளமை கவனித்தற்குரியது. அவ்வறையில் கிணற்றுருகில் பெரிய தண்ணீர்ப் பானைகள் புதைக்கப்பட்டிருந்தமைக்குரிய அடையாளங்கள் தெரிகின்றன. அவ்அறையின் தரை நன்கு பண்படுத்தப்பட்டுள்ளது. கிணற்றருகில் சிந்தும் நீர் அங்குத் தேங்கியிராமல் உடனுக்குடனே தெருக் கால்வாய்க்கும் இடையே சிறு வடிகால் ஒன்று அமைந்துள்ளது. நீர் எடுக்கும் பெண்கள் உட்காருவதற்குக் கிணற்றண்டை மேடை ஒன்று அமைக்கப்பட்டுள்ளது கிணற்றைச் சுற்றியுள்ள சுவர் குழந்தைகள் எட்டிப் பார்க்க முடியாத அளவு உயர்ந்துள்ளது.

தெருமுதல் கிணறுவரை சிறிய வழி விடப்பட்டுள்ளது. வெளியார் கிணற்றண்டை வருவதற்கென்றே அவ்வழி அமைக்கப்பட்டது போலும் பிறர் தண்ணீர் எடுக்கும்பொழுது மாளிகைக்குரிய மடந்தையரும் தண்ணிர் எடுக்கவேண்டுமாயின் என்செய்வது? அதற்கென்று தக்க ஏற்பாடு செய்யப்பட்டுள்ளது கவனித்தற்குரியது. வெளியார்க்கும் வீட்டார்க்கும் கிணற்றண்டை யாதொரு சம்பந்தமும் இராதவாறு கிணற்றின் நடுவில் மெல்லிய மறைவு அமைக்கப்பட்டிருந்தது என்பதற்குரிய அடையாளம் தெரிகிறது. கேணிகளின் மேற்புறமும் உட்புறமும் மிக்க கவனத்துடனும் ஒழுங்குடனும் கட்டப்பட்டுள்ளன. சில கிணறுகளின் ஓரச் சுவர்கள் மூன்று முதல் ஐந்து அடுக்குச் செங்கற்கள் வைத்துக் கட்டப்பட்டுள்ளன. இப்பாதுகாப்புக்குரிய ஏற்பாட்டினால் கிணற்று நீர் சுவர்களில் தங்கி ஊறு விளைக்காது என்பது தெளிவாம்.

கயிறும் உருளைகளும் - கிணறுகளிற் குடங்களைவிட்டு நீரை முகத்தல் இக்காலத்தும் சில இடங்களில் வழக்கமாக இருக்கின்றது. இது போன்றே அப்பண்டைக் காலத்தும் மொஹெஞ்சொ - தரோவில் இவ்வழக்கம் இருந்தது. அக்கால மக்கள் தடித்த கயிறுகளைப் பயன்படுத்தினர் என்பது, கிண்றுகளின் மேற்சுவரில் ஏற்பட்டுள்ள உராய்ப்புகள் மூலம் அறிதல் கூடும்.பொதுக் கிணறுகளில் மகளிர் பலர் ஒரே காலத்தில் நீரை எடுக்கும் பழக்கம் இன்றும் இருப்பது போலவே அப்பழங்காலத்தும் இருந்ததென்பதைக் கிணற்றின் மேற்சுவர் மீதுள்ள அடையாளங்களைக் கொண்டு கூறலாம். பல் கேணிகளில் உருளைகள் பயன்படுத்தப்பட்டன என்பது சுட்ட களிமண்ணாலாய சில பதுமைகள் வாயிலாக அறியக்கிடக்கிறது.

பலமுறை உயர்த்தப்பட்ட கிணறுகள் - சிந்து ஆற்றின் வெள்ளப் பெருக்கிற்கு அஞ்சி நகரத்தின் தரைமட்டம் உயர்த்தப்பட்டபோதெல்லாம் இக்கிணறுகளும் மாறுபாடு அடைந்துகொண்டு வந்தன. சில இடங்களில் உள்ள கிணறுகள் இங்கனம் மும்முறை புதுப்பிக்கப்பட்டன என்பதை, அவற்றின் மேற்சுவர்கள் மூலம் நன்கறியலாம். வேறு சில இடங்களில் உள்ள கிணறுகள் நகர அடிமட்டம் உயர்த்தப்பட்ட காலத்தும் புதுப்பிக்கப்படவில்லை. சில இடங்களில் புதுப்பிக்கப் பட்ட கிணறுகள் பழையவற்றைவிட எளியனவாகவே காணப்படலால், அந்நகர மக்கள் புதுப்பிக்கும் தொழிலில் வெறுப்புற்றனர் என்றோ, அல்லது செல்வ நிலையில் பாதிக்கப்பட்டனர் என்றோ கூறலாம் என்பர் ஆராய்ச்சியாளர். அக்காலத்துத் தண்ணிர் மட்டத்திற்கும் இக்காலத்துத் தண்ணிர் மட்டத்திற்கும் 600 செ.மீ. வேறுபாடு காணப்படுகிறது. இதனால், அக்கிணறுகளை அடிமட்டம் வரை தோண்டிக் காண்பது மாட்டாமையாக இருக்கின்றது. ‘சில கிணறுகளின் - அடிமட்டத்தையேனும் சோதித்துப் பார்த்தல் வேண்டும். அவற்றின் அடியில் குழந்தைகளும் பெரியவர்களும் கை தவறிப் போட்ட பொருள்கள் சிலவேனும் கிடைத்தல் கூடும். நாம் அவற்றைக் கொண்டு பல உண்மை-

கள் உணர்தல் கூடும்' என்று ஆராய்ச்சி யாளர் அறைகின்றனர். ஆராய்ச்சி உடையார்க்கு அகப்பட்ட சிறு பொருளும் அற்புதமாகக் காட்சியளிக்கும் அன்றோ!

அழகிய செய்குளம் - மொஹெஞ்சொ - தரோவில் இதுகாறும் நடந்த ஆராய்ச்சியில் வெளிப்பட்ட கட்டிடங்களுட் சிறந்தவை அரண்மனை என்று கருதத்தக்க கட்டிடம் ஒன்றும் அழகிய செய்குளம் ஒன்றுமே ஆகும். பின்னது இக்காலப் பொறிவலாளரும் திகைப்புறுமாறு அமைந்துள்ளது. இதனை. **சர் ஜான் மார்ஷல்** 1925 - 1926இல் கண்டறிந்தார். இதனில் தண்ணிர் நிற்கும் இடம் மட்டும் சுமார் 1200 செ.மீ நீளமும் 690 செ.மீ. அகலமும் 240செ.மீஆழமும் உடையது.இக்குளத்திற்கு ஒழுங்கான படிக்கட்டுகள் அமைந்துள்ளன. இக்குளத்தைச் சுற்றி நாற்புறமும் நடைவழி இருக்குமாறு 135.செ.மீ. அகலமுள்ள சுவர் எழுப்பப்பட்டுள்ளது. அச்சுவருக்கும் அப்பால் குளத்தைச் சுற்றி 210 செ.மீ அகலமுள்ள பெருஞ்சுவர் ஒன்று அமைந்துள்ளது. அதன் மீதும் நடைவழி அமைக்கப்பட்டுள்ளது.

குளத்தின் அடிமட்டமும் உட்சுவர்களும் - இச்செய்குளத்தின் அடிமட்டம், நன்றாய் இழைத்து வழவழப்பாக்கப்பட்ட செங்கற்களும் இக்காலத்துச் 'சிமெண்ட்' போன்ற ஒருவகை நிலக் கீலும்[1] கொண்டு தளவரிசை இடப்பட்டுள்ளது. அடிமட்டச் சுவர்களும் இவ்விரண்டால் ஆக்கப்பட்டனவே ஆகும். இதை அமைத்த அறிஞர் பாராட்டுதற்கு உரியவரே ஆவர் என்பது அறிஞர் கருத்தாகும். அப்பெருமக்கள் முதலில் சூளையிடப்பட்ட வழவழப்பான செங்கற்களை ஒருவகை வெள்ளிக் களிமண்[2] கொண்டு ஒட்டவைத்துள்ளனர்; இவ்வண்ணம் நாற்புறமும் 120 செ. மீ. கனத்தில் சுவர்கள் எழுப்பினர்; பின்னர் அச்சுவர்கள் மீது 2.5 செ.மீ. கனத்தில் நிலக்கீல் பூசியுள்ளனர்; இச்சுவருக்குப் பின்புறம் நன்றாய்ச் சுடப்பட்ட செங்கற்களைக் கொண்டு மற்றொரு வரிசைச் சுவர் கட்டியுள்ளனர்; அதனை ஒட்டிச் சுடாத உலர்ந்த செங்கற்களாலான சுவர் ஒன்றை இணைத்துள்ளனர். தண்ணிர் ஊறிப்பழுதாகாமல் இருப்பதற்காகவே இச்சுவர்கள் இவ்வளவு வேலைப்பாடுகளோடு கட்டப்பட்டுள்ளன.

நிலக் கீல் - இச்செய்குளத்தில் பயன்படுத்தப்பட்ட நிலக்கீல் சிந்துப் பிரதேசத்திலோ அன்றி இந்தியாவின் பிறபகுதிகளிலோ இல்லை. எனவே, இது வெளி நாட்டிலிருந்தே கொண்டுவரப்பட்டதாதல் வேண்டும். அவ்வெளிநாடு யாது? சுமேரியாவிற்றான் இந்நிலக்கீல் உண்டு. இஃது அங்கேதான் பெரிதும் இப்பண்டைக் காலத்தில் பயன் படுத்தப்பட்டது. சுமேரியர் கட்டிடங்களை உறுதியும் அழகும் செய்தது இந்நிலக்கீலே ஆகும். எனவே, வாணிபத்தில் சுமேரியரோடு நெருக்கம் கொண்டிருந்த சிந்துப் பிரதேச மக்கள் இந்நிலக்கீலை அவர்களிடமிருந்தே பெற்றனராதல் வேண்டும். இஃது இங்ஙனம் நெடுந்தூரத்திலிருந்து கொண்டுவரப்பட்டதாக இருந்ததாற்றான், கிணறுகட்கோ பிறவற்றுக்கோ பயன்படுத்தப்படாமல் இவ்வரிய செய்குளத்திற்கு மட்டுமே பயன்படுத்தப்பட்ட தென்பதை உணர்தல் வேண்டும். இவ்வரிய பொருளை அந்நெடுந்துர நாட்டினின்றும் கொணர்ந்து அமைக்கப்பட்ட இச்செய்குளம், ஒரு குறிப்பிட்ட நற்காரியத்திற்காகவே பயன்பட்டதாதல் வேண்டும் என்பதும் அறியத்தகும்.

குளத்திற்கு வடக்கே - இச்செய்குளத்திற்கு வடக்கே எட்டு **அறைகள்** கட்டப் பட்டுள்ளன. அவை மிக்க உறுதியான சுவர்களைக் கொண்டவை: வெளியிலிருந்து பார்ப்பவர் உட்புறத்தைச் சிறிதும் காணாதவாறு இயன்ற உறுதியான கதவுகளை உடையவை; மேலே ஏறப் படிக்கட்டுகளை உடையவை. ஒவ்வோர் அறையின் மேலும் அறை இருந்ததென்பதற்கு உரிய அடையாளங்கள் காண்கின்றன. மேல் அறையில் இருந்தவர் படிக்கட்டுகள் வழியே

உட்புறமாகவே கீழ் அறைக்கு வந்து, அருகில் உள்ள கிணற்றிலிருந்து சேவகன் சேமித்து வைக்கும் நீரில் நீராடிவிட்டு மேலே போய்விடுவர். அவ்வழுக்கு நீர் ஒவ்வோர் அறையிலும் உள்ள துளை வழியே வெளியில் உள்ள கழிநீர்க் கால்வாயைச்சேரும். இவ் அறைகளில் வாழ்ந்தவர் **சமயச்சார்புடைய பெருமக்களாக** இருத்தல் வேண்டும். இவ்அறைகளும் இச்-செய்குளமும் ஸ்தூபி நிற்கும் இடத்திற்கு அண்மையில் இருக்கின்றன. ஆதலால்,ஸ்தூபியின் அடியில் மறைந்துகிடப்பது, இவ்விரண்டிற்கும் தொடர்புடைய கோவிலாகவோ அன்றிச் சமயச் சார்புடைய பிறிதொரு கட்டிடமாகவோ இருத்தல் வேண்டும்[3]

குளத்திற்கு நீர் வசதி - இச்செய்குளத்திற்கு அருகே, இதில் நீரை நிரப்புதற்கென்றே அமைந்தன போல மூன்று பெரிய கிணறுகள் உள்ளன. அவற்றின் நீரே குளத்திற்குப் பயன்-பட்டிருத்தல் வேண்டும். குளத்து நீர் தூய்மை அற்றவுடன் அப்புறப்படுத்தப்படல் வேண்டும் அன்றோ? அதற்காகவே இச்செய்குளத்தின் மூலை ஒன்றில் சதுர வடிவில் புழை ஒன்று அமைந்துள்ளது. அஃது ஒரு மனிதன் தாராளமாக நுழைந்து செல்லக்கூடிய அளவு அகன்-றதாக இருக்கின்றது. அது, வேண்டும் போது தண்ணிரை வடியாமல் தடுத்து வைப்பதற்-காகவும், வேண்டாதபோது தண்ணீரை வெளிவிடுதற்காகவும் அமைந்துள்ள மதகைப்போ-லச் சிறந்த வேலைப்பாடுடையதாகக் காணப்படுகிறது. சுருங்கக் கூறின், இச்செய்குளத்தின் வேலைப்பாடு ஒன்றே ஆராய்ச்சியாளரைப் பெரிதும் வியப்புறச் செய்ததென்னல் மிகையா-காது. இதன் அருகில் உள்ள பிற மண் மேடுகளும் தோண்டப்பட்ட பின்னரே இதன் அருமை பெருமைகள் மேலும் விளக்கமாகும்.

செங்கற்கள் - வீடுகள், கிணறுகள், குளங்கள், கழிநீர்ப்பாதைகள் இன்ன பிறவற்றுக்கும் மொஹெஞ்சொ - தரோவில் பயன்பட்ட செங்கற்களைப்பற்றிய சில விவரங்களை அறிதல் இங்கு அவசியமாகும். சிந்துப் பிரதேச மக்கள் சுமேரியாவிலிருந்து நிலக்கீலைக் கொண்டு-வந்தவாறே செங்கல்செய்யும் முறையினையும் பிறரிடம் கற்றனரா? அன்றி இயல்பாகத் தாமே உணர்ந்தனரா? என்னும் வினாக்கட்கு விடை காணல் கடமையாகும்.

பண்டை நாடுகள் - எகிப்து, சுமேரியா முதலிய பண்டைப் புகழ் படைத்த நாடுகளில் சூளையிடப்பட்ட செங்கற்களைக் கட்டிடங்கட்குப் பயன்படுத்தும் வழக்கமே அப்பண்டை நாட்களில் எழுந்திலது. உரோம அரசு ஏற்பட்ட பின்னரே செங்கற்களைப் பயன்படுத்தும் முறையை அம் மேற்குப்புற நாடுகள் அறியலாயின. எகிப்தில் கல்லைப் போன்ற ஒருவகைக் கடினமான பொருள் மிகுதியாகக் கிடைத்தது. அதனால், அம்மக்கள் செங்கற்களைச் செய்-யவேண்டிய அவசியம் எழவில்லை. சுமேரியர்க்கும் அங்ஙனமே. எனவே, சிந்துப் பிரதேச மக்கள் செங்கற்களைச் செய்யும் முறையைப் பிற நாட்டாரிடம் கற்றிலர்: தாமாகவே அம்-முறையைக் கண்டுபிடித்தனர் எனக் கூறல் தவறாகாது. 'அவசியமே ஆராய்ச்சியின் தாய்' என்பது உண்மை யன்றோ? அவர்கள், சிந்து ஆற்றங்கரையில் இயற்கையில் கிடைத்த களி-மண்ணைப்பதமாக்கி அறுத்துக்காயவைத்துப் பயன்படுத்தினர்; அது கடுவெயிலுக்கும் மழைக்-கும் ஆற்றாததைக் கண்டபின், அதனைச் சூளையில் இட்டுச் சுட்டுப் பயன்படுத்தினராதல் வேண்டும் இங்ஙனம் அப்பெருமக்கள் கையாண்ட முறையே நம்நாட்டில் இன்றளவும் கையா-ளப்பட்டு வருகின்றது.

செங்கற்கள் சுடப்பட்ட முறைகள் - அப்பண்டை நாட்களில் வெட்ட வெளிகளில் களி-மண் செங்கற்களை அறுத்துக் காயவைத்து, பின் விறகுகளைக்கொண்டு தீ மூட்டிச் செங்கற்-

களைச் சுட்டு வந்தனர். இம்முறை காளவாய்கள் ஏற்பட்ட பின்னரும் இக்காலத்தும் வழக்கில் இருத்தலால், சிந்துப் பிரதேசத்திலும் அப்பழங்காலத்தில் ஒருபால் இம்முறையும் பிறிதொ-ருபால் காளவாயில் சுடும் முறையும் இருந்திருத்தல் வேண்டும். மொஹெஞ்சொ - தரோ மக்கள் செங்கற்களைச் சூளையிடுவதற்காகவேப் பயன்படுத்திய காள்வாய்கள் வட்ட வடிவில் செய்யப்பட்டிருந்தன என்பதற்குரிய அடையாளங்கள் காணப்படுகின்றன. இக்காளவாய்கள் அடியில் நெருப்பு முட்டப்படும். இவற்றிலிருந்து புகையை வெளிப்படுத்த புகைப் போக்கிகள் அமைக்கப்பட்டிருத்தல் வேண்டும்.

உலர்ந்த செங்கற்கள் - மொஹெஞ்சொ - தரோவில் சில வீடுகளின் உட் புறச்சுவர்கள் உலர்ந்த செங்கற்களால் கட்டப்பட்டவை. பல இடங்களில் நிலத்தின் அடிமட்ட அளவை உயர்த்துவதற்காக இவ்வுலர்ந்த செங்கற்கள் பயன்பட்டன. இங்ஙனம் இவ்வுலர்ந்த கற்களைப் பயன்படுத்தும் வழக்கம் அப்பண்டைக் காலம் முதல் இன்றளவும் இந்நாட்டில் இருந்து வரு-கின்றது. இன்றைய சிந்து மாகாணத்தில் இம்முறை நிரம்பக் கையாளப்படுகின்றது குறிப்பி-டத்தக்கது.

செங்கற்களின் அளவுகள் - மொஹெஞ்சொ - தரோவில் இருந்த செங்கல் அறுக்கும் தொழிலாளர் மதிநுட்பம் வாய்ந்தவராதல் வேண்டும். அவர்கள் ஒவ்வொரு செங்கல்லையும் அதன் பயனுக்கு ஏற்றவாறு செய்துள்ளனர். ஒவ்வொன்றும் கோணலும் மேடுபள்ளங்களும் இன்றி நன்றாய் அறுக்கப்பட்டுச் சமனாக்கப்பட்டுள்ளது. சூளையிடப்பட்ட செங்கற்கள் பதம-றிந்து சூளையிடப் பட்டுள்ளன. ஒவ்வொரு செங்கல்லும் ஏறக்குறைய நீளத்திற் பாதி அகல-மும் அகலத்திற் பாதி உயரமும் (1: ½: ¼) உடையதாக அமைந்திருத்தல் பெரிதும் வியக்கத்தக்கது. இவ்வளவில் அமைந்துள்ள செங்கற்களே பலவாகும். கழிநீர்ப் பாதைகட்குச் செய்யப்பட்ட கற்களும் பிற குறிப்பிட்ட காரியங்கட்கென்று செய்யப்பட்ட கற்களும் அளவிற் பெரியனவும் சிறியனவுமாக இருக்கின்றன; அவற்றுள் சில 55 செ. மீ நீளமும் 28 செ. மீ. அகலமும் 7.5 செ.மீ. உயரமும் உடையவை; சில 5 செ. மீ. நீளமுடையவை; சில 23 செ. மீ. நீளமுடையவை. இச்செங்கற்கள் தேவைக்கு ஏற்ற வடிவில் செய்யப்பட்டவை ஆகும். சில சம சதுரமாக இருக்கின்றன; சில நீள சதுரமாக உள்ளன; சில வளைவாகவே இருக்கின்றன; சில கண்ணாடிபோல வழ வழப்பாக்கப்பட்டுள்ளன. சில மூலைகளுக்கு ஏற்ப முக்கோணமாக வெட்டப்பட்டுள்ளன. "ஆரியர் இந்தியாவில் காலடி எடுத்து வைப்பதற்கு முன் இந்தியாவில் நாகரிகம் என்று ஒன்று இருந்ததே இல்லை" என்று நினைத்தவரும் பேசியவரும் எழுதிய-வருமே வியக்குமாறு இச்சிந்துப் பிரதேச நாகரிகம் செங்கற்களிலும் சிறந்து விளங்குகின்றது எனின், இப்பிரதேசத்துப் பண்டைப் பெருமையை என்னென்பது!

1. ↑ Bitumen.
2. ↑ Gypsum Mortar.
3. ↑ Dr.Mackay's 'The Indus Civilization', pp.57, 58.

7

வீட்டுப் பொருள்களும் விளையாட்டுக் கருவிகளும்

வீட்டுக்குரிய பொருள்கள் - மொஹெஞ்சொ - தரோ மக்கள் தங்கள் வாழ்விற்குத் தேவையான எல்லாப் பொருள்களையும் பெற்றிருந்தனர் என்பது அங்குக் கிடைத்துள்ள பொருள்களிலிருந்து நன்கறியலாம். அப்பொருள்கள் களிமண்ணாலும் மரத்தாலும் செம்பாலும் வெண்கலத்தாலும் சங்கு, வெண்கல் முதலியவற்றாலும் செய்யப் பட்டவை. வீட்டுக்குரிய பெரும்பாலான பொருள்கள் களி மண்ணாற் செய்யப்பட்டனவே ஆகும். சிறப்புடை நாட்களில் சங்காலும் வெண்கல்லாலும் செய்யப்பட்ட பொருள்கள் பயன்பட்டிருக்கலாம் என்று அறிஞர் அறைகின்றனர். மட்டாண்டப் பொருள்களே மிகுதியாக இருத்தலின், அவற்றைப் பற்றி முதற்கண் பேசுவோம்.

மட்பாண்ட மாண்பு - எந்த இடத்தில் நிலத்தை அகழ்ந்து ஆராய்ச்சி செய்யினும், அங்குக் கிடைக்கும் பலதிறப்பட்ட பொருள்களுள் ஆராய்ச்சியாளர் மட்பாண்டங்களையே சிறந்தவையாக மதிக்கின்றனர். ஒரு நகரம் அழிவுறும்போது - துறக்கப்படும்போது அந்நகரத்தார் விட்டுச் செல்வன மட்பாண்டங்களே ஆகும். பிறர் படையெடுப்பினாலும் சேதமாகாதனவும் கவரப்படாதனவும் மதிக்கப்படாதனவும் மட்பாண்டங்களே ஆகும். இவ்விரு காரணங்களாலும் அம்மட்பாண்டங்களும் அவற்றின் சிதைவுகளும் அந்நகர மக்களின் உண்மைநாகரிகத்தை உள்ளவாறு உணர்த்துவனவாகும் என்பது ஆராய்ச்சியாளர் கருத்து, அவையே அம்மக்களின் காலம், அறிவு, ஆற்றல் இன்ன பிறவும் உண்மையாக உணர்த்தும் ஆற்றல் உடையன. இக்காரணங்களாற்றான் சிந்துப்பிரதேச ஆராய்ச்சியாளர், சிந்துப் பிரதேசத்தில் உள்ள பல இடங்களிற் கிடைத்த மட்டாண்டங்களையும் சிதைந்த மண் ஒடுகளையும் விடாமற் பாதுகாத்து வருகின்றனர்; மொஹெஞ்சொ - தரோவில் உள்ள இல்லங்களிலும் கழிநீர்ப் பாதைகளிலும் சிதைந்தும் சிதையாமலும் கிடைத்த மட்பாண்டங்களைச் சேமித்து வைத்துள்ளனர்.

பலவகை மட்பாண்டங்கள் - மொஹெஞ்சொ - தரோவில் விளையாட்டுக் கருவிகள் முதல் வீட்டிற்குப் பயன்பட் மட்பாண்டப் பொருள்கள் வரை யாவும் பல திறப்பட்ட உருவங்களை உடையனவாக உள்ளன. சில நன்னிலையில் கிடைத்துள்ளன; சில அரைகுறையான

நிலையில் கிடைத்துள்ளன; பல சிதைந்த நிலையில் இருக்கின்றன. இவற்றுக்கும் ஹரப்பாவில் கிடைத்துள்ள பல திறப்பட்ட மட்பாண்டங்கட்கும் சிறிதளவே வேறுபாடு உள்ளது. இவ்வேறுபாடு கொண்டு, ஹரப்பா நகரம் மொஹெஞ்சொ - தரோவை விடச் சிறிது முற்பட்டதாக இருக்கக்கூடுமோ என்று ஐயுறுவாரும் உளர். இவ்விரண்டு இடங்களிலும் நாடோறும் கையாளப்பட்ட மட்டாண்டங்களைப் போன்றவை எகிப்திலும் பாபிலோனியாவிலும் நாடோறும் வீடுகளில் பயன்பட்டனவாகவே காணப்படுகின்றன. எனவே, அக்காலத்து நாகரிக நாடுகளில் எல்லாம் இம்மட்டாண்டங்கள் பெரிதும் ஒன்று போலவே இருந்தன எனக் கூறல் ஒருவாறு பொருந்துவதாகும்.

களிமண் கலவை - சிந்து ஆற்றுக்களி மண்ணே மொஹெஞ்சொ - தரோ மக்கட்குப் பேருதவி புரிந்ததாகும். அம்மண்ணில் ஓரளவு அப்ரகமும் சுண்ணாம்பும் அணுக்கள் வடிவில் கலந்திருந்தன. மட்பாண்பு வினையாளர் அம்மண்ணை ஓரள்வு தெள்ளிய மணலுடன் கலந்து நன்றாக அரைத்து, மட்பாண்டங்களையும் விளையாட்டுக் கருவிகளையும் ஏராளமாகச் செய்தனர். இக்கலவையினால் பொருள்கள் உறுதியாக இருக்கும் என்பதை அவ்வினையாளர் நன்கு அறிந்திருந்தமை வியப்புக்கு உரியதே ஆகும். இப்பலவகைப் பொருள்களை ஆராய்ந்த அறிஞர்கள், 'இம்மட் பாண்டங்களே உலகில் பழைமையும் உறுதியும் அழகும் பொருந்தியவை' என்று கூறி வியக்கின்றனர்.

வேட்கோவர் உருளைகள் - மட்பாண்டங்கள் அனைத்தும் வேட்கோவர் உருளையைக் கொண்டே செய்யப்பட்டவை ஆகும். வேட்கோவர், மட்பாண்டங்களை உருளைகள் மூலம் உருவாக்கிய பின்னர், அவற்றின்மீது செங்காவி நிறம் பூசிக் காயவைத்து, பின்னர் அவற்றை வழவழப்பாக்கி, இறுதியிற் சூளையிட்டனர். இவ்வேலைகட்குப் பின்னரே அம்மட்பாண்டங்கள் கண்கவர் வனப்புப் பெற்றுள்ளன. இங்ஙனம் உருளைகள் துணைக்கொண்டு செய்யப்படாமல் வேட்கோவர் தம் கைகளைக் கொண்டே செய்யப்பட்ட மட்பாண்டங்களும் சில கிடைத்துள்ளன. அவை **மகளிரால்** செய்யப்பட்டு, வீட்டிற்குள்ளேயே சூளையிடப்பட்டனவாக இருத்தல்கூடும் என்று டாக்டர் மக்கே போன்ற ஆராய்ச்சியாளர் கருதுகின்றனர்.

காளவாய் - வேட்கோவர் பயன்படுத்திய உருளைகளில் ஒன்றேனும் இன்று கிடைத்திலது. ஆயினும், அவர்கள் பயன்படுத்தின காளவாய்கள் சில சிதைந்த நிலையில் கண்டுபிடிக்கப்பட்டன. அவை வட்டவடிவில் 180 அல்லது 210 செ. மீ. சுற்றளவு உடையனவாக அமைந்துள்ளன. இவற்றின் அடிப்பாகத்தில். நிறையத் துளைகள் உள்ளன. சூளையிடப்பட வேண்டிய பொருள்கள் காளவாயின் மீதுள்ள சமமான இடத்தில் வைக்கப்பட்டன; அடியில் தீமூட்டப்பட்டது. தீ துளைகள் மூலம் மேற்சென்று, மேலே வைக்கப்பட்ட பொருள்களை வேகச் செய்தது, மேற்புறத்தில் குழை ஒன்று இருந்தது, அதன் வழியாகவே புகை வெளிச்சென்றது. சூளையிடப்பட்ட பொருள்களைக் காண்கையில், காளவாய்கள் முதற்றரமான முறையில் இருந்திருத்தல் வேண்டும் என்பதும், வேட்கோவர் பண்பட்ட வினையாளர் என்பதும் எளிதிற் புலனாகின்றன. மெருகிடும் கருவிகள்

வேட்கோவர் மட்பாண்டங்களை மெருகிட என்றே ஒருவகைக் கருவியைப் பயன்படுத்தி வந்தனர் என்பது தெரிகிறது. அக்கருவி எலும்பினால் ஆனது. அது 38 செ. மீ நீளமும் 4 செ. மீ. அகலமும் 10 செ.மீ. கனமும் உடையது. அக்கருவி ஒன்று ஆராய்ச்சியாளருக்குக் கிடைத்தது. அதைப்போலவே சிறிய அளவுள்ள கருவிகள் சிலவும் கிடைத்தன. இவை

அல்லாமல் சிறிய எலும்புத் துண்டுகளும் கூழாங்கற்களும் மட்பாண்டங்களை மெருகிடுவதற்காகப் பயன்பட்டன. ஹரப்பாவில் 42 செ. மீ. நீளமுள்ள மெருகிடும் கருவி ஒன்று கிடைத்தது. இக்கருவிகள் தரையையும் சுவர்களையும் வழவழப்பாக்கவும் பயன்பட்டன. வேட்கோவர் இல்லங்களில் இம்மெருகிடும் பணியைப் பெண்பாலாரே செய்திருத்தல் கூடியதே என்று அறிஞர் அறைகின்றனர்: சூளையிடப்பட்ட பாண்டங்கள்மீது அழகிய நிறங்களைப் பூசியவரும் ஓவியங்கள் தீட்டியவரும் மகளிராகவே இருத்தலும் கூடியதே. என்னை? இன்றும் மொஹெஞ்செர்தரோவைச் சுற்றியுள்ள இராமங்களில் இவ்வேலைகளைச் செய்து வருபவர் பெண்மணிகளே ஆதலின் என்க.[1]

பலநிறப் பண்டங்கள் - மொஹெஞ்சொ - தரோ மக்கள் பயன்படுத்திய மட்கலன்களுள் ஒரு சில தவிரப் பெரும்பாலான ஏதேனும் ஒருவகை நிறம் தீட்டப் பட்டனவாகவே இருக்கின்றன. அவற்றுட்பல, செந்நிறம்பூசப்பட்டுக் கறுப்புப் பட்டைகள் அடிக்கப்பட்டுள்ளன. சிவப்பு கருமை என்னும் இரண்டு நிறங்களே பெரிதும் பயன்பட்டு இருப்பினும் பசுமை, வெண்மை, சாம்பல் நிறங்களும் மிகுதியாகவே பயன்பட்டுள்ளன. மஞ்சள் நிறம் அருமையாகவே பயன்பட்டுள்ளது. சில பாண்டங்கள் மீது வெளுத்த மஞ்சள் பட்டைமீது கறுப்புப்பட்டை அடிக்கப்பட்டிருக்கிறது. சில பாண்டங்கள் மீது பழுப்பு நிறம் தீட்டப்பட்டு அதன்மீது கறுப்புப்பட்டை அடிக்கப்பட்டுள்ளது.

இப்பன்னிற மட்பாண்டங்கள் மொஹெஞ்சொ - தரோவுக்குத் தெற்கே 128 செ.மீ. தொலைவில் உள்ள **அம்ரீ**யிலும் கிடைத்தன. அவற்றுள் சிவப்பும் கறுப்பும் மிகுதியாகப் பூசப்பட்டவையே பலவாகும். மொஹெஞ்சொ - தரோவிற்கு வடமேற்கில் 176 செ. மீ. தொலைவில் உள்ள 'நால்' என்னும் பழம்பதியிற் கிடைத்த மட்பாண்டங்கள் பல பச்சை நிறம் பூசப்பட்டவை ஆகும். இங்ஙனம் மட்பாண்டங்கட்கு நிறம் பூசும் வழக்கம் அப்பண்டைக்காலம் முதல் இன்று வரை இந்நாட்டில் இருந்து வருதல் கவனிக்கத் தக்கது. இப்பழக்கம் இன்றும் மொஹெஞ்சொ - தரோவுக்கு அருகில் உள்ள சில கிராமங்களிலும் இருந்து வருகிறது.

நிறங்களைப் பூசுவானேன்? - மட்கலங்களில் கட்புலனுக்குத் தெரியாத பல சிறிய துளைகள் இருத்தல் கூடும். நிறங்கள் உள்ளும் புறமும் பூசப்படுவதால் அத்துளைகள் அடைபடும்; அழகும் கொடுக்கும். இவ்விரு காரணங்களை நன்கு உணர்ந்த அப்பண்டை நகரத்து வேட்கோவர் தாம் செய்த மட்பாண்டங்கட்கு நிறம் பூசினர் என்று டாக்டர் மக்கே கருதுகின்றார். இங்ஙனமே தண்ணீர் சேமித்துவைக்கப் பயன்பட்ட பெரிய தாழிகள் **நிலக்கீல்** பூசப்பட்டிருந்தனவாம்.

ஓவியம் கொண்ட மட்பாண்டங்கள் - மொஹெஞ்சொ - தரோவில் ஓவியம் தீட்டப்பட்ட மட்பாண்டங்கள் பல கிடைத்துள்ளன. சிவப்பு நிறம் பூசப்பட்ட பாண்டங்கள் மீது கறுப்பு நிறங்கொண்டு தீட்டப்பட்ட ஓவியங்கள் காண்கின்றன, ஊர்வன, பறப்பன, நடப்பன, நீந்துவன முதலியன ஓவியங்களாகத் தீட்டப்பட்டுள்ளன. பறவைகள், விலங்குகள் இவற்றின் உருவங்களே பல விலங்குகளின் ஓவியம் புல் தரையுடனும் காடுகளுடனும் சேர்த்து இயற்கைக் காட்சியாக எழுதப்பட்டுள்ளன. பறவைகள் மரக்கிளைகளில் இருத்தல் போலவும், மரங்கட்கு அடியில் இருப்பன போலவும் தீட்டப் பட்டுள்ளன. இரண்டு காட்டுக்கோழிகள் புதர் அருகில் இருத்தலைப்போல எழுதப்பட்டுள. ஒரு தாழியின் மீது பல விலங்குகளின் உருவங்கள் தீட்டப்பட்டுள. இத்தகைய சித்திரங்கள் தீட்டப்பட்ட மட்பாண்டங்கள் **ஏலம்,**

சுமேர் முதலிய இடங்களிலும் கிடைத்துள்ளன. மொஹெஞ்சொ - தரோவில் கிடைத்த பாண்டங்கள் மீது மனித உருவம் தீட்டப்பட்டிலது. ஆனால் ஹரப்பாவில் கிடைத்த உடைந்த மட்கல ஒடு ஒன்றின் மீது மனிதன் உருவமும் குழந்தை உருவமும் தீட்டப்பட்டுள்ளன. இவை அல்லாமல், மொஹெஞ்சொ - தரோவில் கிடைத்த பாண்டங்கள் மீது மீன்தோல், ஒரு வட்டத்திற்குள் மலர், வாயில் மலர் வைத்துக்கொண்டு நிற்கும் மயில் மலர்க்கொத்துக்கள், மாவிலை, அரசிலை முதலியவற்றின் உருவங்கள் தீட்டப் பட்டுள்ளன. சிலவற்றின்மீது கழுகுகள் வரிசை வரிசையாகப் பறப்பன போலவும், மயில் ஒன்று பறப்பது போலவும் வரையப்பட்டுள்ளன. ஒன்றின்மீது **ஓடம்** ஒன்று எழுதப்பட்டுளது. சிந்து ஆற்றில் பல ஓடங்களைத் தினமும் கண்ட அம்மக்கள், ஓடத்தின் படத்தைத் தீட்டப் பெரிதும் விரும்பினரிலர். என்னை? ஓடம் திட்டப்பெற்ற பாண்டம் இதுகாறும் ஒன்றே கிடைத்த தாதலின் என்க.

எங்கும் எல்லா எழிலுறு ஓவியம் - ஒரு மட்பாண்டத்தின்மீது வட்டத்திற்குள் வட்டம் தீட்டப்பட்டுளது. இவ்வட்டங்கள் பிழைபடாமல் அமை வதற்காக, முதலில் சதுரக் கோடுகள் இழுக்கப்பட்டு, அவற்றின் உதவியால் வட்டங்கள் ஒழுங்காக அமைக்கப் பட்டுள்ளன. இவ் அமைப்பு முறை பிற நாட்டு மட்பாண்டங்கள் மீது காணுமாறு இல்லை என்று அறிஞர் அறைகின்றனர். மொஹெஞ்சொ - தரோவிலும் இம்முறை சில பாண்டங்கள் மீதே அமைந்துள்ளது. வேறு சில பாண்டங்கள் மீது கையால் வட்டங்கள் இழுக்கப்பட்டுள. எனவே, அவ்வட்டங்கள் நன்றாக அமைந்தில.

வேறு பல ஓவியங்கள் - சில தாழிகள் மீது மரங்கள் எழுதப்பட்டுள்ளன. அடிமரத்தைக் குறிக்கத் தடித்த கோடுகளும் கிளைகளைக் குறிக்க மெல்லிய வளைந்த கோடுகளும் இழுத்துவிடப்பட்டுள்ளன. சில பாண்டங்கள் மீது பிறைமதி திட்டப்பட்டுள்ளது. சிலவற்றின் மீது - திறம்படத் திட்டப்பட்டுள்ள சதுரங்க ஓவியம் குறிப்பிடத் தக்கது. ஒரு கட்டம் கறுப்பாகவும் மற்றொன்று சிவப்பாகவும் அளவு பிறழாமலும் வரையப்பட்டிருத்தல் வனப்புடன் காட்சியளிக்கின்றது. பல பாண்டங்கள் மீது முக்கோணம் ஒன்றாகவும் இரண்டாகவும் மூன்றாகவும் சேர்த்து எழுதப்பட்டுள்ளன.

மட்பாண்ட வகைகள் - மொஹெஞ்சொ - தரோவில் கிடைத்துள்ள மட் பாண்டங்களில் சில வேறெங்குமே இல்லாதவையாக இருத்தல் கவனித்ததற்குரியது. அவை சிந்துப் பிரதேசத்திற்கே உரியவை எனக் கூறல் தவறாகாது. நீர் அருந்தப் பயன்பட்ட பாண்டங்கள், அடியில் குமிழ் போன்ற கூரிய வடிவம் பெற்றுக் காண்கின்றன. அவை நீர் பருகிய பின்னர்க் கவிழ்த்து வைக்கப்பட்டன் போலும்! சில பாத்திரங்கள் அடிப்புறம் தட்டையாகவும் மேற்புறம் திரண்டு கூம்பிய வடிவத்துடனும் காண்கின்றன. இவை பலவகைக் கிண்ணங்கள், சிறு தண்டின்மீது பொருத்தப்பட்ட தட்டுக்கள், சிறிய அகல்கள், சிறிய மூக்குடைய ஏனங்கள், தட்டுகள், தாம்பாளங்கள், வட்டில்கள், படிக்கங்கள், குடங்கள், சிறிது குடைவான பாத்திரங்கள், மேசைமீது மலர் வைக்கப் பயன்படும் நீண்ட பாத்திரம் போன்றவை, பம்பர உருவில் அமைந்த சீசாக்கள், இக்காலச் சீசாக்களைப் போன்றவை, பானைகள், சட்டிகள், பெருந் தாழிகள், நீர்த் தொட்டிகள், பலவகை முடிகள், புரிமனைகள் எனப் பலவகை ஆகும்.

பூசைக்குரிய மட்பாண்டம் - இதன் உயரம் 5 செ. மீ. இஃது அடிப்புறத்தில் தண்டு போன்ற வடிவம் உடையது. இதன் மேற்புறம் வட்டில் ஒன்று வைக்கப்பட்டுள்ளது. இவ்வமைப்புடன் இருக்கும் இப்பாண்டம் பூசைக்கென்றே பயன்பட்டதாதல் வேண்டும் என்று அறி-

ஞர் கருதுகின்றனர். இத்தகைய கலன்கள் பாபிலோனிய நகரங்களான, '**கிஷ், உர், பாரா**' என்னும் இடங்களில் கிடைத்திருத்தல் கவனித்தற்குரியது.

கனல் சட்டி - இதுவும் மண்ணால் இயன்றதேயாம். இஃது, இக்காலத்து மரக்கால் போன்று காணப்படுகின்றது. இது நிறையத் துளைகள் இடப்பட்டு மேல் மூடியுடன் இருக்கின்றது. இதற்குள் நெருப்பிட்டு அறைக்குள் கட்டில்களுக்கு அடியில் வைப்பின், துளைகள் வழியே அனல் வெளிப்பட்டு அறைக்குள் உள்ள குளிரை அப்புறப்படுத்தும் அறை சூடாக இருக்கும். இக்கனல் சட்டிகள் பல கிடைத்துள்ளன. இக்கனல் சட்டிகளைப் பயன்படுத்திச் சுகவாழ்வு வாழக் கற்றிருந்த அப்பண்டைப் பெருமக்கள் பெருமையை என்னென்பது!

குமிழ்கள் கொண்ட தாழி - இது மிக்க வியப்பூட்டும் பாத்திரமாகும். இதனைச் சிறப்புடைப் புதை பொருள் என்று ஆராய்ச்சியாளர் எண்ணுகின்றனர். இதன் உடம்பில் முள், போன்ற அமைப்புகள் உள்ளன; அஃதாவது, குமிழ்கள் வரிசை வரிசையாக வைக்கப்பட்டுள்ளன.இதன் அடிப்புறம் கூம்பி ஒரு தண்டு போல் அமைந்துள்ளது. இத்தகைய நூதன பாண்டங்கள் மிகச் சிலவே கிடைத்துள்ளன.இவை போன்றவை இராக்கின்மேல்பகுதிகளில் உள்ள டெல் அஸ்மர் என்னும் இடத்தில் கண்டெடுக்கப் பட்டன என்பது கவனித்தற்குரியது.

வெண்கற் பானைகள் - வெண் கல்லாற் செய்யப்பட்ட பாண்டங்கள் சிலவேனும் மொஹெஞ்சொ - தரோவில் இருந்தன என்பதை உறுதிப்படுத்தச் சில சிதைந்த ஓடுகள் கிடைத்துள்ளன.இவை நீலங் கலந்த சாம்பல் நிறத்துடன் காணப்படுகின்றன. உடைந்த ஓடுகள் நிரம்பக் கிடைக்காமையின், இப்பாத்திரங்கள் மொஹெஞ்சொ - தரோவில் அருகியே இருந்தன என்று நினைக்கலாம். ஆனால், இவை சுமேரியாவில் நிரம்பக் கிடைத்துள்ளன. பலுசிஸ்தான் - ஈரான் எல்லைப் பிரதேசத்தில் கறுப்பும் நீலமும் தீட்டப்பட்ட இத்தகைய வெண்கற் பாத்திர ஓடுகள் பலவற்றை டாக்டர் மக்கே கண்டு பிடித்தனர். எனவே, 'இவை, சிந்துப் பிரதேசத்திற்கு மேற்கே பேரளவில் பயன்பட்டன; சிந்துப் பிரதேசத்தில் மிகக்குறைந்த அளவிலேயே பயன்பட்டன', என்று அவர் கூறுகின்றார்.

கைப்பிடி கொண்ட கலன்கள் - மொஹெஞ்சொ - தரோவில் கிடைத்த வாணல் சட்டி ஒன்று இருபுறமும் கைப்பிடி கொண்டதாக இருக்கின்றது. பெரிய தாழிகளின் கலயம் போன்ற மேல்மூடிகளின் மேற்புறத்தில் மட்டும் கைப்பிடிகள் உள்ளன. வேறு சில மட்கலன்களில் கைப்பிடிக்குப் பதிலாகக் கைவிரல் நுழையத் தக்கவாறு துளைகள் அமைந்துள்ளன. ஆயின், ஹரப்பாவில் ஒரு புறம் கைப்பிடி கொண்ட கலயமும் இருபுறம் கைப்பிடி கொண்ட கலயமும் கிடைத்தன. இரட்டைக் கைப்பிடி உள்ள பாத்திரங்கள் பல இராக்கில் கிடைத்துள்ளன.[2] கைப்பிடி களுடன் ஓவியம் தீட்டப்பட்ட பாத்திரங்கள் பல மால்ட்டாவில் கிடைத்துள்ளன.[3] கைப்பிடியுள்ள மூடிகள் ஜெம்டெட்நஸ்ர் என்னும் இடத்தில் கிடைத்துள்ளன[4]

மைக்கூடுகள் - மொஹெஞ்சொ - தரோவில் ஆடுகள் போலச் சிறிய கற்களில் செதுக்கப்பட்ட உருவங்கள் கிடைத்தன. அவற்றின் மேற்புறம் குழியாக இருந்தது. அக்குழி மை ஊற்றிக்கொள்ளப் பயன்பட்டதாம். இப்பொருள்கள் அங்கு மிகுதியாகக் கிடைக்கவில்லை. ஆனால், இவை போன்றவை பல கிரிஸை அடுத்த **ஏஜியன் தீவுகளில்** அகப்பட்டுள்ளனவாம். இவை '**உர்**' என்னும் இடத்தில் கி.மு. ஏழாம் நூற்றாண்டில் மைக் கூடுகளாகவே பயன்பட்டன என்று **ஸர் ஆர்தர் இவான்ஸ்** அறைகின்றார். இஃது உண்மையாயின், சிந்துப் பிரதேச மக்கள் 5000 ஆண்டுகட்கு முன்னரே **மையைக் கொண்டு** எழுதும் முறையைக்

கையாடி வந்தனர் என்பது அறியத்தகும்.

புரிமணைகள் - பல வகை மட்பாண்டங்களை வைக்கப் புரிமனைகள் பயன் பட்டன. அவை மண்ணாலும் மரத்தாலும் செய்யப்பட்டுள்ளன. அவை உயரமாகவும் பருமனாகவும் அமைந்துள்ளன. ஹரப்பாவில் 20 செ.மீ. உயரமுள்ள புரிமணைகள் கிடைத்தன. பெரிய-தாழிகளை வைக்க மரப்புரிமனைகளே பயன்பட்டன. சாதாரண மான புரிமணை போன்று கருங்கல்லைக் கொண்டு 30 செ.மீ. உயரத்தில் செய்யப்பட்ட புரிமணைகள் பல மொஹெஞ்சொ - த்ரோவில் கிடைத்தன. இவை இலிங்கங்களின் அடியில் வைக்கத்தக்க **'யோனிகள்'**, என்று இவற்றைக் கண்டு பிடித்த இராய்பஹதூர் தயாராம் சஹனி கூறியுள்-ளார். ஆயின், டாக்டர் மக்கே, இவை தூண்கட்கு அடியில் **வைக்கத்தக்க கல் புரி மணை-கள்**' என்று கூறியுள்ளார்.

புதைக்கப்பட்ட தாழிகள் - பல வீடுகளில் தானியங்களைக் கொட்டிவைக்கப் பயன் பட்ட பெரியதாழிகள் பாதியளவு நிலத்திற் புதைக்கப்பட்டுள்ளன. அவற்றின் மேற்பாகம் மிக்க வழவழப்பாக அமைந்துள்ளது. எலிகள் ஏறாதிருத்தற்கென்றே இவ்வளவு வழவழப்பாக இம்-மேற்பகுதி அமைக்கப்பட்டுள்ளது என்று டாக்டர் மக்கே கருதுகின்றார். நிலத்திற் புதைத்த மட்பாண்டங்களிற்றான் நகைகளும் பிற விலை உயர்ந்த பொருள்களும் வைத்துப் பாதுகாக்-கப்பட்டன. இப்பழக்கம் சிந்துப் பிரதேசக் கிராமங்களில் இன்றும் இருப்பதாக அறிஞர் கூறு-கின்றனர்.

எலிப் பொறிகள் - எலிகளைப் பிடிக்கும் பொறிகள் சுட்ட களிமண்ணால் இயன்றவை. இவற்றில் இரண்டு கண்டு பிடிக்கப்பட்டன. பொறிக்குள் உணவு முதலியவற்றை இரையாக வைத்து எலிகள் பிடிக்கப்பட்டு வந்தன.

பிங்கான் செய்யும் முறை - சில பெரிய தாழிகளின் வெளிப்புறமும் சிறிய பாண் டங்க-ளும் தட்டுகளும் பீங்கான் போலப் பளபளப்பாக்கப் பட்டுள்ளன. இதனால், சிந்துப் பிரதேச மக்கள் அப்பண்டைக் காலத்திலேயே பீங்கான் செய்யும் முறையை ஒருவாறு உணர்ந்திருந்-தனர் என்பது புலனாகிறது. இப்பிங்கான் போன்ற பளபளப்பு உண்டாக்கப் பல பொருள்-களைச் சேர்த்து அரைத்த கலவையையே பயன்படுத்த வேண்டும். சிந்துப் பிரதேச மக்-கள் அக்கலவையைப் பயன்படுத்தினர் என்பது வெளியாகிறது.ஆயின், இப்பிங்கான் போன்ற பொருள்கள் **ஏலம், சுமேர்** என்னும் நாடுகளில் இருந்த சவக் குழிகளில் கண்டெடுக்கப்-பட்டன. அதனால், இப்பொருள்கள் அங்கிருந்து கொண்டுவரப்பட் டிருத்தலும் கூடும் என்று அறிஞர் நினைக்கின்றனர்.

அம்மி, ஏந்திரம், உரல் - சிந்துப் பிரதேச மக்கள் அம்மி, குழவி, உரல் இவற்றைப் பயன்படுத்தினர். மாவரைக்கும் கல் ஏந்திரங்கள் நிரம்பக் கிடைத்துள்ளன.இவை பெரிய கல்-தட்டுகள் மீது வைக்கப்பட்டே மாவரைக்கப் பயன்பட்டன. அரைக்கும்பொழுது மா சிதறிக் கீழே விழாமல் இருப்பதற்காகவே கல் தட்டு ஏந்திரத்தின் அடியில் வைக்கப்பட்டிருத்தல் வேண்டும். ஹரப்பாவிலும் இத்தகைய ஏந்திரங்கள் கிடைத்துள்ளன. கல்லுரல்களும் ஹரப்-பாவில் கிடைத்துள்ளன.

பலவகை விளக்குகள் - ஹரப்பாவில் முட்டை வடிவத்தில் விளக்கொன்று கிடைத்தது. இதன் வாய்ப்புறம் குவிந்து, திரி இடுவதற்கு ஏற்றவாறு அமைக்கப்பட்டுள்ளது. இவ்விளக்-கிற்குள் ஒருவகை எண்ணெய் இட்டுத் திரியிட்டுக் கொளுத்தும் வழக்கம் இருந்திருத்தல்

வேண்டும். வேறு பலவகை விளக்குகளும் கிடைத்துள. மொஹெஞ்சொ - தரோவில் ஒரு வகை **மெழுகுவர்த்தி வைக்கும் தட்டுகள்** களிமண்ணாற் செய்யப்பட்டுள்ளன. 'அப்பழங்கா-லத்தில் மெழுகு வத்திகள் உபயோகத்தில் இருந்தன என்பது சுவை பயக்கும் செய்தியே ஆகும்', என்று டாக்டர் **மக்கே** கூறி வியக்கின்றார்.[5]

பிற பொருள்கள் - கதாயுதம் போன்று சாம்பல் நிறக் கல்லால் செய்யப்பட்ட ஒரு கருவி மொஹெஞ்சொ - தரோவில் கிடைத்தது. கல் ஊசி, எலும்பு ஊசி, கற்கோடரி, செம்பு அரி-வாள், மரக்கட்டில்கள், ! நாணற்பாய்கள், கோரைப்பாய்கள், மேசைகள், நாற்காலி போன்ற உயர்ந்த மரப்பீடங்கள் முதலியன இருந்தமைக்குரிய குறிகள் காணப்படுகின்றன. சுருங்கக் கூறின், மொஹெஞ்சொ - தரோவில் இல்லத்துக்குரிய எல்லாப் பொருள்களும் குறைவின்றி ஒருவாறு அமைந்திருந்தன என்று கூறுதல் பொருந்தும்

விளையாட்டுக் கருவிகள் - மொஹெஞ்சொ - தரோவில் வாழ்ந்த குழந்தைகள் பயன்-படுத்திய விளையாட்டுக் கருவிகள் பலவாகும்: மண் கொண்டு செய்யப்பட்ட விலங்குகள், பறவைகள், ஊர்வன, நீர்வாழ்வன, ஆண்பெண் பதுமைகள், சிறு செப்புக்கள் முதலியன நிரம்பக் கிடைத்துள்ளன. குச்சி ஒன்றில் கயிறு இணைக்கப் பட்டுள்ளது. அக்கயிற்றை அசைத்தற்கு ஏற்றவாறு அக்குச்சி மீது பறவை ஒன்று ஏறுவதும் இறங்குவதுமாக இருத்தற்-குரிய வசதியோடு கூடிய கருவிகள் சில கண்டெடுக்கப்பட்டன. சிந்துப் பிரதேச வேட்கோவர் இப்பொருள்களைச் செய்வதில் காட்டியுள்ள திறமை பெரிதும் வியப்புக்குரியதாகும். அப்பெரு மக்கள் 1.5 செ. மீ. உயரத்திலும் அழகு மிகுந்த பொருள்களைச் செய்துள்ளனர் எனின், அவர்தம் பண்பட்ட தொழிற் சிறப்பை என்னெனப் பாராட்டுவது இச்சிறிய பொருள்களும் ஒழுங்காகவும் வெளிப்புறம் மினுமினுப்பாகவும் எழில் மிகுந்து காணுமாறு செய்யப்பட்டுள்-ளமை இக்காலத்தார் பாராட்டுதற்கு உரியதேயாகும். தொழிலாளர் சங்கு தந்தம், கிளிஞ்சல் ஓடுகள், எலும்புகள் முதலியவற்றாலும் விளையாட்டுப் பொருள்களைச் செய்துள்ளனர். இத்-தகைய பொருள்கள் சிந்துப் பிரதேசத்தில் புதையுண்டுள்ள பிற நகரங்களிலும் கிடைத்தலால், இவ் வேலைப்பாடு அப்பழங்காலத்தில் உயரிய நிலையில் இருந் திருத்தல் வேண்டும் என்பது அறிஞர் கருத்து, களிமண் பொருள்கள் பலவும் பல திறங்கள் கொண்டவை.

இன்றும் ஊதும் ஊதுகுழல் - களிமண்ணைக் குடைவான உருண்டையாகச் செய்து அதன் உள்ளே சிறிது கற்களை இட்டுக் கலகல என்று ஒலிக்குமாறு செய்யப்பட்ட **கிலு-கிலுப்பைகள்** பார்க்கத்தக்கவை ஆகும். மண் பந்துகள், வால்புறம் துளையுடைய கோழி, குருவி போன்ற **ஊது குழல்கள்** கண்ணைக் கவர்வனவாகும். 'யான் ஓர் ஊதுகுழலை எடுத்து ஊதினேன். அது நன்றாக ஊதியது. 5000 ஆண்டுகட்குமுன் பயன்பட்ட ஊதுகுழல் இன்றும் அங்ஙனமே பயன்படல் வியத்தற்குரியது அன்றோ!' என்று அறிஞர் **சி.ஆர்.ராய்** கூறியுள்ளது வியப்பூட்டும் செய்தியாகும். ஒரு பறவை வடிவம் அமைந்த ஊதுகுழல் பலவகை ஓசைகள் உண்டாகுமாறு திறம்படச் செய்யப்பட்டுள்ளது குறிப்பிடத்தக்கது.

தலை அசைக்கும் எருது - வேட்கோவர், களிமண்ணைக்கொண்டு விலங்குகளின் தலை-வேறு - உடல்வேறாகச் செய்து, பிறகு இரண்டையும் இணைப்பதற்கு இயன்றவாறு துளை-கள் இட்டுச் சூளை யிட்டனர். பின்னர் இரண்டையும் கயிறுகொண்டு பிணைத்து விட்-டனர். இங்ஙனம் செய்யப்பட்ட விலங்குப் பதுமைகள் காற்றுப்படினும் கயிற்றை இழுப்பினும் தலையை அசைத்துக் கொண்டே இருக்கும். இவ்வாறு தலை அசைக்கும் விலங்குப் பது-

மைகளுள் எருதுகளே பலவாகக் கிடைத்துள்ளன. கைகளை அசைக்கும் குரங்குப் பதுமைகளும் கிடைத்துள்ளமை குறிப்பிடத்தக்கது.

வண்டிகள் - மொஹெஞ்சொ - தரோவில் களிமண் (விளையாட்டு) வண்டிகள் சில் கிடைத்துள்ளன. இவை மிக்க வனப்புடையவை: நன்கு உருண்டு ஓடக்கூடியவாறு அமைந்துள்ளவை. இவை, கி.மு.3200 ஆண்டுகட்கு முற்பட்ட 'உர்' என்னும் நகரத்திற் கிடைத்த கல்லிற் செதுக்கப்பட்ட தேர் ஒன்றினைப் பெரிதும் ஒத்துள்ளனவாம். இத்தகைய வண்டிகள் களிமண்ணாலும் வெண்கலத்தாலும் செய்யப்பட்டுள்ளன. வெண்கல வண்டிப் பதுமைகளிலிருந்து, அக்காலத்தவர் வண்டிக்கு மேற்கூரையை அமைத்துப் பலர் உள்ளே அமர்ந்து செல்லுவதற்கு ஏற்றவாறே வண்டிகளை அமைத்துப் பயன்படுத்தினர் என்பதை அறியலாம்: அவ்வண்டிகளைப் போன்றவையே இன்றும் சிந்துப் பிரதேசக் கிராமங்களில் இருப்பவை ஆகும். மண் விலங்குகளை மண் தட்டுகளில் நிறுத்திச் சக்கரம் அமைத்துக் குழந்தைகள் இழுப்பு வண்டிகளாகப் பயன்படுத்தினர் என்பதும் அறியத்தக்கது.

சொக்கட்டான் கருவிகள் - மொஹெஞ்சொ - தரோவில் களிமண்ணாலும் கற்களாலும் செய்யப்பட்ட பல திறப்பட்ட சொக்கட்டான் காய்கள், கவறுகள், தாயக்கட்டைகள் முதலியன கண்டெடுக்கப்பட்டன. கவறுகள் ஆறு பட்டைகளை உடையனவாகக் காண்கின்றன. ஒவ்வொரு பட்டையிலும் வட்டப்புள்ளிகள் இட்டு, வெவ்வேறுவித எண்கள் குறிப்பிடப்பட்டுள்ளன. தந்தத்தால் செய்யப்பட்டபாய்ச்சிகைகள் இக்காலத்தன போலவே அமைந்துள்ளன. இவை நிமித்தம் பார்ப்போரால் குறி கூறுவதற்காகப் பயன்பட்டவை. இவற்றின் மீது புள்ளிகள் இல்லை; ஓவியங்களும் நீலக்கோடுகளும் வரையப்பட்டுள்ளன. ஆதலின், இவை சொக்கட்டான் ஆடப் பயன்பட்டவை அல்ல என்று ஒரு சார் அறிஞர் அறைகின்றனர். இவை அல்லாமல், சொக்கட்டான் காய்கள் பல கல்லாலும் களிமண்ணாலும் செய்யப்பட்டு அழகிய நிறங்கள் பல பூசப்பட்டுள்ளன. ஆயின், ஆராய்ச்சியாளர் சிலர் இவற்றைச் **சிவலிங்க வடிவங்கள்** என்று கூறுகின்றனர். இவற்றின் மாதிரிகள் சில சென்னைப் பொருட்காட்சிச் சாலையில் வைக்கப்பட்டுள்ளன. அவை இக்காலத்தில் சதுரங்கம் ஆடுவோர் பயன்படுத்தும் காய்கள் (Pawns) போலவே இருக்கின்றன.

1. ↑ Drr Mackay's 'The Indus Civilization', p.142
2. ↑ 'Iraq' Vols. 1 - 4 published by the British School of Archaeology
3. ↑ M.A.Murray's 'Excavations in Malta', part II, pp. 26 - 28.
4. ↑ Dr.Mackay's 'The Indus Civilization', p.151.
5. ↑ In any case, it is extremely interesting to discover that candles were also in use at such an early date'. Dr.Macky' The Indus Civilization', p. 137

8

கணிப் பொருள்கள்

பயன்பட்டி கணிப்பொருள்கள் - மொஹெஞ்சொ - தரோவில் வாழ்ந்த பண்டை மக்கள் பொன், வெள்ளி, செம்பு, வெண்கலம், வெள்ளீயம், காரீயம் இவற்றைப் பயன்படுத்திப்பல அணிகளும் பொருள்களும் செய்து, கொண்டனர். ஆனால், அவர்கள் மிகுதியாகப் பயன்படுத்திய உலோகங்கள் செம்பும் வெண்கலமுமே ஆகும்.அவர்கள் இரண்டு உலோகங்களைத் தக்க முறைப்படி சேர்த்துப் புதிய உலோகம் செய்யவும் அறிந்திருந்தனர்.

பொன்னும் வெள்ளியும் - பொன் சிறப்பாக நகைகட்கே பயன்பட்டது. அப்பொன்னில் சிறிதளவு வெள்ளி கலந்துள்ளது. அதனால் அப்பொன் கோலார், அனந்தப்பூர் போன்ற இடங்களிலிருந்து கொண்டு செல்லப்பட்டிருத்தல் வேண்டும் என்று அறிஞர் அறைகின்றனர். மொஹெஞ்சொ - தரோ மக்கள் பொன்னையும் வெள்ளியையும் கலந்து 'எலக்ட்ரம்'[1] என்னும் புதிய உலோகம் ஒன்றைச் செய்யக் கற்றிருந்தனர் என்று ஆராய்ச்சியாளர் கூறுகின்றனர். இப்புதிய உலோகமும் நகைகள் செய்யவே பயன் பட்டதாம். அம்மக்கள் ஈயத்திலிருந்து வெள்ளி எடுக்கக் கற்றிருந்தனர்; அங்கனம் தாம் எடுத்த வெள்ளியையே பயன்படுத்திவந்தனர் வெள்ளியைக் கொண்டு காலணிகளும் சில பாத்திர வகைகளுமே செய்து பயன்படுத்தினர்.

செம்பில் ஈயக் கலவை - மொஹெஞ்சொ - தரோவில் கிடைத்த செம்புப் பொருள் களில் ஈயக் கலவை காணப்படுகிறது. ஈயக் கலவை கொண்ட செம்புக் கனிகள் இராஜபுதனம், பாரசீகம், பலுசிஸ்தானம் என்னும் மூன்று இடங்களில் உண்டு. அவை சிந்துவிற்கு அண்மையில் இருத்தலால் அங்கிருந்தே செம்பு கொண்டுவரப்பட் டிருத்தல் வேண்டும் என்பது அறிஞர் கருத்து.

செம்பில் நிக்கல் கலவை - செம்பில் ஈயத்தோடு நிக்கலும் கலந்திருப்பதாக அறிஞர் சோதித்து அறிந்துள்ளனர். இவ்வாறே சுமேரியாவில் கிடைத்த செம்பிலும் நிக்கல் கலந்துள்ளது. இந்நிக்கல் கலப்புடைய செம்புக் கனிகள் அரேபியாவில் உள்ள 'உம்மான்'[2] என்னும் இடத்திற்றான் இருக்கின்றன. எனவே, சுமேரியரும் சிந்துப் பிரதேச மக்களும் அவ்விடத்துச் செம்பையே பயன்படுத்தினர் என்று சிலர் கருது கின்றனர். ஆயின், இந்தியாவிலேயே **சோட்டா நாகபுரி**யில் உள்ள செம்புக் கனிகளில் நிக்கல் கலவை இன்றும் காணப்படுவதால், இக்கனிகளிலிருந்தே சிந்துப் பிரதேச மக்கள் செம்பைக் கொண்டு சென்றனராதல் வேண்டும்

என்று அறிஞர் மக்கே உறுதியாக நம்புகின்றனர்.[3] இதுவே பொருத்தமானதாகவும் தோற்று-கிறது.

செம்பு கலந்த மண் - செம்பு கலந்த மண் சிந்துப் பிரதேசத்திலேயே கிடைத்திருத்தல் கூடும் என்று எண்ணுதற்குரியவாறு மண்ணிலிருந்து செம்பை வேறாகப் பிரித்தமைக்குரிய அடையாளங்கள் காண்கின்றன. செங்கல் கொண்டு கட்டப்பட்ட தொட்டிகளில் செம்பு கலந்த மண் குவியல்களும் உருக்கப்பட்ட செம்புப் பாளங்களும் தட்டிகளும் கிடைத்ன ஆனால், இவை உருக்கப்பட்ட முறை உணருமாறு இல்லை. ஆதலின், பொதுவாக நிலத்திற் குழி செய்து அதில் நிலக் கரியும் செம்பும் மண்ணும் இட்டுத் தீப்பற்ற வைத்து, துருத்தி மூலம் சூட்டை மிகுத்துச் செம்பை உருகச் செய்யும் எளிய முறையையே அப்பண்டை மக்கள் கையாண்டனர்; இங்ஙனம் உருகிய செம்பைத் தரையில் வெட்டப்பட்ட சிறு கால்வாயில் பாய்ச்சிப் பாளம் பாளமாக எடுத்து வந்தனர். இம்முறையிற் கிடைத்த செம்புப் பாளம் ஒன்-றின் நிறை 2½ இராத்தல் இருந்தது. இதுகாறும் கூறியவற்றால், மொஹெஞ்சொ - தரோ மக்கள் சிந்துப் பிரதேசத்திலேயே கிடைத்த மண்ணுடன் கலந்த செம்பையும் வெளியிலிருந்து கொண்டுவரப்பட்ட செம்பையும் பயன்படுத்தி வந்தனர். என்பதை அறியலாம்.

வெண்கலம் - அப் பண்டைக்கால அறிஞர் வெள்ளீயத்தையும் செம்பையும் கலந்து வெண்கலம் ஆக்கக் கற்றிருந்தனர். அவர்கள் தொடக்கத்தில் செம்பையே மிகுதியாகப் பயன்படுத்தி வந்தனர்; ஆனால், செம்பைவிட வெண்கலம் உறுதி உடையது என்பதை அறிந்ததும், வெண்கலத்தையும் மிகுதியாய் பயன்படுத்தத் தொடங்கினர்; பொதுவாகச் செம்-பில் 100க்கு 9 முதல் 12 பங்கு வெள்ளியத்தைச் சேர்ப்பதைவிட்டு, 100க்கு 22 முதல் 26 பங்கு வரை வெள்ளியத்தைச் சேர்த்து வெண்கலமாக்கியுள்ளனர். அதே காலத்தில் சுமே-ரியாவிலும் இம் முறை கையாளப்பட்டது என்று டாக்டர் பீராங்க்போர்ட், டாக்டர் உல்லி போன்ற அறிஞர் கருதுகின்றனர். ஆயின், அது தவறு; சுமேரியர்க்கு வெண்கலம் செய்-யத் தெரிந்திலது. அவர்கள் பயன்படுத்திய வெண்கலம் பிறநாடுகளிலிருந்தே வரவழைக்கப்-பட்டது; சுமேரியர் செம்பைப் பயன்படுத்தவே அறிந்திருந்தனர். ஆயின், அதே காலத்தில் சிந்துப் பிரதேசமக்கள் செம்பையும் வெண்கலத்தையும் பயன்படுத்த நன்கு அறிந்திருந்தனர் என்று ஓர் **அறிஞர்**[4] அறைகின்றனர். சிந்துப் பிரதேச மக்கள் வெண்கலம் செய்த முறை மிக்க பண்புடையதாக இருந்ததால், பிற்காலத்தில் அசோகன் ஆட்சியில் நாலந்தாவில் இதே முறை சிறிதும் மாற்றமின்றிக் கைக் கொள்ளப்பட்டது.[5]

வெள்ளியம் - மொஹெஞ்சொ - தரோவில் செம்பொடு கலப்பதற்கே வெள்ளியம் மிகு-தியாக வேண்டியிருந்ததால், வெள்ளியத்தாற் பொருள்கள் பலவும் செய்யக்கூடவில்லை. அதனால், அம்மக்கள் பம்பாய், பீஹார், ஒரிஸ்ஸா, முதலிய பிற மண்டிலங்களிலிருந்து வெள்ளீயத்தை வரவழைத்திருத்தல் வேண்டும்.

காரீயம் - சிந்துப் பிரதேச மக்கள் காரீயத்தை மிகுதியாய்ப் பயன்படுத்தினர் என்று கூறுதல் இயலாது. அங்கு இதுகாறும் கிடைத்த பொருள்களுள் தட்டு ஒன்றே காரீயத்தால் செய்யப்பட்டதாக உள்ளது. இந்த உலோகத்தால் செய்யப்பட்ட வேறு பொருள்கள் கிடைக்-கவில்லை.

மக்களின் மதி நுட்பம் - ஒரே இடத்தில் எல்லாப் பொருள்களும் கிடைப்பது இயற்கை யன்று. ஒவ்வொரு பொருள் ஒவ்வோர் இடத்திற் கிடைப்பதே இயற்கை. ஆயினும், நாம்

நமக்குத் தேவைப்படும் பல பொருள்களைப் பல்வேறு இடங்களிலிருந்து வரவழைத்துக்கொள்கிறோம் அல்லவா? நம்மைப் போன்றே அப்பண்டைக்கால மக்களும் தங்கள் மதி நுட்பத்தால் அவை அவை கிடைக்கக்கூடிய இடங்களிலிருந்து வரவழைத்து, அவற்றைக் கூர்த்த மதியுடன் பயன்படுத்தி வந்தனர் என்பது மேற்சொன்ன செய்திகளிலிருந்து அறியலாம்.அச்செய்திகள் உண்மையாயின், அம்மக்கள் தென் இந்தியாவில் கோலார் வரை இருந்த நாட்டை நன்கு அறிந்திருந்தனர்; தென்னாட்டவருடன் வாணிபம் செய்தனர் என்பன அறியலாம். மணிகளும் பிறவும் செய்யப் பயன்பட்ட ஒருவகைப் பச்சைக்கல் (அமெஜான் கல்) நீலகிரியில் உள்ள 'தொட்ட பெட்டா' என்னும் இடத்திலிருந்து மொஹெஞ்சொ - தரோவுக்குக் கொண்டு செல்லப்பட்டது என்று அறிஞர் கூறுதல் உண்மையாயின், அச்சிந்துப் பிரதேசமக்கள் நீலகிரியையும் நன்கு அறிந்திருந்தனர் என்பது வெளியாம். அம்மக்கட்குச் சங்கும் முத்தும் தமிழகத்திலிருந்து போயிருத்தல் வேண்டும் என்பது அறிஞர் கருத்து. அஃதாயின், அவர்கள் தமிழ் நாட்டுடனும் வாணிபத் தொடர்பு கொண்டிருந்தனர் எனல் பொருந்தும். இங்ஙனம் அம்மக்கள் அப்பழங்காலத்தில் சரித்திர காலத்திற்கும் பல ஆயிரம் ஆண்டுகட்கு முன்னர் இந்தியா முழுவதிலும் வாணிபப் பழக்கம் கொண்டிருந்தனர் - ஆங்காங்குக் கிடைத்த பொருள்களை வாங்கிப் பயன்படுத்திச் சுகவாழ்க்கை வாழ்ந்தனர் என்னும் அரிய செய்திகளை அறிய எவர்தாம் வியப்புறார்!

வேலை முறை - அவ்வறிஞர்கள் செம்மையும் வெண்கலத்தையும் உருக்கி வார்ப்படமாக்கினர்; தகடுகளாகத் தட்டி ஆணி கொண்டு பொருத்தினர்; இவ்விரண்டு முறைகளாற்றான் எல்லாப் பொருள்களையும் செய்துகொண்டனர். ஆனால், அவர்கள் பொன், வெள்ளி இவற்றாற் செய்த பொருள்களுக்கே பொடி வைத்துப் பற்றவைக்கும் முறையைக் கையாண்டனர்.

செம்பு - வெண்கலப் பொருள்கள் - மொஹெஞ்சொ - தரோவில் வாழ்ந்த செம்பு வெண்கலக் கன்னார்கள் கத்தி, வாள், ஈட்டி, அம்பு முதலிய கருவிக்ளையும், பல்வேறு அளவுகளையுடைய கோப்பைகள் நீர்ச்சாடிகள், தட்டுகள், தாழிகள்.இவற்றின் மூடிகள் முதலிய வீட்டுப் பொருள்களையும் செய்யக் கற்றிருந்தனர்; சிறிய பொருள்களை உருக்கி வார்ப்படமாக வார்த்துச் செய்துள்ளனர்; பெரிய பொருள்களைத் தகடுகளாக அடித்துப் பொருத்திச் செய்துள்ளனர். இவற்றுள் பெரும்பாலான பொருள்களுக்குக் கைப்பிடியே இல்லை. இங்ஙனமே அம்ரீ, சான்ஹூதரோ இவ் விடங்களில் கிடைத்த செம்பு - வெண்கலப் பொருள்களுக்கும் கைப்பிடி இல்லாதது குறிப்பிடத்தக்கது.

ஈட்டிகள் - ஈட்டி நீண்டு அகன்ற இலைவடிவில் ஆனது கூரிய நுனி உடையது; பக்கங்கள் இரண்டும் கூராக்கப்பட்டவை. இங்கனம் அமைந்துள்ள ஈட்டி மரப்பிடி உடையது. இலைபோன்ற பகுதி மிகவும் மென்மையாக இருப்பதால் ஒரு முறை எறியப்பட்டதும் வளைந்து கெடும் இயல்புடையது. இதை நோக்க, அம்மக்கள் பகைவரை எதிர்நோக்கிப் போர்க்கருவிகளைச் செய்தவர் அல்லர் என்பதும், வேட்டைக்கே அக்கருவிகளைப் பயன்படுத்தினர் என்பதும் உணரலாம்.

உடை வாள்கள் - இது நடுப்பகுதி தடித்து, முனை மழுங்கி, இரு பக்கமும் கூர்மை ஆக்கப்பட்டிருக்கிறது.இதன் முனைமழுங்கி இருப்பதால், இது மாற்றாரைக் குத்தும் பொருட்டுச் செய்யப்பட்டதன்று என்பதை ஐயமற அறியலாம். மொஹெஞ்சொ - தரோவில் கிடைத்த

இத்தகைய உண்டவாள்களில் இரண்டே குறிப்பிடத்தக்கவை; ஒன்று 4.5 செ. மீ. நீளமும், 5.5 செ. மீ. அகலமும் 1 செ. மீ. கனமும் உடையது. மற்றொன்று அளவிற் சிறியது. இத்தகைய வாள்கள் சுமேரியாவில் கிடைத்தில; ஆயின், எகிப்து, சைப்ரஸ், சிரியா முதலிய நாடுக்ளில் கிடைத்தன. இவை யாவும் மரக் கைப்பிடி உடையனவே ஆகும்.

இடைவாள்களும் கத்திகளும் - இடுப்பில் செருகி வைக்கத்தக்க இடைவாள்கள் பல கிடைத்துள்ளன. அவற்றுள் சில நீண்டவை; சில குட்டை யானவை; சில இலைபோன்ற வடிவுடையவை; சில ஒரு புறம் கூரியவை.பல இருபுறம் கூரியவை. இவை அன்றிச் சிறிய கத்திகள் சில கிடைத்துள்ளன. கத்தி போலக் கல்லால் ஆன கருவிகள் சிலவும் கிடைத்திருக்கின்றன.

வேல்கள் - வெண்கலத்தால் செய்யப்பட்ட வேல்களே பலவாகும். அவை கூரிய முனையுடன் எளிதில் பாய்ந்தோடக் கூடியவாறு அமைக்கப்பட்டுள்ளன.அவற்றுட் பெரியவை37.5 செ.மீ.நீளமும் 12.5 செ. மீ. அகலமும் பல்வேறு வடிவமும் கொண்டவையாக உள்ளன. சிறியவையும் கூர்மை பொருந்திக் காணப்படுகின்றன.

அம்பு முனைகள் - இவை மெல்லிய வெண்கலத் தகடு கொண்டு செய்யப் பட்டவை. இவையே நிரம்பக் கிடைத்துள்ளன. இவை வேட்டையாடுவோரால் பெரிதும் பயன்படுத்தப்பட்டன என்பது தெரிகிறது. இவற்றுட் பல இருபுறமும் இரம்பத்தின் அமைப்பை உடையவை. ஈட்டி முனைகளைப் போலவே இவையும் மரக் கைப்பிடி உடையனவாகும்.

இரம்பம் - மொஹெஞ்சொ - தரோவில் கிடைத்த இரம்பங்கள் பல திறப்பட்டவை. ஒன்று அரை வட்ட வடிவத்தில் கூரிய பற்கள் வெட்டப்பட்டுள்ளது. வெண்கல இரம்பம் ஒன்று 38, 5 செ. மீ. நீளமும், 8.5 செ.மீ. அகலமும், 1 செ.மீ. கனமும் உடையது.இதற்கு அகன்ற மரக்கைப்பிடி இருந்திருத்தல் வேண்டும். கைப் பிடியை இரம்பத்தோடு பொருத்துதற்கென்று மூன்று துளைகள் இரம்பத்தில் அமைந்துள்ளன. இதன் பற்கள் வியப்புறு முறையில் அமைந்துள்ளன. இத்தகைய இரம்பம் சுமேரியாவிலும் எகிப்திலும் காணப்படவில்லை. இது சிந்துப் பிரதேசத்திற்கே தனிப்பெருமை தரவல்லதாக இருக்கின்றது. சிறிய இரம்பங்கள் சங்கறுக்கப் பயன்பட்டன போலும்! என்னை? இன்றும் வங்காளத்திற் சங்கறுப்பவர் இத்தகைய சிறிய இரம்பங் களையே பயன்படுத்துகின்றனர். ஆதலின் என்க. ‘சங்கறுப்ப தெங்கள் குலம், சங்கரனார்க் கேதுகுலம்’ என்று பாடிய நக்கீரர் பிறந்த தமிழகத்திலும் சங்கறுக்க இத்தகைய இரம்பங்களையே பயன்படுத்தியிருத்தல் கூடியதே அன்றோ?

உளிகள் - இவை பல வகைப்பட்டவை: பெரியவை 12, 5 செ. மீ. உயரத்திற்கும் மேற்பட்டவை; சிறியவை 4.5 செ. மீ. உயரமுடையவை. இவை இருபுறமும் கூர்மை உடையவை. பல உருட்டு வடிவில் அமைந்தவை; ஒன்று மட்டும் பட்டை வடிவில் அமைந்தது. இப்பட்டை வடிவ உளி சுமேரியா முதலிய அயல் நாடுகளில் கிடைத்திலது. இவ்வுளிகள் கல்லையும் மரத்தையும் செதுக்கப் பயன்பட்டவையாகும்; முத்திரைகளைச் செதுக்கு வதற்கென்றே மிக நுண்ணிய முனையுடன் கூடிய சிற்றுளிகளும் கிடைத்துள்ளன.

தோல் சீவும் உளிகள் - தோலைக் கொண்டு தொழில் புரிந்தவர் பயன்படுத்திய உளி தனிப்பட்ட முறையில் அமைந்துள்ளது. அக்காலத்தவர் செருப்புகளை அணிந்து இருந்தனர் என்பதற்குரிய சான்றுகள் இதுகாறும் கிடைத்தில. ஆயினும், மிருதங்கம் போன்ற சில வாத்தியங்கள் இருந்தன என்பதற்குரிய சான்றுகள் கிடைத்துள்ளன. எனவே, தோல் வேலை

அக்காலத்தில் இருந்தது என்பதை உணரலாம். அத்தோல் - தொழிலாளர் மேற்சொன்ன உளியைப் பயன் படுத்தினர் போலும்! அது கத்தி போன்ற தகடு கொண்டு உளி போல முனையில் மட்டும் கூர்மை உடையதாகச் செய்யப்பட்டுள்ளது. ஓர் உளி மரப்பிடியுடன் கிடைத்துள்ளது. அம்மரப்பிடி, இக்காலத்துக் கத்திப் பிடிகட்குப் பயன்படுத்தும் மரங்கொண்டே செய்யப்பட்டிருத்தல் மிக்க வியப்பூட்டுவதாகும்.

கோடரிகள் - கோடரிகள் நீண்டும் குறுகியும் அகன்றும் உள்ளன. இவை, அச்சுச் செய்து அதில் உலோகத்தை உருக்கி வார்த்துச் செய்யப்பட்டவை என்று அறிஞர் மதிக்கின்றனர்; வார்ப்படம் வார்த்த பிறகு எடுத்துச் சம்மட்டி கொண்டு அடித்துச் சரிப்படுத்தி ஒழுங்கான கோடரியாகச் செய்யப்பட்டுள்ளன. ஒரு கோபரி 27.5 செ.மீ நீளமும்: பவுண்ட் 3 அவுன்ஸ் நிறையும் உடையதாகும். இக்கோடரிகள் நடுவில் மரக்காம்பை துழைக்கத் துளைகள் பெற்றுள்ளன.

வாய்ச்சி - மொஹெஞ்சொ - தரோவில் வெண்கலத்தால் செய்யப்பட்ட வாய்ச்சி ஒன்று கிடைத்தது. அது மிகுந்த வேலைப்பாடு கொண்டது. அதன் நடுவில் மரக்காம்பு நுழைய இடம் விடப்ப்ட்டுள்ளது. அதன் நீளம் 25 செ.மீ. ஆகும். அது, காகஸஸ் மலைப் பிரதேசத்தில் கூபன் ஆற்றுப் படுகையிற் கிடைத்த வாய்ச்சியை ஒத்துள்ளது வியப்புக்குரியது.இதன் காலம் இன்னது என்பதை இன்று உறுதியாகக் கூறல் இயலவில்லை.

மழித்தற் கத்திகள் - மொஹெஞ்சொ - தரோவில் நான்கு விதமான மழித்தற் கத்திகள் கிடைத்துள்ளன: (1) அரை வட்ட வடிவில் நீண்ட கைப்பிடி கொண்டவை. இவையே மிகுதியாகப் பயன்பட்டவை. (2) 'ட' போன்ற வடிவில் அமைந்துள்ளவை. (3) வளைந்திருக்கும் கத்தி. இதன் கைப்பிடி கத்தி வளைவுக்கு ஏற்றவாறு பின்புறம் வளைந்து விரித்துத் தலைபோலச் செய்யப்பட்டுள்ளது. இதுபோன்றவை, எகிப்தில் 'பாரோ மன்னர்' தம் 18ஆம் தலைமுறை ஆட்சியில் வழக்கில் இருந்தனவாம். (4) நான்காம் வகை மழித்தற் கத்தி நீண்டு நேராக முனையில் மட்டும் வளைவுடன் காணப்படுகிறது. இது மெல்லிய தகட்டில் மிக்க கூர்மையாகச் செய்யப்பட்டுள்ளது. இக்கத்தி பிறவற்றினும் அருகிக் கிடைத்திருத்தலால், மதிப்புடைய வகையாகக் கருதப்பட்டிருத்தல் கூடியதேயாம். இந்நான்கு வகை யன்றிச் சிறு மழித்தற் கத்திகளும் பல கிடைத்துள்ளன. இவை முகத்தில் மட்டும் இன்றி உடலிலும் மயிர் களையப் பயன்பட்டவையாகும். இவை மிகுதியாகக் கிடைத்தலால் இவற்றை 'இருபாலரும் பயன்படுத்தினர் போலும்!'[6] என்று டாக்டர் மக்கே கருதுகின்றார்.

உழு கருவிகள் - மொஹெஞ்சொ - தரோவில் கிடைத்த ஒருவகைக் கருவிகள் கல்லாற் செய்யப்பட்டுள்ளன. அவை 27.5 செ.மீ. நீளமும் 8.5 செ. மீ. அகலமும், 7.5 செ.மீ. உயரமும் உடையன. அவை இருபுறமும் கூராக்கப்பட்டவை. அவை அமைந்துள்ள முறையிலிருந்தும், மிக்க கனமாக இருப்பதிலிருந்தும் கலப்பைக் கருவிகளாக இருத்தல் கூடும் என்று அறிஞர் அபிப்பிராயப்படுகின்றனர். இவை போல்வன செம்பிலும் செய்யப்பட்டுள்ளன.

தூண்டில் முட்கள் - சிந்து யாறு மீன்கள் நிறைந்ததாதலின், அக்கால மக்கள் மீன் பிடிக்குந்தொழிலில் பேரார்வம் காட்டினர் என்பதைமெய்ப்பிக்கக் கணக்கற்ற தூண்டில் முட்கள் கிடைத்துள்ளன. இவை வெண்கலத்தால் இயன்றுள்ளன. வளைந்த முட்களை உடையன. இவற்றின் மேல்முனையில் நூல் நுழையத் துளை உள்ளது. அத்துளையில் உறுதியான கயிற்றை கட்டி மீன் பிடித்தனர்.

பிற கருவிகள் - மேற்கூறியவற்றுள் அடங்காத தச்சர்கள் பயன்படுத்திய கொட்டாப்பு-ளிகள், இழைப்புளிகள் கத்திகள், துளையிடும் கருவிகள், நெசவாளர் பயன்படுத்திய கரு-விகள், ஊசிகள் முதலியன பலவாகக் கிடைத்துள்ளன. துணி தைக்கும் ஊசிகள் 5 செ.மீ நீளமுடையவை. அவை செம்பாலும் வெண்கலத் தாலும் செய்யப்பட்டவை. இவையன்-றித் தந்தத்தால் இயன்ற தடிகள் சில கிடைத்தன. இவை 20 செ. மீ. நீளம் உடை-யவை; நன்கு வழவழப்பாக்கப்பட்டு இருபுறமும் கறுப்பு நிறம் பூசப்பட்டவை. இவற்றுள் சிறி-யவையும் காணப்படுகின்றன. இவை உடைகளை மாட்டி வைக்கச் சுவர்களில் செருகப் பயன்பட்டவை (Coal Stand) ஆகலாம். பளிங்குக் கல், சுண்ணாம்புக்கல், கறுத்த பச்-சைக் கல் போன்ற கடின பொருள்களைக் கொண்டு செய்யப்பட்ட **கதாயுதம்** போன்றவை கிடைத்துள்ளன. கொண்டை ஊசிகள், பொத்தான்கள், முகம் பார்க்கும் கண்ணாடிகள், கண்-ணுக்கு மை தீட்டும் ஊசிகள், பதுமைகள், மணிகள், பாண்டங்கள் முதலியனவும் செம்பா-லும் வெண்கலத்தாலும் செய்யப் பட்டுள்ளன. பொன்னாற் செய்யப்பட்ட கொண்டை ஊசிக-ள் மூன்று கிடைத்துள்ளன. பொத்தான்கள் எலும்புகளாலும் செய்யப்பட்டுள்ளன. பொன், வெள்ளி, செம்பு, வெண்கல்ம், உயர்தரக்கல் முதலியவற்றால் அணிகலன்கள் செய்யப்பட்-டுள்ளன. வெள்ளி, செம்பு, வெண்கலம், காரீயம், கல், மீண் முதலியவற்றால் பாத்திரங்கள் செய்யப்பட்டன. எனவே, சிந்துப் பிரதேச மக்கள் இந்த உலோகங்களைக் கொண்டு தம் வீட்டிற்கு வேண்டிய பாத்திரங்களையும், தமக்கு வேண்டிய அணிகலன் களையும், கருவிக-ளையும் செய்து நாகரிக வாழ்க்கை நடத்தி வந்தனர் என்பது தெளிவாதல் காண்க.

சாணைக் கல் - மொஹெஞ்சொ - தரோ மக்கள் கத்திகளையும் பிறகருவி களையும் தீட்டிக் கூர்மை ஆக்குவதற்குங் பொதுவாகச் செங்கற்களையே சாணைக் கற்களாகப் பெரிதும் பயன்படுத்தினர்; சிறப்பாகக் கருங்கல், வழவழப்புள்ள கல் முதலியவற்றையும் சாணைக் கற்-களாகப் பயன்படுத்தினர். வேறு சில கற்கள் உலோகங்களை மெருகிடுதற்கென்றே பயன்-பட்டன.

எண் இடப்பட்ட கருவிகள் - இந்நகரத்திற் கிடைத்த செம்புக் கருவிகளின் குவியல் ஒன்றில் இருந்த பல கருவிகள் சித்திரக் குறிகள் பதிக்கப்பட்டுள்ளன. இத்தகையக் குறி-யுள்ளவை ஹரப்பாவிலும் கிடைத்துள்ளன. "இவை அரசாங்கத்தார்க்கு உரியவை யாகலாம். அதனாற்றான். களவு போகாதிருக்க எண் இடப்பட்டுள்ளன. இங்ஙனம் கருவிகள் மீது எண் இடும் பழக்கம் பண்டை எகிப்திலும் கையாளப்பட்டது", என்று ஆராய்ச்சியாளர் அறைகின்-றனர்.

1. ↑ Electrum.
2. ↑ இச் சொல் ஆங்கிலத்தில் 'oman' எனப்படும்.
3. ↑ Dr.Mackay's, 'The Indus Civilization', p.122
4. ↑ Patrick Carleton's 'Buried Empries', p.155
5. ↑ K.N.Dikshit's 'pre - historic Civilization ofthe Indus Valley', p.54.
6. ↑ His 'The Indus Civilization', p. 180

9

விலங்குகளும் பறவைகளும்

மனிதனுக்கு முன் தோன்றிய விலங்குகள் - உலகம் தோன்றியபோது மனிதனுக்கு முன் தோன்றியவை விலங்குகளே என்பது உயிர்நூற் புலவர் முடிபு. முதலில் தோன்றிய மனிதன் இவ்விலங்குகட்குப் பயந்தே மலைக் குகைகளில் வாழ்ந்து வந்தான்; அவற்றைக் கொல்ல வில்லையும் கற்கருவிகளையும் பயன்படுத்தினான்; தான் வசதியோடு குடிசைகளைக் கட்டி வாழ அவ்விலங்குகளை ஒழிக்க வேண்டியவனானான். அவ்பொழுது அவன் வேட்டையா-டலை மேற்கொண்டான்; கொடுமையற்ற விலங்குகளை உணவாகக் கொண்டான்; இங்ஙனம் மனிதன் விலங்குகளை வேட்டையாடியதாற்றான் 'வேட்டுவன், வேடன்' என்னும் பெயர்க-ளைப் பெற்றான். அவனே மனித நாகரிக வரலாற்றின் முதற் பகுதிக்கு உரியவன்.

காலத்திற்கேற்ற மாறுபாடு - இவ்வாறு முதல் மனிதன் கண்டு அஞ்சியவிலங்குகள் பல இன்று இல்லை. அவை பல லக்ஷக்கணக்கான ஆயிரக்கணக்கான யாண்டுகட்கு முன்-னரே இறந்து விட்டன. அவற்றின் எலும்புக் கூடுகள் மண்ணுள் மறைந்திருந்தன. உயிர்நூல் அறிஞர் அவற்றைச் சோதித்துப் பல அரிய செய்திகளை வெளியிட்டுள்ளனர். சிந்துப் பிர-தேச நாகரிக காலத்தில் இருந்த விலங்குகள், சில இன்று இல்லை. அதற்கு முன் இருந்த விலங்குகள், சில சிந்துப் பிரதேச காலத்தில் இல்லை. குழந்தைகளையும் மனிதரையும் தூக்-கிச் செல்லும் பெருங் கழுகுகள் இப்பொழுது இல்லை அல்லவா? மிகப் பழைய காலத்-தில் அவை இருந்தன என்று உயிர் நூற் புலவர் கூறுகின்றனர். அவை இருந்தன என்-பதை இராமாயணம் - பாரதம், பிருஹத் கதை போன்ற பெருநூல்களில் உள்ள செய்திகளும் மெய்ப்பிக்கின்றன. இவை நிற்க, சிந்துப் பிரதேச விலங்குகளைக் காண்போம்.

சிந்துப் பிரதேச விலங்குகள் - ஆராய்ச்சியிற் கிடைத்த சில விலங்குகளின் எலும்புக் கூடுகளை அறிஞர் ஆராய்ந்துள்ளனர்; விளையாட்டுக் கருவிகளுள், பல விலங்குப்பதுமை-கள் காணப்படுகின்றன. விலங்குகள் பொறிக்கப்பட்டுள்ள முத்திரைகள் சில கிடைத்துள்ளன. இம் மூன்றைக்கொண்டும் சிந்துப் பிரதேசவிலங்குகள் இன்னவைதாம் என்பதை ஆராய்ச்சி-யாளர் முடிவு செய்துள்ளனர். அவற்றை ஒன்றன்பின் ஒன்றாக இங்குக் காண்போம்:

யானை - சிந்துப் பிரதேசத்தின் மேற்கெல்லை கீர்தர், இந்துகுஷ், சுலைமான் முதலிய மலைத் தொடர்களும் அவற்றைச் சேர்ந்த காடுகளுமே ஆதலின், காட்டு விலங்குகளாகிய யானை, புலி, கரடி, காண்டாமிருகம், காட்டு எருமை முதலியவற்றைச் சிந்துப் பிரதேச மக்கள் அறிந்திருந்தனராதல் வேண்டும். இவற்றுள் யானை முதன்மை பெற்றதாகும். விலங்கினத்தில் இணையற்ற பருவுடல் பெற்றுள்ள இவ்விலங்கு, அதன் தந்தம் பற்றிப் பெரு மதிப்புப் பெற்றிருந்தது. தந்தத்தால் இயன்ற சில பொருள்கள் மொஹெஞ்சொ - தரோவில் கிடைத்துள்ளமையால், சிந்துப் பிரதேச மக்கள் யானைகளை வளர்க்கவும் வேட்டையாடவும் அறிந்திருந்தனர் என்னல் தவறாகாது.

எருதுகள் - எருது மிகப் பழைய காலம் முதலே பயிர்த் தொழிற்குப் பயன்பட்ட விலங்காகும். ஏலம், சுமேர் முதலிய இடங்களிலும் இவ்விலங்கு உழுதொழிற்குப் பயன்பட்டது என்பதை அவ்வந் நாட்டு முத்திரைகள் வாயிலாக உணரலாம். இது வண்டியிழுக்கவும் பயன்பட்டது. இதன் பேருதவி கண்டே சிந்துப் பிரதேச மக்கள் இதனைத் தெய்வத்தன்மை வாய்ந்ததாக நினைத்தனர். சிவபிரான் யோகத்தில் இருப்பதுபோலவும், அவரைச் சுற்றிலும் சில விலங்குகள் நிற்றல் போலவும் பொறிக்கப்பட்டுள்ள முத்திரையில் எருதும் ஒன்றாக உள்ளது. சிவபிரான் பசு (விலங்குகட்கு பதி (தலைவன்) எனப்படுவதையே அம்முத்திரை குறித்ததாதல் வேண்டும் என்பது அறிஞர் கருத்து. அப்பழங்கால முதலே எருது சிறப்புடை விலங்காகக் கருதப்பட்டமையாற்றான் போலும், அது சிவனார்க்குரிய ஊர்தியாகப் பிற்றை நாளில் கருதப்பட்டது; 'நந்தி' என்னும் பெயர் இடப்பட்டது.

வேறோர் இனத்தைச் சேர்ந்த எருதும்[1] சிந்துப் பிரதேசத்தில் இருந்ததாகத் தெரிகிறது. ஆனால், அஃது இன்றைய ஐரோப்பிய எருதுகட்குத் தந்தை என்று அறிஞர் **தீக்ஷித்** கருதுகின்றார்; 'இவ்வெருது உருவங்கள் ஏராளமாகச் சுமேரியர் முத்திரைகளில் காணப்படுகின்றன.இவற்றைச் சிந்துப் பிரதேச மக்கள் நன்கு அறிந்திருந்தனர்; இவை இந்தியாவிலும் இருந்தன', என்று அவர் கூறுகின்றார்.

நாய்கள் - வீட்டு விலங்குகளுள் நாயும் ஒன்று அன்றோ? நாய் இல்லாத ஊர் ஏது? நகரம் ஏது? செங்கல்லைக் காயவைத்திருந்த போது அதன்மீதுநாய்கள் நடந்துசென்றமையால் உண்டானஅடிச்சுவடுகள் அப்படியே இருக்க, அக்கற்கள் சூளையிடப்பட்டு, வீடுகள் கட்டப் பயன்பட்டுள்ளன. அக்கற்களில் இன்றும் காணப்படும் அடிச்சுவடு களைக் கொண்டும் பதுமைகளைக் கொண்டும் அறிஞர், மொஹெஞ்சொ - தரோவில்நாய்கள் இருந்திருத்தல்வேண்டும் என்று கருதுகின்றனர். சாதாரண நாய்கள் அன்றி வேட்டை நாய்களும், இக்காலத்துப் 'புல் - டாக்' (Bull - dog) போன்ற நாய்களும் அங்கு இருந்தனவாம். ஓரின நாய்கள் குட்டை கால்களுடனும் சுருண்ட வாலுடனும் இருந்தன. மற்றோர் இன நாய்கள் நீண்ட அகன்ற காதுகளுடனும் நீண்ட வாலுடனும் இருந்தன. சில நாய்கள் கழுத்தில் பட்டைகள் கட்டப்பெற்று இருந்தன. "இறுதியிற் கூறப்பட்ட நாய்கள், இந்திய ஓநாய் இனத்திலிருந்து தோன்றியவை; சாதாரண நாய்கள் இந்திய நரி இனத்திலிருந்து தோன்றியவை', என்று அறிஞர் **பய்னி பிரசாத்** அறைகின்றனர். இத்தகைய நாய்களின எலும்புகள் ஹரப்பாவிலும் கிடைத்துள்ளன. இந்திய நாய்கள் மரக்கலங்கள் மூலம் பாபிலோனியாவுக்கு அனுப்பப்பட்டன என்பதிலிருந்து, நாய்களை வளர்க்கும் வழக்கம், பண்டைக்கால முதலே இந்தியாவில் இருந்ததென்பது தெளிவாம்.

பூனைகள் - சிந்துப் பிரதேசத்தில் நாய்களைப் போலப் பூனைகள் இருந்தன என்பது கூறக்கூடவில்லை. என்னை? சில எலும்புகளே பூனைகளைக் குறிப்பனவாகக் கிடைத்திருத்தலால் என்க. மேலும், பூனைகள் அபிசீனியாவிற்றாம் தோற்றம் எடுத்தவை. ஆதலின், அப்பண்டைக் காலத்தில் இந்தியாவில் மிகச் சிலவே கொண்டுவரப்பட்டிருத்தல் வேண்டும். பின்னர் நாளடைவில் பூனைகள் இந்தியாவிற் பெருகிவிட்டன.[2]

பன்றிகள் - பன்றிகளின் எலும்புகள் மொஹெஞ்சொ - தரோவில் கிடைத்துள்ளன. இவை அக்காலத்தில் மிக்கிருந்தன. ஆதலின், அம்மக்கள் இவற்றின் இறைச்சியை உண்டு வந்தனர். இவை அன்றிக் காட்டுப் பன்றிகளும் உணவுக்குப் பயன்பட்டன.

ஆடுகள் - மலையாடுகள், வெள்ளாடுகள் என்பவற்றைக் குறிக்கும் பதுமைகள் பலவாகும். வெள்ளாடுகள் சிந்துப் பிரதேசத்தில் மிக்கிருந்தன. காஷ்மீரப் பகுதிகளில் இன்றும் மலையாடுகள் உள்ளன. அவற்றைப்போன்ற ஆடுகளின் எலும்புக்கூடுகளே மொஹெஞ்சொ - தரோவிலும் ஹரப்பாவிலும் கிடைத்துள்ளன. அவ்வாடுகள் சிந்துப் பிரதேசத்தின் மேற்குமலைப் பிரதேசத்துக் காடுகளில் ஏராளமாக இருந்தனவாதல் வேண்டும். மலையாடுகளைப் போன்றே ஓவியங்கள் தீட்டப்பெற்ற மட்பாண்டங்கள் சிந்துப் பிரதேசம் முதல் சுமேரியா வரையுள்ள சிறப்பான இடங்களில் கிடைத்துள்ளன. எனவே, அவ்வரையாடுகளின் இறைச்சி சிந்துப் பிரதேச மக்களின் உணவுப் பொருள்களுள் ஒன்றாகச் சிறந்திருந்தது என்பதில் ஐயமில்லை.

கழுதைகள் - மொஹெஞ்சொ - தரோவில் கழுதைகள் இருந்தனவாகத் தெரியவில்லை; ஆனால், ஹரப்பாவில் இருந்தன. என்னை? அங்குக் கழுதைகளின் எலும்புக்கூடுகள் கிடைத்தன ஆதலின் என்க. ஆயினும், சிந்துப் பிரதேசத்துக் கழுதைகள் பயன்பட்ட விதம் உணருமாறில்லை. என்னை? பொதி சுமக்கவும் வண்டி இழுக்கவும் எருதுகளே பெரிதும் பயன்பட்டன. ஆதலின் என்க. சுமேரியாவிலும் இங்ஙனமே எருதுகள் பயன்பட்டன.

மான்கள் - பலவகை மான்களின் கொம்புகளும், எலும்புகளும் சிந்துப் பிரதேசத்திற் கிடைத்துள்ளன. அங்குப் புள்ளிமான்களும் கலைமான்களுமே மிக்கிருந்தன. இவற்றின் கொம்புகட்கும் இறைச்சிக்குமே சிந்துப் பிரதேசத்தவர் இவற்றை வளர்த்து வந்தனர். வேட்டையாடி வந்தனர். மான் கொம்பும் குளம்பும் மருந்துக்கும் பயன்பட்டிருத்தல் வேண்டும்.

எருமைகள் - மண்ணாலும் செம்பாலும் இயன்ற எருமைப் பதுமைகள் சில கிடைத்துள்ளமையால், சிந்துப் பிரதேசத்தில் எருமைகள் இருந்தன எனக் கூறலாம். ஆயின், சிந்துப் பிரதேசத் தட்ப வெப்ப நிலைகள் காரணமாக, அங்கு அவை நீண்டநாள் உயிர்வாழக் கூடவில்லை என்று அறிஞர் அறிவிக்கின்றனர்.

ஒட்டகம்மிகச் சில ஒட்டக எலும்புக்கூடுகளே சிந்துப் பிரதேசத்திற் கிடைத்தன. எனவே, அவை அங்குப்பலவாக இருந்தில எனக் கூறல் மிகையாகாது. மேலும் இவை அரேபியாவிலிருந்தே அப் பழங்காலத்தில் கொண்டு வரப்பட்டன எனக் கூறுதல் பொருத்தமானது.

முயல்கள் - முயல் மிகப் பழையகால விலங்கு என்பது உயிர் நூற் புலவர் முடிபு. முயல்களின் எலும்புகள் பல சிந்துப் பிரதேசத்திற் கிடைத்தன ஆதலின், முயல் உணவு சிறந்த உணவாகக் கருதப்பட்டிருக்கலாம் என்று அறிஞர் எண்ணுகின்றனர்.

ஆமை முதலியன - ஆமை ஒடுகள் மிகுதியாகக் கிடைத்துள்ளன. ஆமை இறைச்சி உணவாகக் கொள்ளப்பட்டது. ஆமை ஒடுகள் வேறு காரியங்கட்கும் பயன்பட்டன. அங்கு

முதலை இறைச்சியும் பயன்பட்டது. அங்குக் கீரி, குரங்கு, அணில், எலி இவை மிக்கிருந்தன என்பது விளையாட்டுப் பதுமைகள் மூலம் உணரக்கிடக்கிறது. எலிப்பொறிகள் கண்டெடுக்கப்பட்டன. இதனால், அங்கு எலிகள் துன்பம் பொறுக்க முடியாதபடி, இருந்தது புலனாகிறது.

பறவைகள் - இவற்றுள் மொஹெஞ்சொ - தரோ மக்கள் பெரு விருப்பமுற்று வளர்த்தவை கிளிகளே ஆகும். என்னை? **கிளிகள்** போலச் செய்யப்பட்டுள்ள பதுமைகள் அங்குப் பலவாகக் கிடைத்துள்ளமையால் என்க. பல பதுமைகளும் ஊது குழல்களும் கேர்ழி வடிவத்தில் செய்யப்பட்டு உள்ளமையால் கோழிகளும் பலவாக இருந்திருத்தல் வேண்டும் என்பது தெளியலாம். கோழிச் சண்டை[3] அக்காலத்தில் இருந்தது என்று அறிஞர் கருதுகின்றனர். எனவே சண்டைக்கு என்றே கோழிகள் தயாராக்கப்பட்டன என்பதும் அறியத்தக்க செய்தியே ஆகும், ஹரப்பாவில் கண்டெடுக்கப்பட்ட தாழிகள் மீது **மயிலே** சிறப்புறத் திட்டப்பட்டிருத்தலால், பண்டை மக்கள் மயிலை நன்கு அறிந்திருந்தனர் என்பது தெளிவாம். புறாக்களின் பதுமைகளைக் கொண்டு சிந்துப் பிரதேசத்தில் **புறாக்கள்** இருந்தன என்பதை அறியலாம். இப்பதுமைகள் மெசொபொட்டேமியாவில் கிடைத்த பறவைப் பதுமைகளை ஒத்துள்ளன. ஒரு பெண் பதுமையின் தலை மீது இரண்டு புறாக்கள் இருப்பதுபோலச் செய்யப் பட்டுள்ளன. இவை அன்றி **மைனாக்கள், பருந்துகள்** போன்றவையும் அங்கு இருந்தன என்னலாம்.

நாகங்கள் - ஹரப்பாவில் பாம்புப் பதுமைகள் கிடைத்துள்ளன; சில முத்திரைகள் பாம்பு படம் விரித்தாற் போலச் செதுக்கப் பட்டுள்ளன. சில பாண்டங்கள் மீதும் பாம்பு உருவம் தீட்டப் பட்டுள்ளது. அக்கால மக்கள் பாம்பை வணங்கி வந்தனர்; பாம்பிற்குப் பால் வார்த்தனர் என்று எண்ணுதற்குரிய குறிகள் காணப்படுகின்றன.

1. ↑ Bostauras (parent of the modern European cattle) K. N. Dikshit in his 'Pre - historic Civilization of the Indus Valley', p.39.
2. ↑ Pre - historic Civilization of the Indus Valley, p.41.
3. ↑ கோழிச்சண்டை மிகப் பழைய காலமுதலே தமிழகத்தில் உண்டு என்பதைப் புறப்பொருள் நூல்களால் உணர்க.

10

உணவும் உடையும்

விளைபொருள்கள் - சிந்து ஆற்றுவெளி பருவ மழையும் ஆற்றுப் பாய்ச்சலும் சிறப்புறப் பெற்று விளங்கியதாகும். ஆதலின், அங்கு இருந்த நிலங்கள் செழிப்புற்று இருந்தன; வண்டல் மண் படிந்திருந்தன: சிறந்த மருதநிலங்களாக விளங்கின. ஆதலின், அங்குக் கோதுமை, நெல், வாற் கோதுமை (பார்லி), பருத்தி, பட்டாணி, எள், பேரிந்து, முலாம்பழம் முதலியன ஏராளமாகப் பயிராக்கப்பட்டன. இன்றும் அப்பகுதிகளில் நெல்லும் கோதுமையும் சிறப்புடை விளை பொருள்களாக இருத்தல் கவனிக்கத் தக்கது. இப்பலவகை விளைபொருள்களை அப்பண்டை மக்கள் தாழிகளிற் சேமித்து வைத்திருந்தனர்.அத்தாழிகள் நிலத்தில் பாதியளவு புதைக்கப் பட்டிருந்தன.

மருத நிலமும் நகர் வளமும் - இங்ஙனம் மருத நிலப்பண்பு மிகுதிப்பட்ட சிந்துவெளியில், நகரங்கள் செழிப்புற்று இருந்தன என்பதில் வியப்பொன்றும் இல்லை அன்றோ? ஆற்றுப்பாய்ச்சல் பெற்ற மருத நிலமே, மக்கள் நாகரிக வாழ்க்கை நடத்த ஏற்றதெனத் தமிழ்நூல்களும் சான்று பகர்கின்றன. அங்குத்தான் அழகிய நகரங்களும் கோட்டை கொத்தளங்களும் அமைக்கப்படுதல் பெருவழக்கு ஆரியர், சிந்து - கங்கைச் சமவெளிகளில் நூற்றுக்கணக்கான அநாரியர் நகரங்கள் இருந்தன என்று ரிக் வேதத்தில் கூறியிருத்தலையும் சிந்து வெளியில் சுமார் 3200 கி. மீ. தொலைவு சுற்றிப் பல பண்டை நகரங்கள் மண் மூடு பட்டுக் கிடக்கின்றன; அவற்றைத் தோண்டி ஆராய்ச்சி நட்த்துதல் வேண்டும் என்று அறிஞர் பானர்ஜீ தம் அறிக்கையிற் கூறியிருத்தலையும் நோக்க, சிந்துப் பிரதேசத்தின் வளமும் அவ்வளப்பங் காரணமாகப் பல நகரங்கள் அங்கு அமைக்கப்பட்டமையும் நன்கு விளங்கும்.

புலால் உண்ட மக்கள் - மொஹெஞ்சொ - தரோவில் உள்ள தெருக்களிலும் இல்லங்களிலிருந்து வெளிப்படும் கால்வாய்களிலும் வடிகால் களிலும் பிற இடங்களிலும் எலும்புத் துண்டுகள் பல சிதறிக் கிடந்தன. அவற்றைப் பார்வையிட்ட ஆராய்ச்சியாளர், 'பொதுவாக இந்நகர மக்கள் புலால் உண்ணும் வழக்கத்தினர் என்று கருதுகின்றனர். இக்காலத்தில் சோற்றிலேயே இறைச்சியைக் கலந்து தயாரிக்கும் 'புலவு' (புலால்)[1] என்னும் ஒருவகை உணவு அக்காலத்திலும் சமைக்கப்பட்டு வந்தது. அம்மக்கள் சோற்றில் ஆடு மாடு, பன்றி, ஆமை, முதலை இவற்றின் இறைச்சித் துண்டங்களைக் கலந்து 'புலவு' செய்தனர்; பலவிகை மீன் இனங்களை உண்டு வந்தனர்; பலதிறப்பட்ட பறவைகளை உண்டு வந்தனர்; பிறநாடு-

களிலிருந்து கலன்கள் மூலம் கொண்டுவரப் பட்ட உலர்ந்த மீன் இனங்களும்[2] இறைச்சி வகைகளும் உண்டனர்; இறைச்சித் துண்டங்களை உலர்த்திப் பக்குவப்படுத்திப் பெரிய தாழிகளில் அடைத்து அவ்வப்போது பயன்படுத்தி வந்தனர். 'இத்தாழிகளில் வெள்ளாடு, எருது, செம்மறியாடு இவற்றின் எலும்புகள் கிடைத்துள்ளன. எனவே, இவ்விலங்குகளின் இறைச்சிகள் பதப்படுத்தி அடைத்து வைக்கப்பட்டன என்பது உண்மை. ஆனால், இப்பதப்படுத்தப்பட்ட இறைச்சித்துண்டங்கள் தினந்தோறும் பயன்படுத்தப்பட்டன என்றோ, விசேட காலங்களிற்றாம் பயன்படுத்தப்பட்டன என்றோ இப்போது திட்டமாகக் கூறுதல் இயலாது'.[3]

பிற உணவுப் பொருள்கள் - அப்பண்டை மக்கள் காய்கறிகளையும் பால், வெண்ணெய், தயிர், மோர், நெய் முதலியவற்றையும் உணவுப்பொருள்களாகக் கொண்டிருந்தனர்; பலவகைப் பழங்களையும் உண்டு வந்தனர்.

சமையற் பொருள்கள் - அவர்கள் மாவரைத்துப் பலவகை உணவுப் பொருள்கள் செய்யக் கற்றிருந்தனர். வாணல் சட்டி, ஆட்டுக்கல், இட்டலி ஊற்றும் சட்டி இவை கிடைத்துள்ளமையே இம்முடிபுக்குரிய சான்றாகும். குழம்பு கூட்டுவதற்குரிய வேறு கறிகள் செய்வதற்குரிய மசாலைப் பொருள்களை இடித்து, அவற்றைப் பல அறை (மசாலை)ப் பெட்டியில் வைத்திருந்தனர். அங்குக் கிடைத்த அம்மி - குழவி, கல் உரல் இவற்றால் மசாலைப் பொருள்கள் அரைக்கப் பட்டன என்பதையும், இடிக்கப்பட்டன என்பதையும் நன்குணரலாம்.

உணவு கொண்ட முறை - அக்காலத்தவருள் பலர் பாய்கள்மீது அமர்ந்து உணவுப் பொருள்களை எதிரில் - வைத்துக்கொண்டு உண்டனர். பணக்காரர் நாற்காலிகளில் அமர்ந்து உண்டனர் என்று முத்திரைகளைக் கொண்டு கூறலாம். எனினும், இது ஒரோவழிக் கொண்டிருந்த வழக்கமாகக் கோடலே பொருந்துவதாகும். என்னை? இன்னும் பெரும்பாலான இந்தியர் வீடுகளில் நாற்காலி - மேஜைகளை உண்பதற்குப் பயன்படுத்தாமையின் என்க. மரம், சிப்பி, சங்கு, களிமண், செம்பு, வெண்கலம் இவற்றாலாய கரண்டிகள், கறிகளையும் குழம்பு, வகைகளையும் சோற்றையும் எடுக்கப் பயன்பட்டன. உண்ணற்குதவும் கரண்டிகளோ முட்களோ கிடைக்காமையின், அவர்கள் கைகளாலேயே உணவு பிசைந்து உண்டனர் என்பது தெரிகிறது.

உடைகள் - அப்பழைய மக்கள் எத்தகைய உடைகளை எவ்வெவ்வாறு உடுத்திருந்தனர் என்பதை இன்று உறுதிப்படுத்திக் கூறுதற்குரிய சான்றுகள் கிடைத்தில. எனினும், அவர்கள் விட்டுப்போன ஓவியங்கள், பதுமைகள், முத்திரைகள் முதலியவற்றிற் காணப்படும் விவரங்களைக் கொண்டு, அவர்கள் உடைகளை உடுத்திவந்த முறைகளையும் உடை விசேடங்களையும் ஒருவாறு உணர்தல் கூடும். சிந்து வெளியில் பருத்தி மிகுதியாகப் பயிரானதாலும், நெசவுக்குரிய கருவிகள் அங்குக் கிடைத்தமையாலும் அம்மக்கள் நூல் நூற்று ஆடைகளை நெய்து உடுத்து வந்தனர் என்பது ஐயமறத் தெரிகிறது. எளியவர் சாதாரணப் பருத்தி ஆடைகளை அணிந்திருந்தனர். செல்வர் பூ வேலைப்பாடு பொருந்திய பருத்தி ஆடைகளைப் பயன்படுத்தி வந்தனர்; சிலர் கித்தான் போன்ற முரட்டு ஆடைகளை உடுத்தினர்; சிலர் நாரால் ஆன ஆடைகளையும் உடுத்திருந்தனர்[4] மொஹெஞ்சொ - தரோவில் கண்டெடுக்கப்பட்ட வடிவம் ஒன்றில் பூ வேலைப்பாடு அமைந்த போர்வை காணப்படுகிறது. அது சிறந்த வேலைப்பாடு உடையது. அத்தகைய போர்வைகளைச் செல்வரே பயன்படுத்தி வந்தனர் எனல் தகும். அவர்கள் தம் இடக்கையும் மார்பும் மறையுமாறு போர்வை போர்த்தினரா-

தல் வேண்டும். ஆயின், எளிய மக்கள் இடை ஆடையுடனே திருப்தி அடைந்திருந்தனரோ - எளிய விலையிற் கிடைத்த போர்வைகளை அணிந்திருத்தனரோ - தெரியவில்லை. மொஹெஞ்சொ - தரோவில் பலவகைப் பொத்தான்கள் கிடைத்தன. ஆதலின், அந்நகர மக்கள் சட்டைகளை அணிந்திருந்தனர் என்பது வெள்ளிடைமலை. கழுத்துப் பட்டைகளும் வழக்கில் இருந்தன.

அணங்குகளின் ஆடைச் சிறப்பு - பண்டைச் சிந்துவெளிப் பெண்மணிகள் பாவாடைகளைப் பெரிதும் பயன்படுத்தினர் என்பதை முத்திரைகளைக்கொண்டு கூறலாம். அவை முன்புறம் ஓரளவு குட்டையாகவும் பின்புறம் நீண்டும் இருந்திருக்கலாம்; நாடாக்களைக் கொண்டனவாக இருக்கலாம். பாவாடைகளை இறுக்க, மணிகள் சேர்த்துச் செய்யப் பட்ட (ஒட்டியாணம் போன்ற) அரைக்கச்சைகளை அம்மகளிர் பயன்படுத்தினர். அக்கச்சைகளுட் சில முன்புறம் முகப்பு வைக்கப் பட்டுள்ளன. செல்வர் வீட்டு மகளிர் மெல்லிய மேலாடைகளை அணிந்து வந்தனர். எளிய மகளிர் மேலாடைகளைப்பற்றி ஒன்றும் கூறக்கூடவில்லை. மொஹெஞ்சொ - தரோவில் இன்னும் தோண்டி எடுக்கப்படாத பகுதி பத்தில் ஒன்பது பங்கு. ஆதலின், இன்றுள்ள நிலைமையில் எதனையும் உறுதியாகக் கூறக் கூடவில்லை என்பது இங்கு நினைவில் இருத்தத் தக்கது.

மொஹெஞ்சொ - தரோவில் கிடைத்த களிமண் படிவங்களுள் ஆண் உருவங்கள் பெரும்பாலான ஆடை இன்றியே காண்கின்றன. பெண் உருவங்கள் அனைத்தும் ஆடையுடனே காணப்படுகின்றன. ஆகவே, இவற்றைக் கொண்டு, 'மொஹெஞ்சொ - தரோ ஆடவர் பண்டை எகிப்தியருட் பெரும்பாலரைப் போல் ஆடையின்றியே இருந்தனர்' எனக் கூறுதல் இயலாது என்று அறிஞர் தீக்ஷித் அறிவிக்கின்றார்.[5] இம் முடியே பொருத்தமானது.

முண்டாசு கட்டிய மகளிர் - மொஹெஞ்சொ - தரோவிற் கிடைத்த பெண் வடிவங்களுட்பல, தலையில் ஒருவகை முண்டாசுடன் காணப்படுகின்றன. சில ஆண் படிவங்களிலும் இத்தகைய முண்டாசுகள் உள்ளன. இங்ஙனம் தலையில் முண்டாசு கொண்ட படிவங்கள், ஆசியா மைனரில் உள்ள அடலியா (Adalia) என்னும் இடத்திலும், டெல் - அஸ்மர் என் னும் இடத்திலும், சிரியாவிலும் கிடைத்துள்ளன. இத் தலை முண்டாசுகள் பருத்தியால் ஆனவை; நிமிர்ந்து விசிறிபோல விரைப்புடன் இருக்குமாறு ஓரங்களில் பட்டை வைத்துத் தைக்கப்பட்டவை; கனமானவை. **இத்தகைய முண்டாசுகளை மங்கோலிய மகளிர் இன்றும் தலையில் அணிகின்றனர்** என்பது நன்கு கவனித்தத் தக்கது.[6]

கால் சட்டையோ? - தெய்வங்கள் எனக் கருதப்படும் ஆண் உருவங்கள் சில, முழங்கால் அளவுவரை துண்டுகளை உடுத்தியுள்ளன போலத் தோன்றுகின்றன. ஆயின் ஒரு படிவம் மட்டுமே முழங்காலுக்குக் கீழே தொங்குமாறு வேட்டிகட்டியுள்ளதுபோலத் தோற்றுகிறது. உட்கார்ந்திருக்கும் மற்றோர் ஆண் உருவம் நீண்ட வேட்டியுடன் காணப்படுகிறது. ஹரப்பாவில் கிடைத்த மட்பாண்டத்தின் மீதுள்ள ஓவியம் ஒன்றில் காணப்படும் மனித உருவம் கால் சட்டை அணிந்திருப்பது போலத் தோற்றுகிறது. ஆயின், அது கால்சட்டை அன்று நீண்டவேட்டிஒன்று காற்றில் காலைச்சுற்றிக் கொண்டபோது காணப்படும் நிலையினையே அது குறிப்ப தாகும்', என்று சிலர் செப்புகின்றனர். உண்மை உணரக் கூடவில்லை.

கூத்த மகள் - மொஹெஞ்சொ - தரோவில் கிடைத்த படிவங்களுள் வெண்கலத்தை உருக்கி வார்த்துச் செய்யப்பட்ட கூத்த மகள் சிலையே மிகச் சிறந்ததாகும். இவ்வொன்று-

தான் ஆடையே இன்றிக் காணப்படுகின்றது. இதைப்போலவே ஹரப்பாவிலும் வெண்கலப் படிவம் ஒன்று கிடைத்துள்ளது. அப்பெண் படிவங்கள் நீக்ரோ இனப்பெண்ணைக் குறிப்பனவாகவே தோற்று கின்றனவாம். அப்பதுமைகள் இரண்டும் நடனச் செயலைக் குறிக்கின்றன. மொஹெஞ்சொ - தரோவிற் கிடைத்த சிலையின் இடக்கை நிறைய வளையல்கள் உள்ளன; கூந்தல் சடையாகப் பின்னித் தலையின் பின்புறம் ஒதுக்கிக் கட்டப்பட்டு வலப்புறத் தோள் மீது படிந்துள்ளது. வலக்கை இடுப்பின்மீது இருக்கிறது. பண்டை எகிப்தில் நடனமாதர் ஆடையின்ளிச் சில வேளைகளில் நடிப்பது வழக்கமாம்.[7] அப்பழக்கம் சிந்து நாட்டிலும் இருந்திருத்தல் வேண்டும் என்று அறிஞர் கருதுகின்றனர்.

1. ↑ பண்டைத் தமிழ் மக்களுட் சிலர் திருமண விருந்துகளிலும் 'புலவு' செய்து உண்டு வந்தனர். என்பது அகநானூற்று 186ஆம் செய்யுளால் அறிக.
2. ↑ பண்டைத் தமிழர் ஏற்றுமதிப் பொருள்களில் உப்புப்படுத்திய மீனும் ஒன்றாகும் என்பது இங்கு அறியத்தக்கது.
3. ↑ Dr.E.Mackay's 'The Indus Civilization', p.185.
4. ↑ நாராடை மரவுரி போன்றது. இஃது அப்பழங்காலத்தில் உபயோகிக்கப்பட்டதை அறிவிப்பதற்கே போலும், இன்றைய மக்கள் நார்ப்பட்டை விசேட காலங்களில் அணிகின்றனர். PTS. Iyengar's 'The Stone Age in India', p.38,
5. ↑ 'Pre - historic Civilization of the Indus Valley', p.26.
6. ↑ Dr.E. Mackay's 'The Indus Civilization', p. 135.
7. ↑ பண்டைத் தமிழகத்தில் **விறலியர்** (ஒருவகை நடன மாதர்) விசேட காலங்களில் ஆடையின்றித் தழையை அரையிற் கட்டிக்கொண்டு ஆடுதல் மரபு - நற்றிணை, 170.

11

அணிகலன்கள்

அணிகலன்கள் - சிந்துப் பிரதேச மக்களின் உடை வகைகளை ஓவியங்கள், சிற்பங்கள் முதலியவற்றைக் கொண்டே அறிய வேண்டி இருக்கின்றன. ஆனால், அவர்கள் மகிழந்தேற்ற அணிகலன்கள் நிரம்பக் கிடைத்துள்ளமையால், அவற்றைப் பற்றித் தெளிவான உண்மைகளை உணர இடம் ஏற்பட்டுள்ளது. அம்மக்கள் பொன், வெள்ளி[1], வெண்பொன்[2], செம்பு, வெண்கலன், தந்தம், எலும்பு, மாக்கல், பலவகை இரத்தினக்கற்கள், களிமண், சங்கு முதலியவற்றைக் கொண்டு தத்தம் தகுதிக்கேற்ற அணிகளைவிதம் விதமாகச் செய்து அணிந்து வந்தனர். எளிய மக்கள் கறுப்பு - சிவப்புக் களிமண்ணால் நகைகள் செய்து சூளையிட்டு, அணிந்து வந்தனர். சிலர் ஒளிக்கற்களால் நகைகள் செய்து மெருகிட்டு, அவற்றில், வித விதமான நிறங்களைத் தீட்டி ஒளி வீசச் செய்து அணிந்துவந்தனர். செம்பு, சலவைக்கல், ஒருவகைக் கருங்கல், சங்கு எலும்பு, களிமண் இவற்றால் ஆன வளையல்கள் மிகப் பல கிடைத் துள்ளன. அவை இக்கால வடுக மகளிர் கால்களில் அணியும் வெள்ளிக் காப்புகளை ஒத்துள்ளன. மண், எலும்பு, சங்கு, சிவப்புக்கல் இவற்றால் ஆன மணிகள் பல கோக்கப்பட்டு மாலைகளாக இருக்கின்றன. அம்மணிகள் புன்னைக்காய் அளவிலிருந்து சுண்டைக்காய் அளவு வரை செய்யப்பட்டுள்ளன. அவற்றுட் சில தட்டையாகவும், சில வட்டமாகவும், சில நீளமாகவும் உள்ளன. எல்லா மணிகளும் இயன்றவரையிற் பளபளப்பாகவே காணப்படுகின்றன.

புதைக்கப்பட்ட நகைகள் - வெள்ளி, செம்பு முதலிய கலன்களில் இந்நகைகளை வைத்து, நிலத்தின் அடியிலும் கவர்களிலும் அப்பண்டை மக்கள் ஒளித்து வைத்திருந்தனர். இதனால், அம்மக்கள் தங்கள் நகரத்திற்கு உண்டாக இருந்த அழிவை எண்ணி இங்கினம் அணிகளை மறைத்து வைத்தனர் என்பதும், அச்சம் நீங்கிய பின்னர் வந்து அவற்றை எடுத்துக் கொள்ளலாம் என எண்ணினர் என்பதும், வெளியாம். ஆனால், அவர்கள் எண்ணியபடி திரும்பிவரக் கூடவில்லை போலும்!

புதையுண்ட வெள்ளிக் கலன்கள் - ஒரு வீட்டின் அடியில் தோண்டி எடுக்கப்பட்ட அணிகளுள் வெள்ளிப் பாத்திரம் என்று குறிப்பிடத்தக்கது. அதனுள் கழுத்து மாலைகள் பலவும், கடினமான உயர்தர மணிகள் பலவும் இருந்தன. அவ்வெள்ளிக் கலன் புதையுண்டிருந்த இடத்தில் வேறுபல அணிகள் மண்ணுள் புதையுண்டு கிடந்தன. அவற்றை எடுத்த

இராய்பகதுர் தயாராம் சஹ்னி என்பவர், இந்த வெள்ளிக் கலனும் இதைச் சுற்றிப் பூமியிற் புதையுண்டு கிடந்த அணிகளும் ஒரு பருத்தித் துணியில் கட்டப்பட்டுப் புதைக்கப் பட்டிருத்தல் வேண்டும். அத்துணி அழிந்த பின்னர் இவை இங்ஙனம் மண்ணுள் புதையுண்டன என்று கூறியுள்ளார்.

பிறிதோர் வீட்டின் அடியில் **இராய்பஹதூர் தீக்ஷஜித்** என்பார் வெள்ளிக் கலன் ஒன்றைக் கண்டெடுத்தார். அதனுள் கழுத்து மாலைகளும் பளபளப்புள்ள கல்மணிகளும் உலோகத்-துண்டுகளும் பொன்னாற் செய்யப்பட்டதலை நாடாக்களும் இருந்தன.

புதையுண்ட செம்புக் கலன் - வேறோர் இடத்தில் செம்பக் கலன் ஒன்று புதையுண்டு கிடந்தது.அதற்குள் தங்கக்கொண்டைஊசிகள், பெரிய வெள்ளிக் காதணிகள், சிவப்புக் கல் மணிகள், பிற அணிகலன்கள் இருந்தன. அந்தச் செம்புப் பாத்திரத்திற்கு உரிய முடியும் அகப்பட்டது. அம்மூடி கைப்பிடி கொண்டதாகக் காணப்படுகிறது.ஹரப்பாவில் ஆராய்ச்சி நடத்திய அறிஞர் வாட்ஸ் என்பார் பல நகைகளைக் கண்டெடுத்தார். அவற்றுட் பெரும்-பாலன மொஹெஞ்சொ - தரோவிற் கிடைத்தவற்றை ஒத்திருந்தன. சில எங்குமே காணப்ப-டாத வேலைப்பாடு பொருந்தியவையாக உள்ளன. அங்குக் கிடைத்த நகைகளும் தரையின் அடியில் புதையுண்டு கிடந்தனவே ஆகும்.

காட்சிக்கினிய கழுத்துமாலை - வெள்ளிப் பாத்திரம் ஒன்றில் வைக்கப்பட்டிருந்த நகை-களுள் கழுத்து மாலை ஒன்றே சிறப்பித்துக் கூறத்தக்க வேலைப்பாடு கொண்டது. அது பொன்னாலும் பச்சைக் கற்களாலும் செய்த மணிகள் கோக்கப்பட்டு நீண்ட அணிவடமாகக் காட்சியளிக்கிறது. தங்க மணிகள் தட்டையாகச் செய்யப்பட்டு அவற்றின்மீது குமிழ்கள் பற்ற-வைக்கப்பட்டுள்ளன. கண்ணாடி போன்ற கடினமான பச்சைக் கற்கள் பீப்பாய் வடிவில் செய்-யப்பட்டிருந்தன. ஒரு பொன்மணியும் அடுத்து ஒரு பச்சை மணியுமாக அம்மாலை கோக்-கப்பட்டுள்ளது. அதன் நடுவில் 'கடுத்தக்கல்' என்னும் ஒருவகை வைடுரியத்தாலும், சூரிய காந்தம்' எனப்படும் இரவைக் கல்லாலும் செய்யப்பட்ட ஏழு பதக்கங்கள் கோத்துத் தொங்க-விடப்பட்டுள்ளன. அதில் உள்ள பச்சைக்கல் வட பர்மாவிலும் திபேத்திலும் கிடைத்தலால், அவற்றுள் ஒன்றிலிருந்தே கொண்டுவரப்பட்டிருத்தல் வேண்டும்.[3]

மற்றும் இரு கழுத்து மாலைகள் - வேறொரு கழுத்து மாலையில் குழலி வடிவத்திலும் உருண்டை வடிவத்திலும் செய்யப்பட்ட தங்க மணிகளும், நீலப் பளிங்குக் கல்லாற் செய்-யப்பட்ட மணிகளும் சேர்க்கப்பட்டுள்ளன. அப்பளிங்கு மணிகளுட் சில இன்றும் நிறங்-குன்றாமல் பளபளப்பாகவே இருக்கின்றன. மற்றொரு மாலையில், தங்கத்தால் தட்டையாகச் செய்யப்பட்டு இரண்டு மணிகளைத் சேர்த்துப் பற்றவைத்துள்ளவை நீளமாகக் கோக்கப் பட்-டுள்ளன. இவை போன்ற மணிகள் பாபிலோனியா, எகிப்து, ட்ராய் முதலிய இடங்களிலும் கிடைத்தன. இவ்வெழில் மிக்க அணிவடங்களின் வேலைப்பாட்டைக் கொண்டு அக்கால மக்களின் சிறந்த அறிவை நன்குணரலாம்.

ஹரப்பாவில் கிடைத்த கழுத்து மாலைகள் - ஹரப்பாவில் கிடைத்த மாலைகள் பலவா-கும். அவை அனைத்தும் வியத்தகு வேலைப்பாடு கொண்டவை. 240 மணிகள் கோக்-கப்பட்ட நான்கு சாரங்கள் கொண்ட மாலை, 27 தங்க மணிகள் பற்பல வடிவிற்செய்து கோக்கப்பட்டமாலை, பலவகை வடிவிற் செய்யப்பட்ட 70 தங்கமணிகள் கொண்ட மாலை, பலவகைக் கல்மணிகளும் பொண்மணிகளும் கோக்கப்பட்ட மாலை எனப் பலகை மாலைகள்

கிடைத்துள்ளன. அவை இடையிடையே 7 பதக்கங்கள் முதல் 13 பதக்கங்கள் வரை கோக்கப்பட்டுள்ளன. இரத்தினக் கற்களால் ஆன மூன்று மாலைகளும் கிடைத்துள்ளன. சுருங்கக் கூறின், இத்துணை விதவிதமான மாலைகள் மொஹெஞ்சொ - தரோவிற் கிடைத்தில. கழுத்தை இறுக்கிய முறையில் அணியப்படும் அட்டிகையும் அக்காலத்தில் இருந்தது. ஆடவரும் கழுத்துமாலைகள் அணிந்திருந்தனர் என்பது அறியத்தக்கது.[4]

அழகொழுகும் இடைப்பட்டைகள் - பிற நகைகளில் இடுப்பில் அணியப் பயன்படும் இடைப்பட்டைகளே (ஒட்டியாணங்களே) சிறப்பானவை. இவை பண்பட்ட வேலைப்பாட்டுடன் கூடியூவை. இவற்றுள் இரண்டேகுறிப்பிடத்தக்கவை; ஒவ்வொன்றும் ஆறு சரங்களைக் கொண்டது. ஒவ்வொரு சரத்திலும் பீப்பாய் போலச் செதுக்கப் பட்ட சிவப்புக்கல் மணிகள் கோக்கப்பட்டுள்ளன. ஒவ்வொரு மணியும் 12 செ. மீ. நீளம் இருக்கிறது. இச்சிவப்பு மணிகட்கிடையே வெண்கலமணிகளும் கோக்கப்பட்டுள்ளன. இவை உருண்டையாயும் மலர் மொட்டுகள் போலக் குமிழாகவும் செய்யப்பட்டுள்ளன. இவையன்றி வெண்கலச் சதங்கைகளும் முத்துக்களும் கோத்த இ **பை பட் கைளும்** சில கிடைத்தன. இவை செந்நீல நிறத்துடனும் கண்கவர் வனப்புடனும் காணப் படுகின்றன. இப்பட்டைகளின் முடிவில் முகப்புகள் உள்ளன. அவை வெண்கலத்தாற் செய்யப்பட்டு, ஆறு சரங்களைக் கோத்தற்கு ஏற்றவாறு ஆறு துளைகளுடன் காணப்படுகின்றன. இவ்விடைப் பட்டைகள் களிமண் பதுமைகளிற் காணப்படும் இடைப்பட்டைகளைப் பெரிதும் ஒத்துள்ளன. ஒவ்வொன்றும் 100 செ. மீ. நீளம் இருக்கின்றது. இவற்றில் உள்ள கடினமான சிவப்புக் கற்கள் நன்கு மெருகிடப்பட்டுள்ளன. இவை 'குருந்தக் கல்' கொண்டு மெருகிடப்பட்டன என்று அறிஞர் அறைகின்றனர்.

துளை இட்ட பேரறிவு - மெருகிடப்பட்டமணிகளின் நடுவில் சரடு நுழைவதற்காகத் துளைகள் இடப்பட்டுள்ளன. அத்துளைகள் மிக்க ஒழுங்குடன் அமைந்துள்ளன. மணிகளின் இரண்டு பக்கங்களும் துளையிடப் பட்டுள்ளன. எல்லாத் துளைகளும் ஒரே அளவில் அமைந் திருத்தலே வியப்புக்குரியது. இங்ஙனம் திருத்தமான முறையில் **துள்யையிடுவதற்**கென்று அப்பேரறிஞர் பயன்படுத்திய நுட்பமான கருவி யாதென்பது விளங்கவில்லை. அங்குக் கிடைத்துள்ள செம்பாலான நுட்பமான துளையிடும் கருவிகளே இவ்வற்புத வேலைக்குப் பயன்பட்டிருக்கலாம். இவ்வற்புத வேலைப்பாடு அவ்வறிஞர் தம் நுண்ணறிவை நன்கு விளக்குவதாகும்.

ஆறு சரங்கொண்ட அழகிய கையணி - மொஹெஞ்சொ - தரோவில் கிடைத்த காப்புகள், வளையல்கள் முதலிய கையணிகளுள் சிறப்பித்துக் கூறத்தகுவன சில உள. அவையே உருண்டையான தங்கமணிகளை ஆறு சரங்களாகக் கோத்துச் செய்யப்பட்ட கையணிகள் ஆகும். உருண்டை மணிகட்கு இடையே தட்டையான தங்க மணிகளும் கோக்கப்பட்டுள்ளன. சரங்கள் முடியும் இடத்தில் அரைவட்ட வடிவில் தங்கத்தகட்டால் ஆன முகப்புகள் காணப்படுகின்றன. இவை போன்றவை ஹரப்பாவிலும் கிடைத்துள்ளன.

உள்ளே அரக்கிட்ட காப்புகள் - கையணிகளில் பலவகை இருக்கின்றன. தங்கம், வெள்ளி, செம்பு, வெண்கலம், பளிங்கு வெண்கல், கறுப்புக்கல், சங்கு, சிப்பி, களிமண் முதலியவற்றால் கையணிகள் செய்யப்பட்டுள்ளன. சில காப்புகளில் உட்புறம் அரக்கும் அரக்குப்போன்ற வேறொரு பொருளும் உருக்கி ஊற்றப்பட்டன என்பது தெரிகிறது. ஹரப்பாவில் பல காப்புகள் கிடைத்துள்ளன. அவற்றுள் ஒன்று முற்றும் செம்பினால் ஆனது ஒன்று

உள்ளே அரக்கிடத்தக்கதாக வெள்ளியால் செய்யப்பட்டது. ஹரப்பாவில் தங்கக் கடகங்களும் கிடைத்துள்ளன.

பலவகைப்பட்ட வளையல்கள் - செம்பாலும் வெண்கலத்தாலும் செய்யப்பட்ட கையணிகள், இப்போது செய்யப்படும் தங்க வளையல்கள் போலக் காட்சி அளிக்கின்றன. இவற்றுள் சில உருண்டையாகவும் சில தட்டையாகவும் செய்யப்பட்டுள்ளன. சில வளையல்களில் இரண்டு முனைகளும் பொருந்தியுள்ளன; சிலவற்றுள் வாய் விரிந்து காணப்படுகின்றது. சிப்பியால் செய்யப்பட்ட வளையல்கள் அகலமாக இருக்கின்றன. சிப்பித் துண்டுகள் இரண்டு மூன்று நூலால் இணைக்கப்பட்டுக் கைகளில் அணியப்பட்டன. பளிங்கு வளையல்கள் சிலவே காணப்படுகின்றன. அவை சிறிய பட்டாடையாகவும், பெரிய பட்டாடையாகவும் செய்யப்பட்டுள்ளன. களிமண் வளையல்கள் மிக்க கவனத்துடன் செய்யப்பட்டுச் சிறந்த முறையில் சூளையிடப்பட்டுள்ளன. இவற்றைச் செய்யப் பயன்பட்ட களிமண் மிகவும் உயர்ந்ததாகும் என்பது அறிஞர் கருத்து.

ஓவியம் திட்டப்பட்ட வளையல்கள் - களிமண் கொண்டு செய்யப்பட்ட வளையல்கள் வெவ்வேறு நிறங்களுடனும் ஓவியங்களுடனும் காணப்படுகின்றன. சில வளையல்கள் மீது புள்ளிகள் இடப்பட்டுள்ளன. இத்தகைய களிமண் வளையல்களை ஏழைப் பெண்மணிகளே அணிந்திருந்தனர் போலும்! இக்காலத்தும் ஏழை மாதர் செம்பு, வெண்கலம், பித்தளை, கண்ணாடி முதலியவற்றாற் செய்யப்படும் வளையல்களை அணிந்துள்ளனர் அல்லவா? இவர்களைப் போலவே, அக்கால ஏழை மகளிரும் இவற்றாலாய அணிகளை அணிந்தனர் என்று கோடல் பொருத்தமாகும்.

கால் காப்புகள் - மொஹெஞ்சொ - தரோவிற் கிடைத்த காப்பு வகைகளிற் கைக்குப் பயன்பட்டவை இவை, காலிற்குப் பயன்பட்டவை இவை, என்று உறுதியாகக் கூறுதற்கு இல்லை. ஆயினும், சில பதுமைகளின் கால்களில் வளைந்த கோணல் காப்புகள் இருப்பதாகத் தெரிவதால், அப்பழங்காலப் பெண்டிர் கால் காப்புகளை அணிந்திருந்தனர் என்று கூறுதல் தகும். இத்தகைய கால்காப்புகளையே சிம்லாவைச்சூழவுள்ள மலைப்பிரதேசத்தில் வாழும் பெண்டிர் அணிந்து வருகின்றனர். மேலும் கிரீட் தீவில் கண்டெடுக்கப்பட்ட மங்கிய உருவம் ஒன்றின் கால்களிலும் இத்தகைய கோணற்காப்புகள் காணப்படுகின்றன.[5] இவை போன்ற காப்புகளையே இன்றும் வடுக மகளிர் கால்களில் அணிகின்றனர்.

நெற்றிச் சுட்டிகள் - வட்டமாக முக்கோண வடிவத்திற் கூம்பியனவாகச் செய்யப்பட்டுள்ள நகைகள் சில மொஹெஞ்சொ - தரோவிலும் ஹரப்பாவிலும் கிடைத்துள்ளன.இவைகுழந்தைகளின் நெற்றியில் தொங்கவிடப்படும் பதக்கங்கள் போலக் காண்கின்றன. இவை, பஞ்சாபிலும் மார்வாரிலும் உள்ள பெண்கள் தலையைச் சுற்றிப் பொன் நாடா ஒன்றைக் கட்டி, அதிற் கோத்து அணியும் சுட்டி போலவே காணப்படுகின்றன. இச்சுட்டிகள் 5 செ. மீ. சுற்றளவுடனும் 6.10 செ. மீ. உயர்த்துடனும் காணப்படுகின்றன. இவை பொன், வெள்ளி, செம்பு, பீங்கான் முதலியவற்றால் செய்யப்பட்டுள்ளன. இவை தலைமயிருடன் இணைப்பதற்கும் நாடாவிற் கோப்பதற்கும் ஏற்றவாறு துளையுடன் கூடி இருக்கின்றன. சிப்பிகளில் மூன்று நான்கு அழகிய துண்டுகளைப் - பொருத்தியும் இத்தகைய சுட்டிகள் செய்யப்பட்டுள்ளன. இச்சுட்டிகளைக் கொண்ட களிமண் பதுமைகள் நிரம்பக் கிடைத்தமையால், இவை தலையணிகளே என்பது வெள்ளிடை மலை. இக்காலத்தில் **'நெற்றிச்சுட்டி'** என்று சொல்லப்படு-

வதும் நம் பெண்களால் தலையில் அணியப்படுவதுமாகிய தலை யணியைப் போன்றனவே இச்சுட்டிகள் எனல் ஒருவாறு பொருந்தும். இம்மாதிரியுள்ள சுட்டிகள் பல ஹரப்பாவில் கிடைத்துள்ளன. அவை நெற்றி முதல் உச்சித்தலை வரை ஒன்றன் பின் ஒன்றாக வைத்துக் கூந்தல்மீது அலங்கரிக்கப்பட்டன. இங்ஙனம் அலங்கரிக்கப்பட்ட நிலையில் சில பதுமைகள் காணப்படுகின்றன. இச்சுட்டிகள் பல பொன்னால் இயன்றவை: அடிப்புறம் கூந்தல் இழைகள் நுழையத் தக்கபடி வெள்ளி இணைப்புடன் விளங்குகின்றவை. இவற்றுள் ஒன்று 3 செ. மீ. உயரமும் அடிப்பாகத்தில் 4 செ.மீ. அகலமும் உடையது.[6]

காதணிகள் - சில களிமண் பதுமைகள் காதணிகளுடன் இருக் கின்றன.அவற்றால், அக்கால மகளிர் பலவகையான காதணிகளை அணிந்து வந்தனர் என்பதை அறியலாம். சில காதணிகள், தங்கச் சுருள் போலக் காணப்படுகின்றன. சில சிறு குழாய்களையுடைய குமிழ்-போலச் செய்யப்பட்டவை. அவை, காதுகளில் உள்ள துளைகளிற் செலுத்தப்பட்ட பின்னர் மற்றொரு துண்டு வைத்துத் திருகாணி போலப் பொருத்திவிடத் தக்கவாறு அமைந்துள்ளன. இவை தங்கத்தாற் செய்யப்பட்டவை; சிறிது கூம்பிய கோபுர. வடிவுடன் காணப்படுகின்றன. இக்கூம்பிய பகுதியிற்றான் குழாய் வைத்துப் பற்றவைக்கப்பட்டுள்ளது. வேறு சில காதணிகள் தங்கத்தால் வளையங்களாகச் செய்யப்பட்டுள்ளன. இவை, தமிழ்நாட்டு மகளிர் வடிகாதுக-ளில் அணிந்து கொள்ளும் வளையங்களாகக் காட்சி அளித்தல் கவனிக்கத் தக்கது.

மூக்கணிகள் - ஓரங்களிற் பற்களைக் கொண்ட சக்கரம் போன்ற தங்கத்தகடுகளும் பிற-வும் அக்கால மூக்கணிகளாகப் பயன்பட்டன என்று அறிஞர் சிலர் கருதுகின்றனர். ஆயின், **தீக்ஷித்** என்பவர், ‘மூக்கணிகள் அப்பண்டைக் காலத்தில் இருந்தன என்று உறுதியாகக் கூறக்கூடவில்லை. என்னை? களிமண் பதுமைகளுள் ஒன்றிலேனும் மூக்கணிக்கு உரிய அடையாளம் இன்மையின் என்க. மேலும் கி.பி.1200 - க்குப் பின்னரே மூக்கில் துளையி-டும் வழக்கம் முஸ்லிம்களால் இந்நாட்டிற் புகுத்தப்பட்டது’[7] என்று அறிவிக்கிறார். ஆனால், அறிஞர் **சி. ஆர். இராய்** என்பார், ‘சிந்துப் பிரதேச மகளிர் மூக்கணிகள் அணிந்திருந்தனர். அவ்வணிகள் காதில் உள்ள தோடுகளுடன் பொற்சங்கிலியால் இருபுறமும் இணைக்கப்பட்-டிருந்தன’,[8] என்று கூறுகிறார். ‘சிந்துப் பிரதேச மகளிர் நீலக் கல் பதித்த முக்கணிகளை அணிந்திருந்தனர் எனக் கூறலாம்’ என்று பாட்ரிக் கார்லிடன் என்பார் அறிவிக்கிறார்.[9] சிந்துப்பிரதேச ஆராய்ச்சிக்கென்றே சிறப்பான ஆராய்ச்சியாளராக இந்திய அரசாங்கத்தால் நியமிக்கப்பட்ட டாக்டர் மக்கே என்பவர், ‘அக்கால மாதர் மூக்கணிகளைப் பயன்படுத்தி-னர்; நீல நிறமுடைய பீங்கான் துண்டுகளையும் பயன்படுத்தினர்; ஒருவகை நீல அரக்கில் மேற்புறம் தட்டையாகச் செய்தோ, கற்கள், உலோகத் துண்டுகள், ஒவியங்கொண்ட துண்டு-கள் முதலியவற்றைப் பொருத்தியோ மூக்கணிகளைப் பயன்படுத்தினராதல் வேண்டும்’ என்று நுணுக்கமாக ஆராய்ந்து கூறுகின்றார்.[10] ‘ஹரப்பா நகரத்து மகளிர், சுற்றிலும் பற்களைக் கொண்ட சக்கரம் போன்ற அழகிய சிறிய தகடுகளை மூக்கணிகளாகப் பயன்படுத்தினர் என்று அறிஞர் வாட்ஸ் வரைந்துள்ளார்.[11]

மோதிரங்கள் - மோதிரங்கள் பலவாகக் கிடைத்துள்ளன. சில, கம்பிகளாகச் செய்து பட்-டையாகத் தட்டப்பட்டுள்ளன. பல, உலோகத்தைச் சுருட்டி வைத்து மோதிரமாக அடித்துச் செய்யப்பட்டுள்ளன. பெரும்பாலான மோதிரங்கள் செம்பு, வெண்கலம், சங்கு சிப்பி இவற்றால் செய்யப்பட்டுள்ளன. ஹரப்பாவில் தங்கமோதிரம் ஒன்றும் வெள்ளி மோதிரம் ஒன்றும்

கிடைத்தன. ஒரு மோதிரம் சதுர முகப்பு வைத்துச் செய்யப்பட்டுள்ளது. அம்முகப்பின் மீது குறுக்கும் நெடுக்குமாகக் கோடுகள் வரையப்பட்டுள்ளன. பீங்கான் மோதிரம் ஒன்றும் ஹரப்பாவில் கிடைத்தது.

பொத்தான்கள் - செம்பு, வெண்கலம், பீங்கான், மாக்கல் முதலியவற்றால் வட்ட வடிவத்தில் செய்யப்பட்ட பொத்தான்கள் பல கிடைத்துள்ளன. அவை பொதுவாக, மால்ட்டா, போர்ச்சுகல், தென் பிரான்ஸ் முதலிய நாடுகளிற் கிடைத்த பண்டைக் காலப் பொத்தான்களை ஒத்துள்ளன. அவை தட்டையாகச் செய்து சட்டை மீது பொருத்தித் தைப்பதற்கேற்றவாறு இரண்டு துளைகள் இடப்பட்டுள்ளன. உலோகத்தால் ஆன பொத்தான்கள் முன்புறம் குமிழாகச் செய்யப்பட்டு, அடியில் இரண்டு துளைகள் இடப் பட்டுள்ளன. சில பொத்தான்கள் பிறை வடிவத்தில் செய்யப் பட்டுத் துணியில் இணைத்துத் தைத்துக் கொள்ளத்தக்க வசதியுட்ன் காணப்படுகின்றன. ஹரப்பாவில் வெள்ளிப் பொத்தான்கள் சில கிடைத்துள்ளன. அவற்றின் நடுவே சிப்பித் துண்டுகள் அழகாக வைத்துப் பதிக்கப்பட்டுள்ளன. அவை பார்வைக்கு எழில் மிகுந்து காணப்படுகின்றன.

தலை நாடாக்கள் - மொஹெஞ்சொ - தரோவிற் கிடைத்த சில களிமண் பதுமைகள் வாயிலாக, அக்கால மக்கள் தலையில் ஒரு வகை நாடாவைச் சுற்றிக் கட்டிக்கொண்டிருந்தனர் என்பது வெளி யாகிறது. அக்கால ஆடவரும் பெண்டிரும், அந்நாடாக்களைப் பயன்படுத்தினர். இப்பழக்கம் சுமேரியரிடையும் மிகுந்திருந்தது. அந்நாடாக்கள் சுருணைகளாகச் சுற்றி வைக்கப்பட்டு, நகைக் குவியல்களுடன் கிடைத்தன. இவற்றுட் சில மங்கிவிடாமலும் உறுதி இழவாமலும் இருக்கின்றன. இவை 1 செ. மீ. அகலத்தில் மெல்லிய தங்கத் தகட்டால் சரிகைபோலச் செய்யப் பட்டுள்ளன. சில நாடாக்கள் 40 செ மீ நீளமாக இருக்கின்றன. அந்த நாடாக்களின் இருமுனைகளும் துளையிடப்பட்டு, இழுத்துக் கட்ட வசதி உடையனவாக இருக்கின்றன. சிலவற்றில் ஒருபுறம் முழுவதும் வரிசையாகத் துளையிடப்பட்டுள்ளது. இத்துளைகளில் பிற அணிகள் ஏதேனும் மாட்டித் தொங்கவிடப்பட்டிருக்கலாம் என்று அறிஞர் கருதுகின்றனர்.[12] சுமேரியர் இத்தகைய நாடாக்கள் மீது விலங்குகளின் சித்திரங் களையும், வெறும் புள்ளிகளையும் தீட்டிப் பயன்படுத்தி வந்தனர்.

கொண்டை ஊசிகள் - ஆடவரும் பெண்டிரும் கூந்தலைக் கோதிக் கொண்டை இடுவுதும் சுருட்டிக் கட்டிக் கொள்வதும் வழக்கம். அக்கட்டுகள் நெகிழ்னமல் இருக்கக் கொண்டைஊசிகள் பயன்பட்டன. அங்குக் கிடைத்த படிவங்களைக் காண்கையில், அம்மக்கள் பலதிறப்பட்ட கொண்டை ஊசிகளைப் பயன்படுத்தினர் என்பது தெளிவாம். சிதறுண்ட ஊசிகள் பல கண்டெடுக்கப்பட்டன. அவற்றுள் சிறப் புடையது வெண்கலக் கொண்டை ஊசி ஒன்றே ஆகும். அது 11 செ. மீ. நீளம் இருக்கிறது. அதன் உச்சியில் இரண்டு கறுத்த கலைமான் தலைகள் வெவ்வேறு திசையை நோக்குவனவாய் அமைந்துள்ளன. அக்கலைமான்களின் கொம்புகள் அழகுற முறுக்கிக் கொண்டிருப்பனபோலச் செய்யப்பட்டுள்ளன. மற்றொரு வெண்கல ஊசியில் சுருண்ட கொம்புடைய தலை ஒன்று காணப்படுகிறது. இவ்வகை ஊசிகள் சுமேரியர், எகிப்து, காகஸஸ், நடு ஐரோப்பா ஆகிய இடங்களிற் கிடைத்த ஊசிகளைப் போலவே இருக்கின்றன. தந்தம், எலும்பு முதலியவற்றால் ஆன கொண்டை ஊசிகளும் கிடைத்துள்ளன.சில ஊசிகள் தலைப்புறம் மட்டும் உலோகத்தாலும், குத்திக்கொள்ளும் பகுதி மரத்தாலும் செய்யப்பட்டுள்ளன. ஆயின், அவற்றின் தலைப்பகுதியே கிடைத்தது.

மரப்பகுதி அழிந்துவிட்டது. இவ்வாறு கிடைத்த தலைப்பகுதி ஒன்று 1 செ. மீ. உயரம் இருக்கின்றது; அதன்மீது மூன்று குரங்குகள் தோள்களிற் கைகோத்துக் கொண்டு சுற்றி உட்கார்ந்திருப்பனபோலச் செய்யப்பட்டுள்ளன. மற்றொன்றின் தலைப்புறம் வெண்கல்லால் ஆனது. அஃது, இரண்டு குரங்குகள் ஒன்றை ஒன்று அணைத்துக்கொண் டிருப்பனபோலச் செய்யப்பட்டுள்ளது. மற்றுஞ் சில தலைப் புறங்கள் தாமரை வித்துகள் போலவும், வேறு பலவகையாகவும் செய்யப்பட்டுள்ளன.

சமயத் தொடர்புள்ள பதக்கம் - கழுத்து மாலைகளில் கோக்கப்பட்டன போல இன்றித் தனிப்பட்ட வேலைப்பாடு கொண்ட பதக்கம் ஒன்று மொஹெஞ்சொ - தரோவிற் கிடைத்துள்ளது. இது 7 செ. மீ. நீளமும் 6 செ.மீ அகலமும் உள்ளது; வட்ட வடிவமானது. இது வெண்மை கலந்த மஞ்சள் நிற மாக்கல்லில் செய்யப்பட்டுள்ளது. இதன் மீது பிறை போலச் செதுக்கப்பட்டுள்ளது. இப்பிறையில், ஒற்றைக் கொம்புடைய எருதின் உருவம் காணப்படுகிறது. அதன் எதிரில் தொட்டி ஒன்று வைக்கப்பட்டுள்ளது; பிறையின் முனைகள் சேருமிடத்தில் ஏதோ ஒன்று தொங்குதல் போலக் காணப்படுகிறது. இப்பதக்கத்தில் செதுக்கு வேலை நிரம்பியுள்ளது. இதனுள் பலநிறச் சாந்துகள் அப்பியிருத்தல் கூடியதே. இப்பதக்கம் தங்கத் தகட்டில் வைத்துப் பதிக்கப்பட்டிருத்தல் வேண்டும். அத்தகட்டின் தலைப்புறத்தில் மாட்டிக்கொள்ளத் தக்கபடி வளையம் இணைக்கப்பட்டிருத்தல் வேண்டும். இது சமயத் தொடர்புடைய பதக்கமாக இருத்தல் வேண்டும்.[13]

பலவகைக் கற்கள் - சிந்துப்பிரதேசத்திற் கிடைத்த பலவகைக் கையணிகள், கழுத்து மாலைகள், இடைப்பட்டைகள், மோதிரங்கள் இன்னபிற அணிகளில் பதிக்கப்பட்டுள்ளவையும் தனியே கிடைத்துள்ளவை யுமான பலவகை வியத்தகு மணிகள் யாவை? அவை இரவைக் கற்கள், சிவப்பு, மஞ்சள், நீலம், சூரிய காந்தக் கற்கள், வைடுரியம், இரத்தினக் கற்கள், தூய்மை செய்யப்படாத வைடூரியம், கோமேதகம், இரத்தம் போன்ற செந்நிறமுடைய மாணிக்கம், வயிரம், பாம்புக்கல், கூரிய ஒருவகைக் கற்கள், 'அமெஸான்' எனப்படும் ஒருவகைப் பச்சைக் கல், வேறு (பல்வேறுபட்ட) கற்கள்,[14] ஸ்படிகம், உலோகக் கலவைக்கல், பளிங்குக்கல் முதலியன ஆகும். நீலம் ஒன்றைத் தவிர, பிற கல் வகைகள் அனைத்தும் ஆப்கானிஸ்தானம், காஷ்மீர், திபேத், வடபர்மா, பிற இந்திய மண்டிலங்கள் ஆகிய பல இடங்களிலிருந்தே வரவழைக்கப்பட்டவை.

இக் கல்மணிகள் இன்றிச் சங்கு, சிப்பி, பீங்கான், களிமண் முதலியவற்றாலும் மணிகள் செய்து பயன்படுத்தப்பட்டன.

மணிகள் செய்யப்பட்ட விதம் - சிந்துப் பிரதேச மக்கள் கற்களைச் சோதித்து அவற்றின் தன்மைக்கேற்ற முறையில் உருவாக்கி வழவழப்பாகத் தேய்தது மெருகிட்டுள்ளனர் இவ்வேலைப்பாட்டிற்குத் தேவைப்பட்ட கடைச்சல் இயந்திரங்கள் அவர்களிடம் இருந்திருத்தல் வேண்டும். அவை இன்றேல், இவ்வேலைப்பாடுகள் கற்களில் காணப்படா. கற்கள் உருவாக்கப்பட்ட பின்னரே நுண்ணிய கூர்மையான கருவிகளைக் கொண்டு துளையிடப்பட்டன. அங்குக் கிடைத்த பல மணிகள் துளையிடப்படாமல் இருப்பதைக்கொண்டு இங்ஙனம் கருதப்படுகிறது. அத்துளையிடப்படாத கற்கள் மொஹெஞ்சொ - தரோவின் இறுதிக் காலத்தினவாதல் வேண்டும். வேலை முடிவதற்குள் நகரம் துறக்கப்பட்டுவிட்டது. அம்மக்கள், சில சந்தர்ப்பங்களில் இரண்டு மூன்று வகையான கற்களை ஒட்ட வைத்து, அவற்றின் மணிக-

ளைக் கடைந்திருக்கின்றனர். இத்தகைய மணிகளே மிக்க வேலைப்பாட்டுடன் காணப்படு-கின்றன. இவ்வாறு பீப்பாய் போன்ற 1செ.மீ நீளத்தில் உள்ள மணி ஒன்று சிவப்பு, வெள்ளை, நீலம் முதலிய நிறங்களைக் கொண்ட ஐந்துவிதக் கற்களை ஒட்டவைத்துச்செய்யப்பட்டுள்-ளது. ஆயின், இம்மணியைப் பார்த்தவுடன் இதன் கலப்பை உணர்ந்து கூறுதல் இயலாது எனின், இதன் வேலைப்பாட்டை என்னென்பது! இம்மணி இப்பொழுது உடைந்து கிடப்பதால் இதன் மர்மம் வெளிப்பட்டது. கோமேதகமோ என்று ஐயுறத்தக்கவாறு ஒரு மணி கிடைத்-துள்ளது. அஃது ஒருபுறம் சிப்பி, மற்றொரு புறம் சற்றுச் சிவந்த சுண்ணக்கல் ஆகியவை கொண்டு பக்குவப்படுத்திப் போலிக் கோமேதக மணியாகச் செய்யப்பட்டுள்ளது வியத்தற் குரி-யதே இத்தகைய போலி மணிகள் மற்ற மணிகளைவிடச் சிறந்தனவாகக் காணப்படுகின்றன. இவை போன்ற போலி மணிகள் ‘நினவெஹ்’ என்னும் இடத்திலும் கிடைத்தன என்று அறி-ஞர் காம் பெல் தாம்சன் கூறுகின்றார்.

ஓவியம் அமைந்த மணிகள் - அறிஞர், ஓவியங்கொண்ட மணிகளே மிக்க சிறப் புடை-யவை என்று கருதுகின்றனர். சிவப்புக் கல்லில் பட்டை மணிகள், செய்து, அவற்றின்மீது வெள்ளை நிறங்கொண்ட சித்திரங்களைத் தீட்டித் தீயிலிட்டு, அச்சித்திரங்களைப் பதியச் செய்யும் முறை கையாளப்பட்டது. இத்தகைய மணிகள் பல மொஹெஞ்சொ - தரோவில் கிடைத்துள்ளன. இவைபோன்ற பல, உர் நகரத்து அரச பரம்பரையினர் சவக்குழிகளிலிருந்து எடுக்கப் பட்டன. அவை அளவிலும் உருவிலும் மொஹெஞ்சொ - தரோவிற் கிடைத்த மணிகளை ஒத்துள்ளன. எனவே, இம்மணிகள் சிந்து வெளியிற் செய்யப்பட்டனவா? சுமேரி-யாவிற் செய்யப்பட்டனவா? அன்றி வேறெங்கேனும் செய்யப்பட்டனவா? துணிந்து கூறுதற்கு இயலவில்லை. ஆயின், இம்மணிகள் சிந்து வெளியிற் கிடைத் திருப்பதாற்றான் இவற்-றின் காலமும் சுமேரியரின் உயர் நாகரிகக் காலமும் ஒன்றெனக் கூறவும், அக்காலம் கி.மு. 3250 - கி.மு. 2750 என முடிவு கட்டவும் வசதி ஏற்பட்டது. மொஹெஞ்சொ - தரோவிற் கிடைத்த இம்மணிகள் போன்றனவும், 8 போன்ற அமைப்புடைய சிவப்பு மணிகள் சிலவும் **சான்ஹூ - தரோவில்** கிடைத்தன. பின்னர்க் கூறப்பட்ட மணிகள் வெண்ணிற ஓவியங்-களைக் கொண்டுள்ளன. ஒவ்வொரு மணியும் 2 செ. மீ. உயரம் இருக்கின்றது. அங்கு, வெண் மணிகள் மீது செந்நிறம் தீட்டி, வெண்ணிற ஓவியங்கள் தீட்டப்பட்டுள்ள மணிகளும் சில கிடைத்துள்ளன.

பட்டை வெட்டப்பட்ட மணிகள் - மொஹெஞ்சொ - தரோவிலும் ஹரப்பாவிலும் பட்டை வெட்டப்பட்ட மணிகள் கிடைத்துள்ளன. இத்தகைய மணிகள் எகிப்தைத் தவிர வேறு எந்-நாட்டிலும் கிடைத்தில; எகிப்திலும் பிற்கால உரோமர் தம் கல்லறைகளிலேயே கிடைத்தன. இவை ஓவிய மணிகள் அல்ல; அறுகோணம், எண்கோணம் என்னும் முறையில் பட்டைக-ளாக அமைந்தவை.

கற்களிற் புலமை - சிந்து வெளியினர், இங்ஙனம் பல திறப்பட்ட கற்களைச் சோதித்து, அவற்றின் எழில் குன்றாமல் இருக்கும்படி அரிய வேலைப்பாடுகள் செய்து, பலவகை மணி-களாக்கி மாலைகளாகச் செய்தும், வேறு பல உலோகங்களாலான மணிகளுடன் சேர்த்-தும், பொன் வெள்ளி முதலியவற்றால் ஆன பலவகை அணிகளிற் பொருத்தமுறப் பதித்தும் அணிந்து வந்தனர். வரலாற்றுக் காலத்திற்கு முற்பட்ட அப்பழங்காலத்தில் - இன்றைக்கு 5000 ஆண்டுகட்கு முன்னர் - அப்பெரு மக்கள் கற்களிலும் புலமை சான்றவராக இருந்-

தனர் எனின், அம்மம்ம! அவர்தம் உயரிய நாகரிகத்தை என்னெனப் புகழ வல்லேம்![15]

'தங்கக் கவசம் கொண்ட மணிகள்' - இம்மணிகளுட் சில மாலையாகக் கோக்கப்பட்ட போது, மணிகளின் இருபுறத்தும் தங்க வில்லைகள் கவசம் போல ஒட்டவைக்கப்பட்டுள்ளன. இன்று நம்மவர் பலர் இம்முறைப்படி உருத்திராக்க மணிகளைக் கோத்து அணிந்துள்ளனர். இப்பழக்கம் ஹரப்பாவில் மிகுதியாக இருந்ததென்று அறிஞர் வாட்ஸ் அறிவிக்கிறார். இது சுமேரியரிடத்தும் இருந்ததாம்.

சீப்புகள் - அப்பண்டை மக்கள் பலதிறப்பட்ட சீப்புகளைப் பயன்படுத்தி வந்தனர்; அவை தந்தம், மாட்டுக்கொம்பு, எலும்பு, மரம் என்பனவற்றால் ஆனவை; பல வடிவங்களில் செய்-யப் பட்டவை. அவற்றுள் சில தலையில் செருகிக் கொள்ளவும் பயன் பட்டன. இங்ஙனம் மகளிர் சீப்புகளைக் கூந்தலிற் செருகிக் கொள்ளும் பழக்கம் இன்று பர்மா நாட்டில் இருந்து வருகின்றது. மேனாட்டு மாதர் சிலர் மெல்லிய வளைந்த சீப்புகளை அணிகின்றனர். ஒரு கல்லறையில் இளம் பெண் ஒருத்தியின் மண்டை ஓட்டின் அருகில் இருபுறமும் பற்களைக் கொண்ட அழகிய சித்திரங்கள் தீட்டப்பெற்ற தந்தச் சீப்பு ஒன்று கண்டெடுக்கப்பட்டது. 'V' போன்ற வடிவில் செய்யப்பட்ட சீப்பொன்று மொஹெஞ்சொ - தரோவிற் கிடைத்தது. இது நீண்ட கூந்தலைச் சிக்கின்றிக் கோத உதவியதாகும். இச்சீப்பு நெருங்கிய பற்களையுடைய-தாய் அழகுறச் செய்யப்பட்டிருந்தமையால், தலையைச் சீவவும் தலையில் வைத்துக் கொள்-ளவும் பயன்பட்டிருக்கலாம் என்று அறிஞர் கருதுகின்றனர். இதுபோன்ற சீப்பு எகிப்தில் **'படரி'** என்னும் இடத்திற்றான் கிடைத்தது வேறு எங்கும் அகப்படவில்லை.

கண்ணாடிகள் - சிந்து வெளி மக்கள் முகம் பார்க்கக் கண்ணாடிகளாகப் பயன்படுத்தி-யவை யாவை? அவர்கள் செப்பு - வெண்கலத் தகடுகளை நன்கு மெருகிட்டுப் பளபளப்-பாக்கிக் கண்ணாடிக ளாகப் பயன்படுத்திக்கொண்டனர்; அவற்றின் பளபளப்பு மங்கிவிடாமல் இருக்க, ஓரங்களை மடக்கி அரண் செய்திருந்தனர். இங்ஙனம் பகுத்தறிவுடன் செய்யப்-பட்ட கண்ணாடிகள் பல அளவுகளை உடையவை; மரக் கைப்பிடிகளைக் கொண்டவை. மொஹெஞ்சொ - தரோவிலும் ஹரப்பாவிலும் கிடைத்த சில கண்ணாடிகள் முட்டை வடி-வில் அமைந்துள்ளன! சில வட்ட வடிவில் அமைந்துள்ளன. ஒரு கண்ணாடி 22 செ. மீ. உயரம் இருக்கிறது.இத்தகைய கண்ணாடிகள் எகிப்திலும் கிடைத்துள்ளன.

மகளிர் கூந்தல் ஒப்பனை - சிந்து வெளியிற் கிடைத்த பெண் படிவங்களைக் கொண்டு, அக்கால மகளிர் தங்கள் கூந்தலை எவ்வெம் முறையில் ஒப்பனை செய்துகொண்டனர் என்-பதை ஒருவாறு உணரலாம். அம்மகளிர் கூந்தலை நன்றாகச் சீப்பிட்டு வாரிப் பின்னி விட்-டிருந்தனர். கோதிச் சுருட்டி நாடாவால் கட்டி இடப்புறம் சாய்த்துக் கொண்டைபோலமு-டிந்திருந்தனர். கூந்தலைப்பின்னிநாடாவைக் கொண்டு முடிந்திருந்தனர்; கூந்தலைப் பின்னி நாடாவைக் கொண்டு பூப்போல முடிப்பிட்டு, விதவிதமாக (கண்ணன் கொண்டை போட்டி-ருப்பதுபோல) மேலே தூக்கி முடிந்து, அம்முடிப்புகளில் பெர்ன், வெள்ளி, தந்தம், எலும்பு முதலிய வற்றால் ஆன கொண்டை ஊசிகளைத் தத்தம் தகுதிக் கேற்றவாறு செருகிக் கொண்டனர்; பலவகை நறுமலர்களைச் சூடிவந்தனர். மைந்தர் கூந்தல் ஒப்பனை

ஆடவர் சிலர் தம் சிகையைக் குறுகலாக வெட்டிக் கொண்டிருந்தனர்; சிலர் நீளமாக வளர்த்துச் சுருட்டிப் பின்புறம் முடிந்திருந்தனர்; அது சரிந்துவிடாமல் இருக்கக் கொண்டை ஊசிகளையும் நாடாக்களையும் பயன்படுத்தினர்; சிலர் தலை நடுவில் வடு எடுத்துமயிரை

அலை அலையாகச் சீவிவிட்டிருந்தனர். வேறு சிலர் தலைமயிரைக் கோதிச் சுருட்டி உச்சியிற் கட்டிக் கொண்டிருந்தனர். இங்ஙனம் கூந்தலை முடிதல் சுமேரியாவிலும் பழக்கமாக இருந்தது. பொதுவாகச் சிந்துவெளி மக்களின் கூந்தல் அலை அலையாகவும் சுருண்டு சுருண்டும் தொங்கிக்கொண்டிருந்தது என்பது பல பதுமைகள் வாயிலாக அறியலாம். சிலர் கூந்தலைப் பின்னிப் பக்கங்களில் விட்டிருந்தனர்; இப்பழக்கம் பாபிலோனியரிடமும் இருந்ததேயாகும்.[16]

மீசை இல்லா ஆடவர் - சிந்து வெளியிற் கிடைத்துள்ள ஆண் பதுமைகள் பெரும்பாலான தெய்வங்களையோ - தெய்வமன்ன யோகியரையோ குறிப்பன. எனினும், மனிதன் தன்னை உள்ளத்திற்கொண்டே தெய்வங்களின் உருவங்களைச் சமைப்பது இயல்பு. அந்நிலையை நினைந்து ஆராயின், பண்டைச் சிந்து வெளி மக்கள் மீசையை வைத்திலர் தாடி ஒன்றையே வைத்திருந்தனர் என்பதை அழுத்தமாகக் கூறலாம். இத்தாடியும் பல வகையாகக் காணப்படுகிறது. காது முதல் வளர்ந்துள்ள மயிரும் கீழ் உதட்டடியில் வளர்ந்துள்ள மயிரும் ஒன்றாகத் தோற்றமளிக்குமாறு தாடி வைத்திருத்தல் ஒரு முறை; அதை ஒழுங்குபெறக் கத்திரித்திருத்தல் ஒரு முறை: முகவாய்க் கட்டையின் அடியில்மட்டும் சிறிதளவு தாடிவளர்த்தல் மூன்றாம் முறை. அத்தாடியின் நுனி உள்நோக்கி வளைந்திருக்கும் படி விடுதல் நான்காம் முறை. இம்முறைப்படியே சுமேரியரும் தாடிகளை வைத்திருந்தனர்; ஆனால் பலர் நீள வளர்த்துவிட்டிருந்தனர். மீசை வளர்ந்து மேல் உதட்டில் தொடுதலால் உட்கொள்ளும் உணவில் மாசுபடும் என்று எண்ணி, அவ்வறிஞர் மீசையை அடியோடு சிரைத்து வந்தனர் என்றே கருதவேண்டும். சுகாதார முறையில் உறைவிடங்களை அமைத்து வாழ்ந்த அப்பேரறிஞர்கள், உணவிலும் சுகாதார முறையைக் கையாண்டு மீசையை அறவே ஒழித்தனர் போலும்!

இந்த அளவோடேனும் அவர்கள் நின்றனரோ? இல்லை! இல்லை! ஆடவரும் பெண்டிரும் உடலின் பிற பகுதிகளில் வளரும் மயிரையும் களைந்து வந்தனர் என்பது சிந்து வெளியிற் கிடைத்த கணக்கற்ற மழித்தற் கத்திகளைக் கொண்டும் கூர்மையான சிறிய தகடுகளைக் கொண்டும் கூறலாம்' என்று **டாக்டர் மக்கே** உரைக்கின்றார்.[17]

கண்ணுக்கு மை - அப்பண்டைக் கால மகளிர் எவ்வகையிலும் இன்றைய மகளிர்க்குப் பின்னிடைந்தவராகத் தெரியவில்லை. அவர்கள் கண்களில் கறுப்பு மை தீட்டிக் கொண்டனர். பெண்டிர் மட்டும் இல்லை. ஆடவரும் மை இட்டுக் கொண்டனர். இருபாலரும் கண்ணுக்கு மை இடச் செப்புக் குச்சிகளையும் பிற மெல்லிய குச்சிகளையும் பயன்படுத்தினர். மகளிர் சிறிய நத்தை ஓடுகளில் குங்குமம் போன்ற செங்காவிப் பொடிகளை வைத்துக்கொண்டு, அவற்றை நெற்றியில் பொட்டிடப் பயன்படுத்தினர். இவை போன்ற நத்தை ஓடுகளைச் சுமேரிய மகளிர் வைத்திருந்தனர். ஆயின், அவர்கள் அவ்வோடுகளில் முகத்திற் பூசும் பொடி வகைகளையே வைத்திருந்தனர்.

முகத்திற்குப் பொடி - சிந்து வெளி மகளிர் ஒரு வகை வெண்பொடியைத் தங்கள் முகத்திற் பூசி வந்தனர். இப்பொடி மொஹெஞ்சொ - தரோவிலும் ஹரப்பாவிலும் கிடைத்துள்ளது. இதே பொருள் கண்ணுக்கு இனிய மருந்தாகவும் பயன் பட்டிருக்கலாம் என்பது அறிஞர் கருத்து. 'அரிதாரம் போன்ற ஒருவகைப் பொடியும் முகத்திற் பூசிக் கொள்ளப் பயன்பட்டது. ஒருவகைப் பச்சை மண்ணும் நன்றாய்ப் பொடி செய்யப்பட்டு முகத்திற் பூசப் பயன்பட்ட-

தாம். இப்பச்சை மண் கட்டி கட்டியாக மொஹெஞ்சொ - தரோவிற் கிடைத்துள்ளது. இது கண்ணுக்கு மையாகவும், மட்பாண்டங்கள் மீது பச்சை நிறம் பூசவும் பயன்பட்டிருக்கலாம் என்று டாக்டர் மக்கே கருதுகிறார். இதுபோன்ற பச்சை நிறப்பொருளைப் பண்டை எகிப்தியர் கண்ணுக்கே பயன்படுத்தியுள்ளனர். இவ்வாறு முகத்திற் பொடி பூசிக் கொள்ளும் பழக்கம் பண்டைக் கிரிஸ், சீனம் ஆகிய நாடுகளிலும் இருந்தன.

1. ↑ வெள்ளி என்பது ஆப்கானிஸ்தானத்திலிருந்து கொண்டு வரப்பட்ட ஈயத்திலிருந்து எடுக்கப்பட்டதாதலின், அவ்வரிய பொருளால் ஆன கலன்கள் அருகியே காணப்படுகின்றன.
2. ↑ வெண் பொன் (Electrum) என்பது நம் நாட்டில் கிடைக்கிறது. இதில் வெள்ளியே மிகுதியாகக் கலந்திருக்கும். இதினின்றும் பொன்னைப் பிரிக்க வகை அறியாத அம்மக்கள், அப்படியே நகைகள் செய்துகொண்டனர்.
3. ↑ Dr.E.J.H.Mackay's 'The Indus Civilization', p. 109.
4. ↑ M.S.Vats's 'Excavation at Harappa', Vol.I. pp. 65,294,298.
5. ↑ Dr.E. Mackay's 'The Indus Civilization', p.117
6. ↑ M.S.Vats's 'Excavations at Harappa', Vol. I, p.64
7. ↑ K.N.Dikshit's 'Pre - historic Civilization of the IV', p.27
8. ↑ His Article on 'Mohenjo - Daro. In the 'Indian World'.
9. ↑ 'His Buried Empires', p.154.
10. ↑ Dr.E.Mackay's The Indus Civilization' p. 115.
11. ↑ M.S.Vat's 'Excavations at Harappa', Vol. I pp.60 - 64.
12. ↑ இந்நாடாக்களும் முன்சொன்ன தலைச்சுட்டிகளும் தமிழ்நாட்டுத் திருமணங்களில் மணமகள் அணியும் தலையணிகளைப் பெரிதும் ஒத்தனவே ஆகும். இவை மொத்தமாகத் தலைச் சாமான் (தலை அணிகள்) என்று இக்காலத்திற் சொல்லப்படுகின்றன.
13. ↑ Dr.E.Mackay's The Indus Civilization', p.110.
14. ↑ Haliotrope, Plasma, Lapis - lazuli, Tachylite, Chalcedony, Napheline - Sodalite. Ibid, p.110.
15. ↑ ஒன்பது வகை மணிகளைச் சோதிப்பதில் பண்டைத் தமிழர் புலமை சான்றவர் என்பதை 'மதுரைக் காஞ்சி' முதலிய தொன்னூல்களால் அறிக.
16. ↑ M.S.Vats's 'Excavations at Harappa', Vol. pp.292, 293. Dr.E.J.H.Mackays' "The Indus Civilization', pp.104, 105.
17. ↑ His 'The Civilisation', p. 120.

12

வாணிபம்

உள் நாட்டு வாணிபம் - சிந்து வெளி மக்கள் கொண்டிருந்த வாணிபம் உள்நாட்டு வாணிபம், வெளிநாட்டு வாணிபம் என இரண்டாகக் கூறலாம். மொஹெஞ்சொ - தரோவிற் கிடைத்த செம்பு முதலிய கனிப் பொருள்கள் இராஜபுதனம், மத்திய மாகாணம் முதலிய இடங்களிவிருந்தும், மான் கொம்புகள் காஷ்மீரிலிருந்தும், வைரமும் வெள்ளி கலந்த ஈயமும் ஆப்கானிஸ்தானத்திலிருந்தும், ஒருவகை உயர்தரப் பச்சைக்கல் வடபர்மாவிலிருந்தும் அல்லது திபேத்திலிருந்தும், பொன் கோலார், அனந்தப்பூர் என்னும் சென்னை மாகாண இடங்களிலிருந்தும், ஒருவகைப் பச்சைக்கல் மைசூரிலிருந்தும், உயர்தர 'அமெஸான்' என்னும் பச்சைக்கல் நீலகிரியிலிருந்தும், சங்கு முத்து முதலியன பாண்டிய நாட்டினின்றும் கொண்டு செல்லப்பட்டிருக்கலாம் என்று ஆராய்ச்சியாளர் கூறுவதால், அப்பண்டைக்காலத்தில் இந்திய உள்நாட்டு வாணிபம் சிறப்புற நடந்து வந்தது என்பதையும், சிந்து வெளி மக்கள் இந்தியா முழுவதையும் சுற்றுப்புற நாடுகளையும் நன்கு அறிந்திருந்தனர் என்பதையும் ஒருவாறு உணரலாம். ஹைதராபாதில் கண்டெடுக்கப்பட்ட சவக்குழிகள் மீதும், திருநெல்வேலிக் கோட்டத்திற் கிடைத்த நாணயங்கள் மீதும், மொஹெஞ்சொ - தரோவில் கிடைத்த மட்பாண்டங்கள் மீது. காணப்படும் சில குறியீடுகள் போன்றவை காணப்பட்டமை இங்குக் கருதத் தக்கது.[1] இங்ஙனம் 'தென்னிந்தியாவின் கடற்கரை,கத்தியவார், வடமேற்கு மண்டிலம், சிந்து - பஞ்சாப் மண்டிலங்கள், கங்கைச் சம வெளியின் வடபகுதி, இராஜபுதனம் முதலிய இந்தியப் பகுதிகள் அக் கால நாகரிகத்திற்கு உரியவையாகலாம்'[2] என்று தீக்ஷித் அவர்கள் கூறுதலால், அக்கால உள்நாட்டு வாணிபச்சிறப்பை ஒருவாறு உணரலாம்.

வெளி நாட்டு வாணிபம் - சிந்து வெளியிற் கிடைத்தி எழுத்துக் குறிகள், முத்திரைகள், ஓவியங்கள்,கருவிகள், மட்பாண்டங்கள் முதலியவற்றை ஆராய்ந்த நிபுணர் அவற்றுக்கும் ஏலம், சுமேர் மொசொபொட்டேமியா, எகிப்து முதலிய நாடுகளில் கண்டெடுக்கப்பட்ட பொருள்களுக்கும் உள்ள தொடர்பை நன்கு அறிந்து வியந்துள்ளனர். இப்பொருள்களின் ஒருமைப்பாட்டாலும் ஏற்றுமதி இறக்குமதிப் பொருள்களாலும், நாம், சிந்து நாட்டவர் செய்துவந்த வெளிநாட்டு வாணிபத்தை ஒருவாறு உணரலாம்.

(1) மொஹெஞ்சொ - தரோவிற் கிடைத்த உயர்ந்த சலவைக்கல் முத்திரைகளைப் போன்றவை மிகப் பலவாக 'ஏலம்' என்னும் நாட்டிற் கிடைத்துள்ளன. சலவைக்கல் பொருள்-

கள் மிகுதியாகச் சிந்து நாட்டிற் கிடைக்காமையானும், அவற்றின் மீது அமைந்துள்ள வேலைப்பாடு அந்நாடுகட்கே உரியவை ஆதலாலும், அவை ஏலம் - சுமேரியநாடுகளில் மிகுதியாகக் கிடைத் தலாலும், அவை அந்நாடுகளிலிருந்தே சிந்துவிற்குக் கொண்டு வரப்-பட்டிருத்தல் வேண்டும் என்பது வெள்ளிடை மலை.[3]

(2) சில இந்திய முத்திரைகள் பழைய **உர், கிஷ், டெல் அஸ்மர்** என்னும் மொசொ-பொட்டேமியா நகரங்களில் கிடைத் துள்ளன. அங்கு இருந்த பிற பொருள்களும், அந்-நகரங்களின் நாகரிக காலமும் கி.மு.3000 கி.மு.2500க்கு உட்பட்டன என்று அறிஞர் கூறுகின்றனர். எனவே, சிந்து நாகரிகமும் வெளிநாட்டு வாணிபமும் மேற்சொன்னகாலத்தன-வேஎன்பது ஆராய்ச்சியாளர் முடிவாகும். டெல்அஸ்மரில் டாக்டர் பிராங்க்போர்ட் என்னும் அறிஞர் கண்டெடுத்த நீண்ட உருண்டையான முத்திரை சிந்து வெளியினதே ஆகும். அதில் பொறிக்கப்பட்டுள்ள யானை, காண்டா மிருகம், முதலிய ஆகிய மூன்றும் சுமேரியாவில் இல்லாதவை.

(3) அதே நகரத்தில், உடலில் துவாரமுள்ள முட்களைப் போன்ற அமைப்பைக் கொண்ட மண் பாத்திரங்கள் சில கிடைத்தன. அவை இராக்கில் கி.மு.2800 - கி.மு.2500க்கு உட்-பட்ட காலத்துப் பொருள்களோடு கலந்திருந்தன. அவை இந்தியாவிற்கே உரியவை என்பது அறிஞர் கருத்து.[4]

(4) ஒருவகை வெளிறிய பச்சைக் கல்லால் செய்யப்பட்ட பாத்திரம் ஒன்று பாய் வடிவ வேலைப்பாடு கொண்டதாக மொஹெஞ்சொ - தரோவில் கிடைத்தது. அத்தகைய பாத்திரங்-கள் பல டெல் அஸ்மர், கிஷ், சுசா முதலிய பண்டை நகரங்களில் கிடைத்துள்ளன.

நந்தி வழிபாடு - (5) 1936 இல் டெல் அக்ரப் (Tel Agrab) என்னும் இடம் புதிதாகத் தோண்டப்பட்டது. அங்குக் கி.மு. 2800 க்கு உரிய கோவில் ஒன்று காணப்பட்டது. அதனுள் பூசைக்குரிய பாண்டங்கள் பல கிடைத்தன. ஒருவகைப் பச்சைக் கல்லால் ஆன பாத்திரத்-தின் மீது தொழுவத்தின் முன் பெரிய **இந்திய பிராமனி எருது** நிற்பதாகவும், அது நின்றுள்ள கட்டிடத்தின் முன்புறம் சுமேரிய மனிதன் உட்கார்ந்திருப்பது போலவும் சித்திரம் தீட்டப்பட் டுள்ளது. இப்படத்தினால், அப்பண்டைக் காலத்திலேயே **நந்தி வழிபாடு** (Bull Cult) **சிந்-துவிலிருந்து சுமேரியாவுக்குச் சென்றிருத்தல் விளங்குகிறது** அன்றோ!

(6) முத்திரைகளும் பிற பாத்திரங்களும் செய்தற்குரிய உயர்தரக் கற்கள் சுமேரியாவிற்கு அனுப்பப்பட்டுச் செம்மைப் படுத்தப்பட்ட பிறகு கொண்டுவரப்பட்டிருக்கலாம் என்னை? உயர்-தரப் பச்சைக் கற்களும் வேறு கற்களும் கொண்டு செய்யப் பட்ட மணிகள் மொஹெஞ்சொ - தரோவைவிட 'உர்' நகரில் (சுமேரியாவில்) மிகுதியாகக் கிடைத்துள்ளமையால் என்க.

(7) நன்றாக வளைந்து முறுக்குண்ட கொம்புகளையுடைய செம்மறியாடுகளைக் குறிக்கும் சித்திரங்கள் சில மொஹெஞ்சொ - தரோவில் கிடைத்துள்ளன. அவை மொரேவியா, கிரீட் தீவு, அனடோலியா, எகிப்து சுமேரியா, ஏலம் என்னும் பண்டை நாடுகளில் மிக்கிருந்தன.

(8) மொஹெஞ்சொ - தரோவிற் கிடைத்த புதுவகைக் கோடாரி ஒன்று சுமேரியாவிலி-ருந்து கொண்டுவரப்பட்டிருத்தல் வேண்டும். என்னை? அத்தகைய பல கோடரிகள் அங்குக் கிடைத்துள்ளன. ஆதலின் என்க.

(9) மீன் பிடிக்கப் பயன்பட்ட வலையின் ஓரங்களில் கட்டப்பட்டிருந்த மண் குண்டுகள் இரு நாடுகளிலும் ஒரு விதமாகவே கிடைத்தன.[5]

(10) 'உர்' நகரத்தில் தோண்டி எடுக்கப்பட்ட அரசர் தம் கல்லறைகளில் தீட்டப்பட்ட சித்திரங்களுட் குரங்கு ஒன்றாகும். அஃது அந்நாட்டு மக்கட்குத் தெரியாத விலங்கு. எனவே, அந் நாட்டவர் நெருக்கமான வாணிபத்தொடர்புகொண்டிருந்த சிந்து வெளி மக்களிடமிருந்தே குரங்கினைப் பெற்றவராதல் வேண்டும்.

(11) மேற் சொல்லப்பட்ட கல்லறைகளில் சிறந்த வேலைப்பாட்டுடன் கூடிய இரத்தின மணிகள் கிடைத்தன. அவையும் சிந்துவெளியிலிருந்தே சென்றனவாதல் வேண்டும்.

(12) கூந்தலைத் தலையைச் சுற்றிலும் வாரிச் செருகிப் பின்புறம் கற்றையாக முடிதலும், வெவ்வேறு முறைகளில் முடிதலும் அவற்றின்மீது கொண்டை ஊசிகளைச் செருகுதலும் இரு நாட்டாரும் பொதுவாகக் கொண்டிருந்த பழக்கமாகும்.[6]

(13) சிந்து வெளி மக்கள் யானைத் தந்தம், யானைத் தந்தத்தாலான சிப்புகள், சதுரங்க விளையாட்டுக் கருவி கள் முதலியவற்றைச் சுமேரியாவுக்கு ஏற்றுமதி செய்திருக் கின்றனர்.[7]

(14) சிந்து வெளி மட்பாண்டங்கள் மீது பூசப்பட்ட செங் காவிப்பொடி இந்தியாவில் இன்ன இடத்திலிருந்து கொண்டு செல்லப்பட்டதென்பது துணிதற்கில்லை. ஆயின், பாரசீக வளைகுடாவை அடுத்துள்ள **ஹொர்முஸ்** (Hormuz) என்னும் இடத்திலிருந்து உயர்தரச் செங்காவிப் பொடி இன்றும் இந்தியாவில் இறக்குமதி ஆகி வருவதால், அவ்விடத்திலிருந்தே அப்பழங்காலத்திலும் வந்திருக்கலாம்.

(15) வடநாட்டு மிட்டாய் வகைகளைத் தட்டுகளில் வைத்து தெருக்களில் விற்கும் வடநாட்டவர், அத்தட்டுகளைத் தாங்க மூங்கிற் குச்சிகளால் ஆகிய தண்டுகளை எடுத்து வருதல் காண்கிறோம். அத்தகைய நாணலாலான தண்டுகள் பலவற்றை மொஹெஞ்சொ - தரோ மக்கள் பயன்படுத்தி வந்தனர்.அதைப் போன்ற தண்டுகள் சுமேரியா, எகிப்து, ஏலம் முதலிய இடங்களில் கல்லாலும், மண்ணாலும் செய்யப்பட்டுள்ளன. எனினும், இம்மூன்று நாட்டவரும் சிந்துவெளி மக்களிடமிருந்தே இத்தண்டுகள் செய்தலைக் கற்றிருத்தல் வேண்டும்.

(16) இருதய வடிவத்தில் எலும்புகளைக் கொண்டு செய்யப் பட்ட நுணுக்க வேலைப்பாடு அமைந்த வேறு அணிகளில் பதிக்கத்தக்க சிறிய அழகிய பொருள்கள் டெல்அஸ்மரில் கிடைத்துள்ளன. அவை சிந்து வெளியிற் கிடைத்த சிப்பிகளால் ஆன பொருள்களைப் பெரிதும் ஒத்துள்ளன. இவை இருவகை யினவும் ஒரே காலத்தன.

(17) கிரேக்க சிலுவை (Greek Cross) வடிவம் பொறிக்கப் பட்ட முத்திரை ஒன்று வட கிழக்குக் கிரீஸில் கிடைத்தது. அது புதிய கற்காலத்திற்கு உரியது. அதுபோன்றவை பல மொஹெஞ்சொ - தரோவிற் கிடைத்துள்ளன. எனவே, அவை சிந்து வெளிக்கே உரியன எனக் கூறுதல் பொருந்தும். அவற்றின் அமைப்பு முறை ஹரப்பாவிற் கிடைத்தவற்றிலிருந்து நன்கு அறியக் கிடக்கிறது.[8] அவை சுமேரியாவிலும், கீரீட் தீவிலும் கிடைத்துள்ளன.

(18) மொஹெஞ்சொ - தரோவிற் கிடைத்த படிவங்களில் உள்ளபடி மீசையைச் சிரைத்துத் தாடியைப் பலவாறு வைத்துக்கொள்ளும் முறை சுமேரியாவிலும் காணப்படுகிறது.

(19) பூசனைக்குரிய தட்டுகளைத் தாங்கும் தண்டுகள் பல சிந்து வெளியிலும் சுமேரியாவிலும் ஒன்று போலவே கிடைத்துள்ளன.

(20) எழுத்துக் குறிகள் சிறிது வேறுபடினும் அடிப்படை ஒன்றாகவே இரண்டு இடங்களிலும் காணப்படுகிறது.[9]

(21) சிந்து வெளியிற் கிடைத்த கோடரிகளைப் போன்ற வெண்கலக் கோடரி ஒன்று காகஸஸ் மலைநாட்டைச் சேர்ந்த 'கூபன்' ஆற்றுப் படுகையிற் கிடைத்தது.

(22) விசிறிபோன்ற தலைமுண்டாசு துருக்கியில் உள்ள 'அடலியா' என்னும் இடத்திற் கிடைத்த பதுமைகளிலும், சிரியாவிற் கிடைத்த சித்திரம் ஒன்றிலும் சிந்து வெளியிற் கிடைத்த சித்திரங்களிலும் ஒத்தே காணப்படுகிறது.

(23) நாணற் பேனா ஒன்று மொஹெஞ்சொ - தரோவிற் கிடைத்தது. அது போன்ற எழுதுகோல் கிரீட் தீவில் பாத்திரங்கள் மீது எழுதப் பயன்பட்டதாகத் தெரிகிறது. அப்பேனர் உரோமர்கள் காலம் வரை எகிப்தியருக்குத் தெரியாததாகும்.[10]

(24) அக்கேடியர் நகரமான 'எஷ்ணன்னா'வில் கண்டறியப் பட்ட அரண்மனையுள் நீராடும் அறை அமைக்கப்பட்டது, அக்கேடியர் சிந்து வெளி மக்களோடு கொண்டிருந்த கூட்டுறவினாலேயாம் என்னை வேறு எந் நாட்டிலும் நீராடும் அறைகள் அப்பழங்காலத்தில் அமைக்கப் படாமையின் என்க.[11]

எகிப்தியருடன் வாணிபம் - சிந்து வெளி மக்கள் எகிப்தியருடன் நேராகவோ அன்றிச் சுமேரியர் மூலமாகவோ வாணிபம் செய்து வந்தனர் என்பது கீழ்வரும் உண்மைகளால் உணரலாம்:

(1) சிந்து வெளியிலும் எகிப்திலும் கிடைத்த கழுத்து மாலைகள் வட்டமாகவே அமைந்துள்ளன.

(2) எகிப்தில் கிடைத்த பீடங்கள் சிலவற்றின் கால்கள் எருதின் கால்களைப் போலச் செய்யப்பட்டுள்ளன. கட்டில் கால்களும் அங்ஙனமே அமைந்துள்ளன. சிந்து வெளியில் அத்தகைய பீடம் ஒன்றின்மீது சிவனார் உருவம் அமர்ந் திருப்பதாக உள்ள முத்திரை கிடைத்துள்ளது.[12]

(3) எகிப்தில் உள்ள பிரமிட் கோபுரங்களாகிய அரசர் சவக்குழிகளில், பெண் உருவங்கள் செதுக்கப்பட்ட நன்மணிகள் பல கிடைத்தன. அவை இறந்தவரின் மனைவியரைக் குறிப்பன; அம்மனைவியர் மறுபிறப்பில் தம் கணவரைக் கூடி வாழ்வர் என்பது அப்பண்டைக்கால எகிப்தியர் எண்ணம். அவ்வெண்ணம் சிந்து வெளியிலும் சுமேரியாவிலும் இருந்ததாகத் தெரிகிறது.

(4) தாய் குழந்தைக்குப் பால் கொடுத்தல் போன்ற சித்திரங்கள் பல எகிப்தில் கிடைத்தன. ஆனால், அவை சுமேரியாவில் காணப்படவில்லை. மொஹெஞ்சொ - தரோவில் இரண்டொரு சித்திரங்களே காணப்படுகின்றன. சில ஹரப்பாவிலும் கிடைத்துள்ளன.

(5) பல முகப்புகளைக் கொண்ட உயர்தர மணிகள் மொஹெஞ்சொ - தரோவிற் கிடைத்துள்ளன. அவை எகிப்தைத் தவிர வேறு எந்தப் பண்டை நாட்டிலும் கிடைத்தில; எகிப்திலும், பிற்கால ரோமர்களின் கல்லறைகளிற்றாம் கண்டெடுக்கப்பட்டன. எனவே, அவை இந்தியாவிற்கே உரியவை என்பது அறியத்தக்கது.

(6) ௲ வடிவத்தில் செய்யப்பட்ட மணிகள் எகிப்திலும் மொஹெஞ்சொ - தரோவிலும் கண்டெடுக்கப்பட்டன. இவை, சுறுசுறுப்பையும் தொழில் முறுக்கையும் அறிவிக்கும் அடையாளங்கள் என்று அறிஞர் கருதுகின்றனர்.

(7) எகிப்தில் இருந்த 13, 17 ஆம் அரச தலைமுறையினர் காலத்தவை ஆகிய சித்திர எழுத்துக்களைக் கொண்ட மூன்று செம்புத் தகடுகள், மொஹெஞ்சொ - தரோவிற் கிடைத்-

தவற்றையே பெரிதும் ஒத்துள்ளன.

(8) மெழுகு வர்த்தியைத் தாங்கும் மட்பாண்டங்கள், இரண்டு இடங்களிலும் ஏறக்குறைய ஒன்றாகவே கிடைத்துள்ளன.[13]

(9) கற்பலகைகொண்டு சிப்பி வடிவிற் செய்யப்பட்ட கரண்டிகள் பல எகிப்தில் கிடைத்தன. சிந்து வெளியிலும் அத்தகையன கிடைத்துள்ளன. இவை களிமண்ணாலும் செம்பினாலும் செய்யப்பட்டவை. ஒவ்வொன்றன் நுனியிலும் கைப்பிடி இணைப்புக்கு உரிய துளை காணப்படுகிறது.[14] இன்ன பிற சான்றுகளால், அப்பழங்காலச் சிந்துவெளி மக்களின் வாணிப உலகம், எகிப்துவரை பரவி இருந்தது என்பதை நன்கறியலாம் அன்றோ?

நீர்வழி வாணிபம் - உள் நாட்டு வாணிபத்தின் ஒரு பகுதி சிந்து ஆற்றின் மூலமாகவே நடந்தது. அப்பண்டைக் காலத்தில் ஒரே வித நாகரிகத்தில் இருந்த சிந்துவெளி நகரங்கள் பல சிந்து ஆற்றின் வழியே தமக்குள் வாணிபம் நடத்திக் கொண்டன; அரபிக் கடல் துறைமுகப் பட்டினங்கட்குத் தம் பொருள்களைப் படகுகளில் ஏற்றிச் சிந்து ஆற்றின் மூலம் அனுப்பின: மேற்குப் புற நாடுகளிலிருந்து துறைமுகப் பட்டினங்களை அடைந்த பொருள்களை முன்சொன்ன படகுகள் மூலமே பெற்றுக்கொண்டன.

பண்டை மக்கள், இங்ஙனம் சிந்துயாற்று வழியே வந்த பொருள்களைக் கப்பல்களில் ஏற்றிக்கொண்டு துறைமுகங்களை விட்டுக் கரை ஓரமாகவே தென் பலுசிஸ்தானம், தென் பாரசீகம், இராக், அபிசீனியா, எகிப்து என்னும் நாடுகளுடன் வாணிபம் செய்தனராதல் வேண்டும். அப்பண்டை மக்கள் பயன்படுத்திய முத்திரை ஒன்றில் கப்பல் படம் ஒன்றும், பானை மீது **ஓடத்தின்** படம் ஒன்றும் காணப்படுகின்றன. இப்படங்களால், அவர்கள் கடலிற் செல்லும் கப்பல்களையும் ஆற்றிற் செல்லும் ஒடங் களையும் நன்கு அறிந்து பயன்படுத்தினர் என்பதை அறியலாம்.

காம்பே வளைகுடாவைச் சேர்த்த புரோச்(Broach) காம்பே (Combay) என்னும் துறைமுகங்கள் இரண்டும் சிந்துவெளி நாகரிக காலத்தில் செழிப்புற்று இருந்தனவாதல் வேண்டும். அத்துறை முகங்களின் வழியே செந்நிறக்கல் மணிகளைப் பற்றிய வாணிபம் உயரிய நிலையில் இருந்திருத்தல் வேண்டும் நருமதை யாற்றுப் பள்ளத் தாக்குகளில் ஒழுங்கான ஆராய்ச்சி நடைபெறுமாயின், பல உண்மைகள் வெளியாகும்.[15]

நிலவழி வாணிபம் - சிந்து வெளிக்கு ஜேட் (lade) என்னும் ஒருவகைக் கல் நடு ஆசியாவிலிருந்து வந்துகொண்டிருந்தது. அக்கல் சிந்து வெளி மூலம் தென் பாரசீகம், இரர்க், சுமேரியா, சிரியா, எகிப்து ஆகிய நாடுகட்கு அனுப்பப்பட்டது. எனவே, அக்காலத் தரைவழி வாணிபம் ஏறக்குறைய 4800 கி.மீ. தொலைவில் நடந்து வந்தது என்பது அறியத்தகும்.[16]

இத்தரை வழி வாணிபத்திற்கு அப்பண்டை மக்கள் எருதுகளையும் கோவேறு கழுதைகளையும் பயன்படுத்தினர். அவற்றுள்ளும் எருதுகளே மிகுதியாகப் பயன்படுத்தப்பட்டன. சுருங்கக் கூறின், எருதுகளே அப்பண்டைக்கால வாணிபத்தை வளர்த்தன என்னலாம். இந்தக் காரணம் ஒன்றைக் கொண்டே அப்பண்டைமக்கள் எருதை உயர்வாக மதித்து அன்பு காட்டினர் என்பதும் மிகையாகாது.

பண்டைக்காலப் பலுசிஸ்தானம் - அப்பழங்காலத்தில் பலுசிஸ்தானம் செழுமையுடையதாக இருந்திருத்தல் வேண்டும் மக்கட் பெருக்கம் உடையதாகவும் இருந்திருத்தல் வேண்டும். அவருட் சிலரேனும் மேற்சொன்ன தரைவழி வாணிபத்திற் பங்கெடுத்தனராதல் வேண்டும்

சிந்து வெளி மக்களோடு நெருங்கிய உறவானவராகவும் இருத்தல் வேண்டும்; அம்மக்களது மேற்குப்புற வாணிபத்திற்குப் பேருதவி புரிந்தினராதல் வேண்டும்.[17]

சிந்துவெளி மக்கட்குப் பின் - இங்ஙனம் பெருஞ் சிறப்புடன் நடைபெற்று வந்த மேற்குப்புற வாணிபம், ஆரியர் வந்தவுடன் திடீரென நின்று விட்டது. ஆரியர் பஞ்சாபிலிருந்து, பின் கங்கைச் சமவெளியிற் குடி புக்கனர். அவர்கள் இங்ஙனம் உள்நாட்டில் தங்கிவிட்டதாலும் சிந்துவெளி மக்கள் நிலை குலைந்து விட்டனர் ஆதலாலும் அவ்வாணிபம் அடியோடு நின்றுவிட்டது. அதனாற்றான், சிந்து வெளிநாகரிக காலத்திற்குப்பிற்பட்ட ஆரம்ப அசிரியப் பேரரசின் காலத்திலும், எகிப்தியர் இடை - கடை ஆட்சிக் காலங்களிலும் அவ்விரு நாடுகளிலும் இந்தியப் பொருள்களே கிடைத்தில போலும்![18]

நிறைக் கற்கள் - கல்லால் செய்யப்பட்ட நிறைக் கற்கள் மிகுதியாகக் கிடைத்துள்ளன. அவை அனைத்தும் வழவழப்புடனும் பளபளப்புடனும் காணப்படுகின்றன. நீளம், அகலம், உயரம் ஆகிய மூன்று அளவுகளும் ஒரே முறையில் இருக்கும்படி செய்துள்ள கற்களே பலவாகும். இவை மிகச் சிறிய அளவு முதல் 274938 கிராம் (gramme) வரை பல்வேறு நிறைகளைக் குறிப்பனவாக இருக்கின்றன, உச்சியிலும் அடியிலும் தட்டையாக்கப்பட்ட உருண்டை நிறைகள் அடுத்தாற்போல் மிகுதியாக இருப்பவை ஆகும். இவற்றுள் சில வியத்தகு பேரளவைக் குறிப்பன. மூன்றாம் வகையான நிறைகள் உருண்டு நீண்டனவாக இருக்கின்றன. இம்மாதிரி நிறைகள் சுமேரியா, ஏலம், எகிப்து ஆகிய நாடுகளிலும் கிடைத்துள்ளன. வேறு சில நிறைகள் இன்றைய விறகு விற்கும் கடைகளில் இருப்பவை போலப் பெரியனவும் உச்சியில் வளையத்திற்கு அமைந்த துளை உடையனவுமாகக் காணப்படுகின்றன. அவை கூம்பிய உச்சியை உடையன. அவற்றுள் ஒன்று 25 கிலோவுக்கு மேற்பட்ட நிறையுடையதாக இருக்கிறது. பெரிய வியாபாரத்திற்கே அக்கற்கள் பயன்பட்டனவாதல் வேண்டும். இந் நால்வகைக் கற்களும் கருங்கல், பளிங்குக்கல், பச்சைக்கல், மங்கிய சிவப்புக்கல் முதலிய பலதிறப்பட்ட கற்களால் அழகுறச் செய்யப்பட்டுள்ளன. சிந்து வெளியினர். இக்கற்களை வேண்டிய வடிவத்தில் வெட்டி, சானைக்கல் போன்ற கற்பலகைமீது நன்றாகத் தேய்த்து, இறுதியில் மெருகு கொடுத்து வந்தனர். ஒரு நிறைக்கல்லிலேனும் 'எண்' இடப்படாதது வியப்புக்கு உரியது. சிறு கூழாங்கற்களும் நிறைகளாகப் பயன்பட்டன.

நிறை அளவுகள் - மொஹெஞ்சொ - தரோவிற் கிடைத்த நிறைகளையும் ஹரப்பாவிற் கிடைத்தவற்றையும் செவ்வையாகச் சோதித்த அறிஞர் **ஏ.எஸ்.ஹெம்மி** என்பவர். அவர், சிறிய நிறைகள் இரட்டை எண்களைக் குறிப்பன. பெரியவை தசாம்ச பின்ன அளவை உடையன. அவை 1, 2, ⅓x8, 4, 8, 16, 32, 54, 160, 200, 320, 640, 1500, 3200, 5400, 8000, 12800 ஆகிய எண்களைக் குறிப்பன. '**ஒன்று**' (குறிப்பிட்ட ஒரு நிலைத்த நிறை - 'unit') என்பது 0.8565 கிராம் ஆகும். இவை முற்றும் சிந்து வெளிக்கே உரிய நிறைகள் ஆகும். இவற்றுள் ஒன்றிரண்டு பிற நாட்டு நிறைகளுடன் ஒப்பிடத் தக்கன ஆயினும், இந்நிறைகள் இயல்பாகவே செய்யப்பட்டனவே யாம்', எனக் கூறியுள்ளார். இந் நிறைக் கற்கள் அளவிறந்தனவாக இருத்தலைக் காணின், **மொஹெஞ்சொ - தரோ சிறந்த வாணிபப் பெருக்கமுடைய நகரமாக இருந்தது** என்பது அங்கைக் கனிபோல் ஐயமற விளங்குகிறது.

தராசுகள் - தட்டுகள் செம்பாலும் தண்டு வெண்கலத்தாலும் செய்யப்பட்ட தராசு ஒன்று மொஹெஞ்சொ - தரோவிற் கிடைத்தது. அதன் தோற்றம் உயரியதாக இல்லை. எனி-

னும், அதைக் கொண்டு அந்நகரத் தராசுகள் எளியவை எனக் கூறுதல் தவறு. நிறைகளை நோக்க தராசுகள் வன்மையுடன் இருந்திருத்தல் வேண்டும் என்பது தெளிவாகும். நம் நாட்டு மண்டிக் கடைகளிலும் விறகுக் கடைகளிலும் பயன்படும் பெரியதராசுகள் பல அக்காலத்தில் இருந்திருத்தல் வேண்டும் என்று **டாக்டர் மக்கே** கருதுகிறார்.

அளவு கோல் - அக்காலத்தில் அளவு கோல்களும் இருந்திருத்தல் வேண்டும். ஆனால், அவற்றுள் ஒன்றேனும் கிடைத்திலது. ஒரு சிப்பியின் உடைந்த பகுதியில் சில அளவுக் குறி-கள் குறிக்கப் பட்டுள்ளன. அப்பகுதி நீளப்பகுதி ஒன்றின் துண்டாகும். அதில் இரண்டு வித அளவுகள் காணப்படுகின்றன. அவை தசாம்ச பின்னத்தைக் குறிப்பனவாகும். அக்காலத்-தவர், இச்சிற்பிப் பகுதிகள் மீது தசாம்ச பின்ன அளவுகளைக் குறிப்பிட்டு, அப்பகுதிகளை உலோகத் தகட்டில் பொருத்திப் பதிந்திருக்குமாறு செய்து, நீட்டல் அளவைக்குப் பயன்ப-டுத்தினர் போலும்! இந்தத் தசாம்ச பின்ன அளவைச் சிந்து வெளி நாகரிக காலத்திலும் அதற்குச்சிறிது முன்னரும் ஏலம், மெசொபொட்டேமியாவிலும் வழக்கில் இருந்தது. என்னை? இந்த அளவை பழைய எலமைட் சாஸனங்களிலும், மெசொபொட்டேமியாவில் உள்ள **ஜெம்-டெட் நஸ்ர்** (Jemdet Nasr) என்னும் இடத்திற் கிடைத்த பண்டைச் சாஸனங்களிலும் காணப்படலாம் என்க.[19]

முத்திரை பதித்தல் - சிந்து வெளி மக்கள் விற்பனையான பொருள்கள் மீதும், பொருள்-கள் நிறைந்த தாழிகள் வாய்ப்புறத்தில் உள்ள மூடி மீதும் பூட்டப்பெற்ற வீட்டுக் கதவில் இருந்தபூட்டுகள் மீதும் **முத்திரையிட்டு** வந்தனர்.[20] இவ்வழக்கம் இன்னும் இருந்து வருகி-றதன்றோ? இத்தகைய் முத்திரைகளும் பிற இலச்சினை பதித்த தாயித்துகளும் பிற பண்டை நாடுகளில் களிமண்ணாற் செய்யப்பட்டிருந்தன. ஆனால் சிந்து வெளியில் அவை செம்பா-லும் களிமண்ணாலும் செய்யப்பட்டுள்ளன.

மொஹெஞ்சொ - தரோவிற் கிடைத்த சுட்ட களிமண் துண்டு ஒன்றில், நெற்றி நடுவே நீண்ட ஒற்றைக் கொம்புடைய குதிரைபோன்ற நூதன விலங்கின் உருவம் ஒரு புறம் பதிந்-திருந்தது. மறுபுறம் நாணற்கட்டு ஒன்று கயிறுகொண்டு இறுக்கிக் கட்டப்பட்டு இருப்பது போன்ற உருவம் பதிந்துள்ளது. ஆகவே, இந்த முத்திரை, நாணலால் செய்யப்பட்ட பெட்டி-கட்கோ கதவுகட்கோ பொருத்தும் தனிச் சிறப்புடையதாக இருத்தல் வேண்டும் என்று தீக்ஷித் கருதுகின்றார். இத்தகைய நூதன விலங்கு பதிக்கப்பட்ட முத்திரைகள் பல, மொஹெஞ்-சொத்ரோவிலும் ஹரப்பாவிலும் கிடைத்துள்ளன. சுட்ட மண்ணாலான முத்திரைகள் சில குறிப்பிட்ட பொருள்களுக்கு மட்டுமே முத்திரையிடப் பயன்பட்டன.[21]

1. ↑ Hyderabad Archaeological Society Journal, 1917, Mysore Archaeological Report, 1935.
2. ↑ 'Pre - historic Civilization of the Indus Valley, p.18.
3. ↑ Mackay's Further Excavations at Mohenjo - Daro' p. 639.
4. ↑ K.N.Dikshit's Pre - historic Civilization of the IV', pp 52, 56.
5. ↑ Dr.E.J.H.Mackay's 'Further Excavations at Mohenjo - Daro'.p.640.
6. ↑ Patrick Carletoo's 'Buried Empires', pp. 160, 161.

7. ↑ K.N.Dikshit's 'Pre - historic Civilization of the Indus Valley', p.39.

8. ↑ M.S.Vats's Excavations at Harappa, 'Vol, II, pl xci 193 - 199, 295.

9. ↑ Dr.Mackay's 'The Indus Civilization', pp.142, 154.

10. ↑ Dr.Mackay's 'Further Excavations at M - daro, pp.215, 340.

11. ↑ Patric Carletons's 'Buried Empires', p. 148.

12. ↑ எருதின் கால்களைப் போலச் செய்யப்பட்ட கால்களைக் கொண்ட பீடத்திலிருந்தே நாளடைவில் சிங்காதனம் தோன்றியிருக்கலாம் அன்றோ? இங்ஙனம் எருதின் கால்களைக் கொண்ட பீடத்தின் மீது அமர்த்தப்பட்ட பழமை நோக்கிப் போலும் பிற்கால நூல்கள். சிவனார் எருதை ஊர்தியாகக் கொண்டவர் (ரிஷப் வாஹனர்) என்று கூறுகின்றன!

13. ↑ Mackay's Further Excavations at Mohajo Daro. 641 - 643.

14. ↑ Mackay's 'The Indus Civilization', pp.196 - 197.

15. ↑ K.N.Dikshit's Pre - historic Civilization of the 'IV'. p.12

16. ↑ E.W.Green's 'An Atlas of Indian History'.

17. ↑ Mackay's 'The Indus Civilization', p. 19.

18. ↑ K.N.Dikshit's 'Pre - historic Civilization of the I. V.' p.57

19. ↑ Dr. Mackay's 'The Indus Civilization', pp.133 - 136.

20. ↑ இப்பழக்கம் புகார் முதலிய துறைமுகப் - பட்டினங்களில் இருந்ததென்பதைச் சிலப்பதிகாரம் முதலிய சங்க நூல்களால் உணர்க

21. ↑ K.N. Dikshit's 'Pre - historic Civilization ofthe IV' p.44.

13

விளையாட்டுகள் - தொழில்கள் - கலைகள்

பலவகை விளையாட்டுகள் - மொஹெஞ்சொ - தரோவிற் கிடைத்த விளையாட்டுப் பொருள்களில் கோலிகளே மிக்குள்ளன. எனவே, அந்நகரச் சிறார் **கோலி விளையாட்டில்** பெரு விருப்பம் கொண்டிருந்தனர் என்பது தேற்றம் களிமண் பந்துகள் பல மாதிரிக்காகச் செய்யப்பட்டுள்ளன. அவற்றால், சிறார் பந்து விளையாட்டிலும் பண்பட்டிருந்தனர் என்பது வெளியாகிறது. பெரியவர்கள் **சதுரங்கம் சொக்கட்டான்** முதலிய ஆட்டங்களை ஆடிவந்தனர். பாய்ச்சிகள் இக்காலத்தன போலவே புள்ளியிடப்பட்டுள்ளன. சதுரங்கம் ஆடுதற்குரிய காய்கள் மண்ணாலும் உறுதியான கற்களாலும் அழகுறச் செய்யப்பட்டுள்ளன. அவை பல நிறங்களைப் பெற்றுள்ளன. அவற்றை வைத்து ஆடுதற்குரிய சதுரங்கப்பலகைகள் மரத்தால் செய்யப்பட்டிருத்தல் வேண்டும்; நாளடைவில் அவை அழிந்து போயிருத்தல் வேண்டும்! அப்பல்கைகளில் சதுரச் சிப்பிகள் பதித்துக் கட்டங்கள் பிரிக்கப்பட்டிருத்தல் வேண்டும். இச்சதுரச் சிப்பிகள் பல இந்நகர ஆராய்ச்சியிற் கிடைத்துள்ளன. இங்ஙனம் சதுரங்க விளையாட்டிற்குரிய சாதனங்கள் பல 'உர்' நகரத்திலும் கிடைத்துள்ளன. மொஹெஞ்சொ - தரோவிற் கிடைத்த ஒரு செங்கல் மீது நீள் சதுரக் கட்டங்கள் நான்கு ஒரே வரிசையில் இருப்பன போல மூன்று வரிசைகள் காணப்படுகின்றன. அக்கல் மற்றொரு வகைச் சதுரங்கப்பலகையாகப் பயன்பட்டிருக்கலாம். அதன் மீதுள்ள கட்டங்களுள் ஒன்று குறுக்குக் கோடுகளுடன் (இப்பொழுது காணப்படும் 'மலை' போலக்) காணப்படுகிறது. பிறிதொரு கல்மீது தாய விளையாட்டுக்கு உரிய கோடுகள் காணப்படுகின்றன. இத்தகைய விளையாட்டுகள் பல உர், **எகிப்து** ஆகிய இடங்களிலும் பழக்கத்தில் இருந்தன.

வேட்டையாடல் - மொஹெஞ்சொ - தரோவிற் கிடைத்த முத்திரைகள் சிலவற்றில் உள்ள அடையாங்களாலும் அங்குக் கிடைத்த மான் கொம்புகளாலும் வேட்டை நாய்ப் பதுமைகளாலும் அம் மாநகரத்தார் வேட்டையில் விருப்பங் கொண்டனர் என்பதை அறியலாம். ஒரு முத்திரையில், ஒரு மரக்கிளையில் இரண்டு மலையாடுகளின் தலைகள் தொங்கவிடப்பட்டிருத்தலைக் காணலாம். மலையாடுகள் கீர்தர்மலைத் தொடரில் மிக்கிருந் தனவாதல் வேண்டும். வேறொரு முத்திரையில், ஒருவன் கையில் வில்லும் அம்பும் கொண்டு நிற்பது

போலவும், அவன் அருகே நாயொன்று இரு விலங்கின் வாலைப் பற்றி இழுப்பது போலவும் சித்திரம் செதுக்கப்பட்டுள்ளது. சில முத்திரைகளில் மனிதர் மானையும் மலையாட்டையும் வேட்டையாடுவது போலவும் பொறிக்கப்பட்டுள்ளது. இவ்வேட்டைக்கு உரிய செம்பு வெண்கல அம்பு முனைகள் அகப்பட்டுள்ளன. பறவைகளை வேட்டை ஆடுவோர் களிமண் உருண்டைகளைக் கவணில் வைத்து எறிந்தமைக்குரிய சான்றுகளும் காணப்படுகின்றன.

கோழி கௌதாரிச் சண்டைகள் - ஒரு முத்திரையில், இரண்டு காட்டுக் கோழிகள் சண்டை இடுதல் போலப் பொறிக்கப்பட்டுள்ளது. இதனால், இக்காலத்தில் நடைபெற்று வரும் மாட்டுச்சண்டை கோழிச் சண்டை முதலியன அக்காலத்தில் நடைபெற்றிருக்கலாம் என்று கருதுதல் தகும். கௌதாரிகளை வளர்ப்பவருடைய வீடுகளில் இருந்தனவாகச் சில கணிமண் கூண்டுகள் கிடைத்தன. வேறொரு மண்கூண்டில் கௌதாரி நுழைவது காட்டப்பட்டுள்ளது. 'இன்று மொஹெஞ்சொ - தரோவைக் காண வரும் சிலர், தாம் வளர்க்கும் கௌதாரிகளைக் கூண்டுகளில் வைத்துக்கொண்டு வருகின்றனர். திருஷ்டி தோஷாதிகள் தாக்கா திருப்பதற்காக என்றே அக்கூண்டுகள் நீலநிற மணிகளால் அலங்கரிக்கப்பட்டுள்ளன. சொந்தக்காரர் அவற்றை அழைப்பதும், அவை அவர்கட்கு மறு குரல் கொடுப்பதும் மொஹெஞ்சொ - தரோவில் இருந்த பழைய கவுதாரி வளர்ப்பை நினைப் பூட்டுகின்றன.[1]

கொத்துவேலை - சிந்து வெளியில் வாழ்ந்த கொத்தர்கள் தம் தொழிலிற் பண்பட்ட புலமை உடையவர் ஆவர். அவர்கள் உலர்ந்த செங்கற்களையும் சுட்ட செங்கற்களையும் அடுக்கி, ஒழுங்கான சுவர்களையும் வீடுகளையும் மாளிகைகளையும் பொது இடங்களையும் கோட்டைகளையும் அப்பண்டைக் காலத்திலேயே பண்பட அமைக்கக் கற்றிருந்தனர் என்பது வியப்பூட்டுஞ் செய்தியே ஆகும். அவர்கள் ஒரு மாளிகையில் 2700 செ.மீ. கூடம் அமைத்து, அதன் மேல் அடுக்கைத் தாங்க 20 துண்களை நன் முறையில் நிறுத்தியுள்ளனர்; வீட்டுத் தரையை வழவழப்பாக்கி, அதில் வட்டக் கோடுகளும் சதுரக் கோடுகளும் வகையுற இழுத்துள்ளனர்; மழையில் நனையத்தக்க வீட்டுப்புறச் சுவர்களைச் சுட்ட செங்கற்களாலும் உட்புறச்சுவர்களை உலர்ந்த செங்கற்களாலும் கட்டியுள்ளனர். இஃதொன்றே அவர்கள் அறிவையும் அனுபவத்தையும் நன்கு விளக்க வல்லது; கிணற்றின் உட்புறத்திற்கென்றே தனிப்பட்ட கற்கள் செய்துள்ளமை வியத்தற்கு உரியது. சுவர்களுக்குள்ளும் கழிநீர்க் குழிகளை அமைத்து வீடு கட்டும் ஆற்றல் பெற்ற அப்பெருமக்களை எவ்வாறு புகழ வல்லேம்! வீடு - கிணறு - குளம் பற்றிய பகுதியில் பல வியத்தகு உண்மைகள் கூறப்பட்டமையால், இங்கு, அவற்றை மீட்டும் கூறல் கூறியது கூறலா'கும். சுருங்கக் கூறின், 5000 ஆண்டு கட்கு முன் இருந்த சிந்து வெளிக் கொத்தர்கள், தம் தொழில் முறையை அறிவு கொண்டு செய்து வந்தனர்: தொழிலை வயிற்றுக்காகச்செய்யவில்லை; கலைக்காகச் செய்து வந்தனர் என்னலாம். இவ்வுண்மையை அவர்கள் கட்டியுள்ள நீராடும் குளத்தின் நல்லமைப்பைக் கொண்டும் ஹரப்பாவில் கட்டியுள்ள மிகப்பெரிய களஞ்சிய வேலைப்பாட்டைக் கொண்டும் நன்கறியலாம். இதனை மேலும் விரித்தல் வேண்டா.

மட்பாண்டத் தொழில் - சிந்துவெளி நாகரிகத்தில் சிறப்பிடம் பெறத்தக்கவை மட்பாண்டங்களே ஆகும். ஆகவே, அவற்றைச் செய்த வேட்கோவர் திறமையே திறமை! அவர்தம் பெருமையே பெருமை! அவர்களே அவ்வெளியில் முதல் இடம்பெற்றிருந்தனர் என்னல் மிகையாகாது. வியப்பூட்டும் விதவிதவிதமான விளையாட்டுப் பொருள்கள், நுண்ணிய

வேலைப்பாடு கொண்ட மிகச் சிறிய பொருள்கள், எலும்புகளையும் சாம்பலையும் பிறவற்றையும் புதைத்து அடக்கம் செய்வதற்கு அமைந்த **தாழிகள்,**[2] பலவகை ஓவியங்கள் தீட்டப்பெற்ற பாண்டங்கள், கழிநீர்க் குழைகள், ஒலி பெருக்கிக் குழைகள், பொருத்தமான அளவுகள் அமைந்த பலவகைச் செங்கற்கள், வீட்டு வேலைகட்கு உரிய பல்வகைப் பொருள்கள் இன்ன பிறவும் வேண்டியோர் வேண்டியவாறு செய்து தந்த வேட்கோவர் பேராற்றலை என்னென்பது!

மொஹெஞ்சொ - தரோவில் வாழ்ந்த வேட்கோவரை விட ஹரப்பா வேட்கோவர் பின்னும் உயர்ந்தவராக இருத்தல் கூடுமோ என்று அறிஞர் ஐயுறுகின்றனர். அங்கு ஓர் இடத்தில் 16 **காளவாய்கள்** கண்டறியப்பட்டன. அவை அளவிற் சிறியவை: ஆனால், விரைவில் சூடேறத்தக்க முறையில் அமைக்கப்பட்டவை: களிமண் செப்புகள், பதுமைகள், மணிகள் நகைகள் ஆகிய வற்றைச் சூளையிடவும், கல் வளையல்கள், பட்டுக்கல்களிமண் முத்திரைகள் ஆகியவற்றைச் சுட்டு மெருகிட்வும், சிவப்பு மணிகளைச் செய்யவும் பயன்பட்டவை. வேண்டிய அளவு வெப்பத்தையும் குளிர்ச்சியையும் ஊட்டி, விதவிதமான நிறங்களை ஏற்றுதற்கு வசதியாக இருந்தவை. மொஹெஞ்சொ - தரோவில் ஓவியங்கள் தீட்டப் பெறாத மட்பாண்டங்களின் வேலைப்பாடு கண்கவர் வனப்புடையது. 1 செ. மீ. உயரத்தில் அழகிய பதுமைகள் செய்யக் கற்றிருந்த அவ்வேட்கோவர் திறமையை பண்பட்ட கலையறிவை இன்று எண்ணி எண்ணி வியவாத அறிஞர் இல்லை!

கல்தச்சர் தொழில் - சிந்து வெளியிற் கற் சட்டிகள், நீர் பருகும் பச்சைக் கல் ஏனங்கள், அம்மிகள், குழவிகள், உரல்கள், எந்திரங்கள், ஆட்டுக்கற்கள், தூண்களைத் தாங்கும் குழியமைந்த கற்கள், சிற்றுருக்கள், லிங்கங்கள், யோனிகள், முத்திரைகள் இன்ன பிறவும் செய்யப்பட் டுள்ளன. இவற்றைக் கொண்டு, சிந்து வெளியில் கல் தச்சர்கள் இருந்தனர் என்பதும் கல் வேலை நடைபெற்றது என்பதும் நன்கறியலாம். ஹரப்பாவில் அளவற்ற லிங்கங்கள் பல வடிவினவாகக் கிடைத்துள்ளன. மனித உருக்கள் (சிலைகள்) செய்யப்பட்டடுள்ளன. அவ்வேலைப்பாடு வியக்கத் தக்கதாக உள்ளதென்று அறிஞர்கள் கூறி வியந்துள்ளனர்.

மரத்தச்சர் தொழில் - மரப்பொருள்கள் விரைவில் அழியும் இயல்பின. ஆதலின், சிந்து வெளியில் இன்று கிடைத்தில எனினும், அங்கு மரத்தால் இயன்ற கட்டில்கள், நாற்காலிகள், மேசைகள், முக்காலிகள், பீடங்கள், மனைகள், கதவுகள், பெட்டிகள், தூண்கள், பலவகைக் கருவிகளின் கைப்பிடிகள், விளையாட்டுக் கருவிகள் முதலியன இருந்திருத்தல் வேண்டும் என்பதற்குரிய சான்றுகள் இருக்கின்றன. எருதின் கால்களைப் போலச் செய்யப்பட்ட கால்களைக் கொண்டமரத்தால் ஆன முக்காலிப்பீடங்களும் எருமைக் கால்கள் வைத்த சாய் மனைகளும் இருந்தன என்பதை முத்திரைகளைக் கொண்டு அறியலாம். அம்மரத்தச்சர்கள் காட்டிய பழக்கத்திலிருந்தே, சிங்கக் காலிகளைக் கொண்ட பீடங்கள் பிற்காலத்தில் தோற்றமெடுத்தன போலும்!

கன்னார வேலை - செம்பு, வெண்கலக்கருவிகளும் பிறபொருள்களும் நிரம்பக் கிடைத்தமை கொண்டு, சிந்து வெளியில் கன்னார வேலையும் சிறப்பாக நடைபெற்றமை அறியலாம். இக்கால அறிஞர்கள் பெரு வியப்புக்கொள்ளும்படி உருக்கி வார்க்கப்பட்ட சிறந்த வேலைப்படாமைந்த **வெண்கல** (நடனமாதின்) **உருவச்சிலை** ஒன்றே அக்கன்னாரப் பெருமக்களின் கைத்தொழிற் சிறப்பை உணர்த்தப் போதுமானது! மெல்லிய தகடுகளாக அமைந்துள்ள ஈட்-

டிகளும், சிறிய அழகிய கூர்மையான பற்களைக் கொண்ட இரம்பங்களும், கோடரிகளும், அரிவாள் மணைகளும். இடை வாள்களும், நீண்ட வாள்களும், அம்புகளும் பிறவும் அவர் தம் தொழிற் புலமையைத் தெற்றெனத் தெரிவிப்பனவாகும். மிகப் பலவாக - வகைவகையாகக் கிடைத்த மழித்தற் கத்திகள், மழித்தல் தகடுகள் ஆகியவற்றைக் காணும் இக்கால ஆராய்ச்சி அறிஞர், அக்காலக் கன்னாரது திறமையை எண்ணிப் பெருவியப்புக் கொள்கின்றனர் எனின், அவர்தம் பண்பட்ட தொழில் முறையை என்னெனப் புகழ்வது!

அரண்மனையுள் காளவாய்கள் - மொஹெஞ்சொ - தரோவில் அரண்மனை என்று கருதப்பட்ட பெரிய கட்டிடத்தின் திறந்தவெளியில் சிறியவடிவில் சில காளவாய்கள் அகப்பட்டன. அவை அரசாங்கத்தாருடைய படைக்கலங்களைச் செய்யவும், பழுது பார்க்கவும் பயன்பட்ட காளவாய்களாக இருக்கலாம். அவை வட்டமாக அமைந்தவை. - இத்தகைய காளவாய்கள் **'கிஷ்'** நகரத்து அரண்மனையுள் கண்டெடுக்கப்பட்டன. அவை நீள் சதுரமாக அமைந்தவை. அவற்றின் காலம் கி.மு.2800 ஆகும்.[3]

பொற்கொல்லர் தொழில் - சிந்து வெளியிற் கிடைத்துள்ள பொன்னாற் செய்யப்பட்ட அணிகளில் அமைந்துள்ள வேலைப்பாடு சிறப்புடையதாகும். காப்புகள், வளையல்கள், அட்டிகைகள், கழுத்து மாலைகள், அம் மாலைகளில் கோக்கப்பட்ட பலவகைப் பொன்மணிகள், பூ வேலைப்பாடு அமைந்த மணிகள், பல உருவங்கொண்டமணிகள், நுண்ணிய வேலைப்பாடமைந்த தலைச் சாமான்கள், சுட்டிகள், காதணிகள், கடகங்கள், மோதிரங்களும், இன்னபிறவும் அக்காலப் பொற்கொல்லர் வேலைப்பாட்டை விளக்குவன ஆகும். இவ்வணிகளில் இழைப்பு வேலைப்பாடு சிறந்து காணப்படுகிறது. மொஹெஞ்சொ - தரோவில் கிடைத்தவற்றைவிட ஹரப்பாவிலேயே பொன் அணிகள் மிகுதியாகக் கிடைத்துள்ளன.

இரத்தினக்கல் சோதனை - அணிகள் செய்தற்கமைந்த பல வகை இரத்தினக் கற்களையும், வேறு பல நிறக் கற்களையும் சோதிப்பதற்கென்றே பலர் இருந்திருத்தல் வேண்டும். என்னை? 'நவரத்தினங்கள்' என்று சொல்லப்படும் மணிகள் அனைத்தும் சிந்துவெளி மக்களால் பயன்படுத்தப்பட்டுள்ளன: பண்பட்ட வேலைப்பாடு கொண்டுள்ளன; நீலகிரி முதலிய நெடுந் தொலைவில் உள்ள இடங்களிலிருந்தும் கற்கள் கொண்டு செல்லப்பட்டன என்னும் விவரங்களால் என்க.

செதுக்கு வேலை - சிந்து வெளியில் இதுவரை 1000க்கு மேற்பட்ட பலவகை முத்திரைகள் கிடைத்துள்ளன. முத்திரையின் ஒரு புறம் ஏதேனும் ஓர் உருவமும் சித்திர எழுத்துகளும் மறுபுறம் வேறு குறியீடுகள் பலவும் காணப்படுகின்றன. இவை செய்யப்பட்டு 5000 ஆண்டு கட்கு மேலாகியும், இன்றும் புத்தம் புதியனவாகக் காட்சியளிக்கின்றன எனின், இவற்றைச் செய்தவர் தொழிற் புலமையை என்னென்பது? **செம்பு நாணயங்கள்** மீதும் முத்திரைகள் பொறிக்கப்பட்டுள்ளன[4]; எழுத்துக்களும் பொறிக்கப்பட்டுள்ளன. இம்முத்திரைகளில் காணப்படும் குறிப்புகளைக்கொண்டே அப்பண்டை மக்கள் மொழியையும் எழுத்துக்களையும், சமயச் செய்திகளையும், ஓவியம், சிற்பம், செதுக்கு வேலை இன்ன பிறவற்றையும் அறிய இடம் ஏற்பட்டுள்ளது எனின், இவற்றைத் தயாரித்த பேரறிஞர் நம் போற்றுதற்குரியரே யாவர் அல்லரோ? பல முத்திரைகள் வெண்கல் கொண்டு செய்து சூளையிடப்பட்டு மெருகிடப்பட்டவை. இவை 1 செ. மீ. முதல் 6 செ. மீ. வரை சதுரமாக உள்ளன. சில 2 செ. மீ. முதல் 3 செ.மீ. வரை சதுரமாக இருக்கின்றன. சித்திரங்கள் மட்டுமே கொண்டவை

சில; சித்திரங்களோடு எழுத்துக் குறிகள் கொண்டவை பல. இவை அனைத்தும் இரம்பம் கொண்டு ஒழுங்காக அறுக்கப்பட்டவை; சிற்றுளியாலோ - கத்தியாலோ ஒழுங்குபெறச் செதுக்கப்பட்டவை; பின்னரே மெருகிடப்பட்டவை. இவை இவ்வாறு தயாரிக்கப் பட்ட பிறகே, இவற்றின்மீது உருவங்களும் எழுத்துக்களும் செதுக்கப்பட்டுள்ளன. பின்னர் இவை, ஏதோ ஒருவ்கைப் பொருள் மேலே பூசப்பட்டுச் சுடப்பட்டிருக்கின்றன.அப்பண்டைக்காலத்தில் இத்துணை முறைகளும் ஒரு முத்திரை செய்யக் கையாளப்பட்டன எனின், முத்திரைத் தொழில் ஈடுபட்டிருந்த மாந்தர் தம் தொழில் அறிவையும் கலையுணர்வையும் என்னென்பது!

சங்குத் தொழில் - அக்காலத்தவர் சங்கைக்கொண்டு பலவகை நகைகளையும், நகைகளிற்பதிக்கும் சிறு பதக்கங்களையும் பிற பொருள்களையும் செய்துகொண்டனர் சங்கை அறுத்து, அரம் செதுக்கும் கருவி முதலியவற்றைக்கொண்டு பல்சக்கரம், சதுரத்துண்டு, முக்கோணத் துண்டு. இருதயம் போன்ற வடிவங்கள் முதலியவற்றைச் செய்தனர்; இவற்றைப் பொன், வெள்ளி, செம்பு இவற்றால் ஆன நகைகளிற் பதித்து வந்தனர். இவ்வாறு செய்யப்பட்டு வந்த வேலை வியப்பூட்டுவதேயாகும்.

மீன் பிடித்தல் - மொஹெஞ்சொ - தரோ நகரம் சிந்து யாற்றின் கரை மீதே இருந்த நகரமாதலாலும், ஹரப்பா ராவியாற்றின் அண்மையில் இருந்ததாதலாலும், அவ்வெளிகளில் வாழ்ந்த மக்கள் மீன் பிடிக்குந் தொழிலையும் சிறப்பாக மேற்கொண்டிருந்தனர் என்பது தவறாகாது.அங்கு மீன் பிடிக்கப் பயன்பட்டசெம்பு - வெண்கலத் தூண்டில்கள் பல கிடைத்துள்ளன. மீன் பிடிக்கும் வலைகளின் ஓரங்களிற் கட்டப்பட்ட மண் உருண்டைகளும் கிடைத்துள்ளன. ‘மொஹெஞ்சொ - தரோ மக்கள் மீன் உணவைப் பெரிதும் பயன் படுத்தினர் என்று கூறலாம்’ என்று **மக்கே** போன்ற ஆராய்ச்சியாளர் கூறுவதிலிருந்து, மீன் பிடிக்குந் தொழில் அக்காலத்தில் சிறப்புடையதாகக் கருதப்பட்டு வந்தது என்பது வெளியாம்.[5]

வண்டி ஓட்டுதல் - சிந்து வெளியில் பெரும்பாலும் மாட்டு வண்டிகளே மிக்கிருந்தன. அவற்றை ஒட்டுவதற்கென்றே வண்டிக்காரர் பலர் இருந்தனர். ‘சாட்டை’ இருந்தது. வண்டி கூண்டு உடையது. இக்குறிப்புகளை உணர்த்தும் விளையாட்டு மண் வண்டி ஒன்று ஹரப்பாவில் கிடைத்தது. ஹரப்பாவில் கிடைத்த விளையாட்டு வண்டி செம்பாற்செய்யப்பட்டது. வண்டி ஒட்டியின் முகம் வட்டமானது: மூக்குத் தட்டையாகவும் ஓரளவு உயர்ந்தும் இருக்கிறது; கூந்தல் சிவிப் பின்புறம் முடியிடப்பட்டுள்ளது. சிந்துவெளி நாகரிகத்து வண்டிகளே உலகிற் பழைமையானவை என்னலாம். சிந்து வெளி நாகரிக காலத்திற்குப் பல நூற்றாண்டுகட்குப் பின்னரே எகிப்தில் வண்டிகள் தோன்றலாயின. டாக்டர் **மக்கே** சான்ஹூ - தரோவில் இரண்டு மண் வண்டிகளைக் கண்டெடுத்தார். ஒன்று நன்னிலையில் இருந்தது; மற்றது சக்கரங்கள் இல்லாமல் இருந்தது.

ஹரப்பாவிற் கிடைத்த வண்டிகள் (1) இன்றைய வட இந்திய வண்டிகளைப் போலுள்ள சதுர வண்டிகள், (2) மோட்டார் லாரியைப் போன்ற சாமான் ஏற்றிச் செல்லும் வண்டிகள், (3) இக் காலத்துச் சாரட்டு வண்டியைப் போல எதிரெதிர் ஆசனங்களைக் கொண்ட வண்டிகள், (4) படகு போன்ற வண்டிகள் என நால் வகைப்படும். இவையன்றி இரண்டு உருளைகளைக் கொண்ட இரதங்கள் என்பனவும் இருந்தன. இவை மரத்தால் செய்யப் பட்டனவாதல் வேண்டும். இத்தகைய விளையாட்டு வண்டிகள் இன்னும் பஞ்சாப்பில் **ஹொஷியர்ப் பூர்** என்னும் இடத்திற் செய்யப்படுகின்றன.[6]

நாவிதத் தொழில் - கணக்கற்ற சுவரக் கத்திகள் கிடைத்துள்ளமையால் சிந்து வெளி மக்கள் க்ஷவரத்தில் மிக்க அக்கறைகொண்டு இருந்தனர் என்பதும், அத்தொழிலாளர் பலர் இருந்தனராதல் வேண்டும் என்பதும் கூறாமலே விளங்கும் செய்திகளாம்.

தோட்டி வேலை - 'நகர சுகாதாரத்தைக் கவனித்த பெருமை, அப்பண்டைக்கால நாகரிக நகரங்கள் அனைத்தையும் விட மொஹெஞ்சொ - தரோவுக்கே உரியதாகும்' என்று ஸர் ஜான் மார்ஷல் கூறுதலால், அந்நகராண்மைக் கழகத்தினர் னர் **தோட்டிகளை** வைத்திருந்-தனர் என்பதை நன்கு உணரலாம்.

காவல் தொழில் - பெரிய மாளிகைகளின் முன்புற அறைகளும் தெருக் கோடிகளில் இருந்த அறைகளும் காவற்காரர்க்கு உரியவை என்பது முன்னர்க் கூறப்பட்ட தன்றோ? மொஹெஞ்சொ - தரோ, ஹரப்பா என்னும் பெரிய நகரங்கள் வாணிபப் பெருக்குடையன - ஆதலின், அவற்றைக்காக்க வேண்டிய பொறுப்பு அந்நகரக் கழகத் தாரையோ - அரச-ரையோ சார்ந்ததாகும். அவர்களால் அமர்த்தப் பட்ட **பாதுகாவலர்** பலர் நகரங்களைப் பாது-காத்து வந்தனர்.[7]

கப்பல் தொழில் - சிந்து வெளி மக்கள் ஆற்று வாணிபத்திலும் கடல் வாணிபத்திலும் சிறந்திருந்தனர். ஆதலின், ஆறுகளுக்கு வேண்டிய படகுகளையும் கடற் செலவுக்குரிய கப்-பல்களையும் கட்டத் தெரிந்திருந்தனராதல் வேண்டும். மொஹெஞ்சொ - தரோவிற் கிடைத்த முத்திரை ஒன்றில் படகின் உருவம் காணப்படுகிறது. அதிற் பாய்மரம் இல்லை. சுக்கா-னும், படகின் நடுவில் ஒர் அறையும், மீகாமன் இருக்க இடமும் உள்ளன. அப்படகின் அமைப்பைக் கொண்டு, அக்காலப் படகுகளை நாம் ஒருவாறு அறிந்துகொள்ளலாம். அவை நாணற்கோல்கள் கொண்டு செய்யப்பட்டிருத்தல் வேண்டும். இங்ஙனம் செய்யப்பட்ட படகு-கள் பண்டை எகிப்திலும் இருந்திருக்கின்றன. மட்பாண்ட ஒட்டில் தீட்டப்பட்டிருந்த ஓவி-யம் ஒன்று படகினும் வேறுபட்டதாகக் காணப்படுகிறது. அதன் இருபுறங்களும் வளைந்து உயர்ந்து காணப்படுகின்றன. நடுவில்அறையே இல்லை; 180 செ.மீ. உயரத்தில் பாய் மரம் இருக்கிறது. சுக்கானும் உளது. அப்படகு ஆற்றிலும் கடலிலும் பயன்பட்டதாதல் வேண்-டும்.[8] எனவே, சிந்து வெளி மக்கள் படகுகளைக் கட்டவும் வேறு வகைக் கப்பல்களைக் கட்டவும் அறிந்திருந்தனர் என்பது தெளிவாம்.

பயிர்த் தொழில் - நெல், கோதுமை, வாற்கோதுமை, எள், பருத்தி முதலியன பயிரி-டப்பட்டன. எனவே, உழவு சிறப்புற்ற தொழிலாகவே இருந்துவந்த தென்னலாம். வயல்கட்கு வேண்டிய நீரைச் சிந்து யாறே தந்து வந்தது. அம்மக்கள் சிந்து யாற்றுநீரைக் கால்வாய்கள் மூலம் கொண்டு சென்று வயல்களிற் பாயச் செய்திருத்தல் வேண்டும். கலப்பைக்காரர்களும் அரிவாள்களும் கிடைத்தமை கொண்டும் சிறிது கோதுமை இருந்ததைக் கொண்டும் பயிர்த்-தொழில் சிறப்புடைய தொழிலாகக் கருதப்பட்டதென்பது வெளியாகும்.

நெசவுத் தொழில் - மொஹெஞ்சொ - தரோவில் உள்ள வீடுகள் பலவற்றுள் நெசவுத் தொழில் நடந்து வந்தது என்பதை அறிவிப்பன் போலக் **'கதிர்கள்'** பல கிடைத்துள்ளன. அவை பளிங்காலும் சங்கினாலும் களி மண்ணாலும் செய்யப்பட்டவை. எனவே, செல்வர் முதல் வறியர் ஈறாக இருந்தவர் அனைவரும் நூல் நூற்றலில் ஈடுபட்டிருந்தனர் என ஒரு-வாறு கூறலாம். சிந்து வெளியிற் பருத்தியே மிகுதியாகப் பயன்பட்டது. கம்பள ஆடைகள் 'இருந்தில' என்று சிலரும், இருந்திருக்கலாம் என்று சிலரும் கூறுகின்றனர். நாரினாற் செய்-

யப்பட்ட ஆடைகள் பிற இடங்களிலிருந்து தருவிக்கப்பட்டன. 'கித்தான்' போன்ற தடித்த துணியும் பயன் படுத்தப்பட்டது. மொஹெஞ்சொ - தரோவில் 5000 ஆண்டுகட்கு முன் இருந்த பஞ்சு கிடைத்துள்ளது. அஃது இன்றைய இந்தியப் பஞ்சைப்போலவே இருக்கிறது. இப்பஞ்சைத்தான் பாபிலோனியர் **சிந்து**[9] என்றும், கிரேக்கர் **சின்டன்** என்றும் வழங்கி வந்தனர். செல்வர்கள் சித்திர வேலைப்பாடமைந்த ஆடைகளை அணிந்து வந்தனர்; பூத் தையல்களைக் கொண்ட மேலாடைகளைப் போர்த்து வந்தனர் என்பதைச் சில வடிவங்களைக் கொண்டே கூறலாம்.

தையலும் பின்னலும் - இவை இரண்டும் அங்கு இருந்தன என்பது மேலே கூறப்பட்டது. இவ்வேலைகட்கு உரிய ஊசிகள் பல கிடைத்துள்ளன. அவை செப்பு, வெண்கலம், எலும்பு, தந்தம், தங்கம் இவற்றால் செய்யப்பட்டவை. அவற்றுள் சில நூல் கோத்துத் தைப்பதற்கு உதவும் ஊசிகள்; சில பூத் தையல்கள் போடவும், சித்திரங்கள் பின்னவும் பயன்பட்டவையாகக் காணப்படுகின்றன.

தந்த வேலை - மொஹெஞ்சொ - தரோவிற் கிடைத்த பொருள்களுள் இரண்டு யானைக் கோடுகள் குறிப்பிடத்தக்கவை. ஒர் அழகிய பாத்திரத்தின் அடிப்புறத்திற்கோ அன்றி மேற்புறத்திற்கோ பயன்படுத்தப்பட்ட தந்தத் தகடு ஒன்று கிடைத்துள்ளது. அது சில அழகிய வேலைப்பாடு களைக் கொண்டுள்ளது. தந்தப் பாத்திரங்கள் இருந்திருக்கலாம்; பெரிய பாத்திரங்களை அழகு செய்யத் தந்தத் தகடுகளைப் பயன்படுத்தி இருக்கலாம்: தந்த ஊசிகள், தந்தக் கதிர்கள் முதலியன கிடைத்துள்ளதைக் கொண்டும் முத்திரைகள் பலவற்றில் கோடுள்ள யானைகள் காணப்படலைக்கொண்டும், சிந்துவெளியில் யானைகள் புதியன அல்ல என்பதும் தந்தத் தொழில் நடைபெற்று இருக்கலாம் என்றும் கூறலாம்,[10] தந்தப் பொருள்கள் சில சுமேரியாவிற் காணப்படு தலைக்கொண்டு. அவை சிந்து வெளியிலிருந்தே போயிருத்தல் வேண்டும் என்று ஆராய்ச்சியாளர் கூறுவதால், தந்த வாணிபமும் நடைபெற்றிருக்கலாம் என்று கருத இடம் உண்டு.

மணி செய்யுந் தொழில் - பற்பல இடங்களிலிருந்து உயர்தரக் கற்களை வரவழைத்து, அவற்றை அறுத்துப் பற்பலவித மணிகளாக்கி மெருகிட்டுச் செவ்வைப்படுத்தும் தொழில் வல்லார் பலர் இருந்தனர் என்பது, சிந்து வெளியிற் கிடைத்துள்ள அளவிறந்த மணிகளைக் கொண்டு எளிதில் அறியலாம். அம்மணிகளில் ஒரே அளவுள்ள வழவழப் பான துளைகள் கிடைந்துள்ளதைக் கண்டு ஆராய்ச்சியாளர் வியப்புறுகின்றனர் எனின், அத்தொழில் வல்லார் வைத்திருந்த நுண்ணிய கருவிகளையும் அவர்தம் ஆற்றலையும் என்னெனப் பாராட்டுவோம்! சுருங்கக் கூறின், அவ்வேலை முறையே இன்றுள்ள மணி வேலைகட்குப் பிறப்பிடம் என்னல் மிகையாகாது.

பாய் பின்னுதல் - மாடங் கட்டியவர் பயன்படுத்திய கோரைப் பாய் ஒன்று பழுதுற்ற நிலையிற் கிடைத்தது. சிந்து ஆற்றுப் படுகையில் கோரையும் நாணலும் இயல்பாகக் கிடைத்தமையின், சிந்து வெளி மக்கள் அவற்றைக் கொண்டு பாய்களைப் பின்னிக் கொண்டனர்; கூரைகளை அமைத்துக் கொண்டனர். எனவே, பாய் பின்னுந் தொழில் அங்கு இருந்தது என்பது தோற்றம்.

எழுதக் கற்றவர் - சிந்து வெளி மக்கள் எழுதக் கற்றவர் ஆவர். இதனை, அவர்கள் வெளியிட்டுள்ள செம்பு நள்ணயங்களாலும் 1000க்கு மேற்பட்ட முத்திரைகளாலும் மட்-

பாண்டங்கள் மீது தீட்டப்பட்டுள்ள குறியீடுகளாலும் நன்குணரலாம். அவர்கள், மட்பாண்டங்கள் மீது எழுத ஒருவகை நாணற் பேனாவைப் பயன்படுத்தினர். அத்தகைய பேனாக்களைக் கிரீட் தீவினர் பயன்படுத்தினர். அவை நாகரிகம் மிகுந்த எகிப்திலும் உரோமர்கள் காலத்துக்கு முன் இருந்ததில்லை. எழுதப் பயன்பட்ட சிவந்த களிமண் பலகைகள் சில கிடைத்தன. அவற்றின் நீளம் 10 செ.மீ. அகலம் 8 செ.மீ, கனம் 180 செ. மீ. அவற்றின் மீது ஒருவகைப் பொருள் தடவப்பட்டு, அப்பொருள்மீது எழுதப்பட்டிருக்கலாம் என்பது அறிஞர் கருத்து.[11] கணக்கற்ற முத்திரைகளிற் காணப்படும் சித்திர எழுத்துகளைக் கானின், சிந்து வெளி மக்களது எழுத்து முறையை நன்கு அறியலாம். அவ்வெழுத்துகள் இன்று வசிக்கப்படவில்லை. ஆயினும், 'அவையே இந்திய முதல் எழுத்துக்கள் என்று இதுகாறுங் கருதப்பட்ட **பிராமி எழுத்துகட்கே பிறப்பிடமாகும்'** என்று லாங்டன் (Langdon) **ஹன்ட்**டர் போன்ற மொழில்லுநர் அறைந்துள்ளனர். அவ்வெழுத்துகளை ஆராய்ந்து பாகுபடுத்தி ஹன்ட்டர் என்பவர் ஏறக்குறைய 250 பக்கங்கள் கொண்ட பெருநூல்[12] ஒன்றை 1934 இல் வெளியிட்டுள்ளார். **ஹீராஸ்** என்னும் பாதிரியார் ஒருவரும் இத்தகைய ஆராய்ச்சிப் பணியில் இறங்கியுள்ளார்.அவரும் விரைவில் நூல் ஒன்றை வெளியிடுவார். இங்ஙனம் அறிஞர் பலர் கவனத்தையும் ஈர்த்துள்ள அற்புத எழுத்துக்களைப் பண்டைச் சிந்துப் பிரதேச மக்கள் பயன்படுத்தியுள்ளனர்.

வாணிபத் தொழில் - சிந்து மக்கள் தொழில்களிற் சிறந்திருந்தவர் என்பதற்கு அவர்களது வாணிபமே சிறந்த சான்று பகரும், அவர்கள் ஏறக்குறைய 4800 கி.மீ. தொலைவில் நடு ஆசியாவிலிருந்து எகிப்து வரை வாணிபம் நடத்தி வந்தனர். இக்காலப் புகை வண்டியோ, வான ஊர்தியோ, நீராவிக் கப்பலோ, மோட்டார் லாரிகளோ இல்லாத 5000 ஆண்டுகட்கு முன் அவர்கள், தங்கள் பண்டப் பொதிகளை எருதுகள் மீது ஏற்றிக்கொண்டு சென்றும், கப்பல்கள் மூலம் கரையோரமாகவே சென்றும் கடல் வாணிபம் - ஆகிய இரண்டையும் வெற்றி பெற நடத்தி வந்தனர் என்பது முற்பகுதியில் விளக்கமுறக் கூறப்பட்டது. அவர்கள் தங்கள் நாட்டுப் பொருள்களையும் கலையுணர்வையும் பிற நாட்டினர்க்குக் கொடுத்து, அவர் தம் பொருள்களையும் கலையுணர்வையும் பெற்று, வாணிபத்தையும் கலையுணர்வையும் வளர்த்து வந்தனர். 'திரைகடல் ஓடியும் திரவியம் தேடு' என்பதற்கு அப்பெருமக்களே சான்றாவர். அவர்கள் இந்தியாவின் பல பகுதியிலிருந்தும் தமக்கு வேண்டிய பொருள்களைப் பெற்று உள்நாட்டு வாணிபத்தையும் வளர்த்து வந்தனர்.

சிற்பக் கலை - சிந்து வெளி மக்கள் சிற்பக் கலையைத் தோற்றுவித்தவர் என்னல் தவறாகாது. மொஹெஞ்சொ - தரோவிற் கிடைத்த சுண்ணாம்புக்கல் கொண்டு செய்யப்பட்டிருந்த சிலை ஒன்று அறிஞர் கவனத்தை ஈர்த்தது. அவ்வுருவம் யோகியின் உருவம் என்றும், சமயத் தலைவர் உருவம் என்றும் அறிஞர் பலவாறு கருதுகின்றனர். அவ்வுருவம் சித்திரத் தையலைக்கொண்ட போர்வை ஒன்றைப் போர்த்துள்ளது; மீசையின்றித் தாடியை மட்டும் வைத்துள்ளது; அத்தாடி ஒழுங்குபெற அமைக்கப்பட்டுள்ளது. தலைமயிர் ஒழுங்காகச் சீவப்பெற்று, வட்டப் பதக்கத்துடன் கூடிய தலையணியால் அழுத்தப்பட்டுள்ளது.இந்த அமைப்பு முறை கண்கவர் வனப்பினது.

ஹரப்பாவில் கிடைத்துள்ள கற்சிலைகள் சிந்து வெளி மக்களின் சிற்பக்கலை அறிவைத் திறம்படக் காட்டுவனவாம். அவை வியக்கத்தக்க முறையில் செய்யப்பட்டுள்ளன. கைகள்

தனியே செய்து இணைப்பதற்கு ஏற்றவாறு அச்சிலைகளில் துளைகள் காணப்படுகின்றன; அங்ஙனமே தலைகளும் இணைக்கப்படும் போலும் கற்களில் இணைப்பு வேலையைச் செய்யத் துணிந்த அம்மக்களின் கலையறிவை என்னென்பது! இவ்வாடவர் சிலைகள் மணற் கல்லாலும் பழுப்பு நிறக் கல்லாலும் செய்யப்பட்டுள்ளன. இக்கற்கள் சிந்து வெளியிற் கிடைப்பன அல்ல; வெளி இடங்களிலிருந்தே கொண்டுவரப் பட்டவை. இக்கற்களைப் பிற்கால இந்தியர் இன்றளவும் சிலைகட்குப் பயன்படுத்த அறிந்திலர் என்பது கவனிக்கத் தக்கது.

சிற்பக் கலை கிரேக்கரிடமிருந்துதான் இந்தியாவிற்கு வந்தது என்று இதுகாறும் கூறி வந்தது இன்று தவறாகிவிட்டது. அவர்தம் கலை தோன்றற்கு முன்னரே சிந்துவெளி மக்கள் சிற்பக் கலையைத் தோற்றுவித்தனராதல் வேண்டும். **'இந்தியச் சிற்பக் கலை இந்தியாவிற்கே உரியது'** என்று **சர்ஜான் மார்ஷல்** கூறியுள்ளது கவனிக்கத் தக்கது.[13]

வெண்கலத்தாற் செய்யப்பட்ட நடனமாதின் உருவம் ஒன்றும் சிந்துவெளி மக்களின் சிற்ப அறிவைச் சிறப்புறக் காட்டுவதாகும். அதனைப்பற்றி வியந்து எழுதாத அறிஞர் இலர் எனின், அதன் வேலைப்பாட்டுச் சிறப்பை என்னென்பது! வெண்கல வார்ப்படங் கொண்டு செய்யப்பட்ட அவ்வுருவம் வழவழப்பாகவும் ஒழுங்காகவும் அமைந்துள்ளது வியப்புக்கு உரியதேயாகும். சில உருவச் சிலைகள் நடனம் செய்வத்ற்கு ஏற்றவாறு நிற்பனபோலச் செய்யப்பட்டுள்ளன. ஒவ்வோர் உருவமும் இடது காலைத் தூக்கி வலது கால்மீது நின்று நடனம் செய்வது போல அமைக்கப்பட்டுள்ளது. இச்சிலைகள், **சிவபெருமானது பிற்கால நடனத்திற்கு தோற்றுவாய் ஆகலாம்** என்பது ஆராய்ச்சியாளர் கருத்து.

சிந்து வெளியிற் கிடைத்த விலங்குப் படிவங்களைக் கொண்டும் அம்மக்களது சிற்ப அறிவை உணரலாம்; ஒரு குரங்கு தன் குட்டியுடன் உட்கார்ந்திருப்பது போலச் செய்யப்பட்டுள்ளது. வேறு ஒரு குரங்கு தன்முழங்கால்கள் மீது கைகளை ஊன்றிக்கொண்டு உட்கார்ந்திருப்பது போலச் செய்யப்பட்டுள்ளது. இங்ஙனம் செய்யப்பட்ட உருவங்களில் கற்களும் சிப்பிகளும் கண்களாக வைத்துப்பதிக்கப்பட்டுள்ளன. இம்முறை எகிப்திலும் சுமேரியாவிலும் கையாளப்பட்டது. வெண்கலத்தால் செய்யப்பட்ட எருமை, குரங்கு, வெள்ளாடு என்பன பார்க்கத் தக்கவை; சிறந்த முறையில் அமைந்துள்ளவை.

ஓவியக் கலை - சிந்து வெளி மக்களின் ஓவியத் திறமை அவர் தம் மட்பாண்டங்களிலிருந்தே அறியப்படுகின்றது. அங்குக் கிடைத்துள்ள மட்பாண்டங்கள் மீது தீட்டப்பட்டுள்ள ஓவியங்கள் மிகத் தெளிவாக அக்கால நிலையையும் நாகரிகத்தையும் உணர்த்த வல்லவையாக இருக்கின்றன. அவை வரலாற்றுக் காலத்து ஓவியங்கட்கு முற்பட்ட ஓவியக் கலையை அளவிட்டு அறியப் பேருதவி புரிகின்றன. ஒரு வட்டத்திற்குள் பல வட்டங்கள் இட்டுள்ள முறை போற்றுதற்குரியது. பல பாண்டங்கள் மீது மரங்கள், இலைகள், இலைக்கொத்துகள், சதூக்கட்டங்கள், குறுக்கும் நெடுக்குமாக உள்ள முக்கோணங்கள், பறவைகள், பாம்புகள், மீன்கள், காட்டு எருமைகள், மலை ஆடுகள்,மயில்கள், மான்கள், கப்பல்கள் ஆகியவற்றின் உருவங்கள் ஓவியங்களாகத் தீட்டப்பட்டுள்ளன.

தொடர்ந்து வரும்தொன்மை நாகரிகம் - இவையன்றி, மிக்க வேலைப்பாடுகள் அற்ற சிலைகளும் ஓவியங்களும் பல கண்டெடுக்கப்பட்டுள்ளன. இவை சிந்து கங்கை வெளிகளிலும் பரவி இருக்கின்றன. ஆதலின், சிந்து வெளிப் பண்டை நாகரிகம் கங்கை வெளியிலும் பரவி இருந்தமை நன்கு புலனாகின்றது. மேலும் அப்பண்டைக் காலச் சிற்பக் கலையும்

ஓவியக் கலையும் வரலாற்றுக்காலம் வரை தொடர்ந்து கைக் கொள்ளப்பட்டு வந்திருந்தமை வெளியாகின்றது. பாடலிபுரத்தில் அகப்பட்ட மோரியர் காலத்து மட்பாண்டங்களும் சிந்து வெளியின் மட்பாண்டத் தொடர்ச்சியாகவே கருதப்படுகின்றன. சிந்து வெளி நாகரிக காலத்திற்கும் வரலாற்றுக் காலத்திற்கும் - இடையில் பல ஆயிரம் ஆண்டுகள் கழிந்திருந்த போதிலும் வாழ்க்கையில் பல மாறுதல்கள் உண்டாகி இருப்பினும் ஓவியக் கலையும் சிற்பக் கலையும் வரலாற்றுக் காலம்வரை தொடர்ந்தே வந்துள்ளன என்று அறிஞர் கருதுகின்றனர். இவற்றால், **இந்தியச் சிற்பக் கலைக்கும் ஓவியக் கலைக்கும் சிந்து வெளியே தாயகமானது** என்பது தெளிவாகும் அன்றோ?

இசையும் நடனமும் - களிமண்ணாற் செய்யப்பட்ட ஆண் உருவம் ஒன்றன் கழுத்தில் 'தவுல்' கட்டப்பட்டுள்ளது. வெண்கலத்தாற் செய்யப்பட்ட நடனமாதின் வடிவம் ஒன்று கிடைத்துள்ளது. சில கற்சிலைகள் நடனமுறையிற் காணப்படுகின்றன. இரண்டு முத்திரைகளில் 'மிருதங்கம்' போன்ற தோற் கருவிகள் பொறிக்கப் பட்டுள்ளன. இக்காலத்து 'வீணை' போல ஓவியம் ஒன்று தீட்டப் பட்டுள்ளது. இக்காலத்துப் பாகவதர்கள் கைகளில் வைத்துக் கொண்டு தாளமிடும் கருவிகள் போன்றவையும் கிடைத்துள்ளன. இவை அனைத்தையும் நோக்க, சிந்து வெளி மக்கள் இசைக் கலையிலும் நடனக் கலையிலும் ஓரளவு பயிற்சி உடையவர் என்பது நன்கு விளங்குகிறது.

கணிதப் புலமை - சிந்து வெளியிற் கிடைத்துள்ள **நிறைக் கற்கள்** மிகப்பல. அவை பெரும்பாலும் எல்லா வீடுகளிலும் பயன்பட்டன எனக் கூறலாம். நிறைக் கற்களைப் பற்றிய விளக்கம் சென்ற பகுதியிற் கூறப்பட்டமையின் ஈண்டு விரித்தல் வேண்டா. நிறையின் மிகச் சிறிய அளவு தசாம்ச பின்னத்திற் செல்கின்றது; பேரளவு 15 பவுண்ட் வரை செல்கின்றது எனின், அக்கால மக்களது கணிதப் புலமை தெற்றெனத் தெரிகிறதன்றோ? நிறைகள் 64 வரை இரட்டை எண்களாக இருக்கின்றன. பின்ன அளவைக் குறிக்கும் நிறைகள் ஒரு கிராமின் 0.8565 அளவு வரை போகின்றன எனின் அம்மக்களது. கணிதக் கலை வளர்ச்சியை என்னென்று கூறி வியப்பது. 'இந்நிறைக் கற்கள் மெசொபொட்டேமியா போன்ற அக்கால நாகரிக நாடுகளில் இருந்த நிறைக் கற்களை விட எடையில் சரியானவையாகவும் அளவில் ஒழுங்கானவையாகவும் இருக்கின்றன என்று ஆராய்ச்சியாளர் அறைந்து வியக்கின்றனர்.

மருத்துவக் கலை - இன்று இந்தியா முழுதிலும் ஆயுர்வேத யூனானி மருத்துவப் புலவர் பயன்படுத்துகின்ற **'சிலா சித்து'** என்னும் மருந்து மொஹெஞ்சொ - தரோவிற் கிடைத்துள்ளது. சிந்து வெளியினர், **சம்பர் (Sambur) மான்** கொம்புகளைப் பொடியாக்கி மருந்தாகப் பயன்படுத்தினர் என்பது தெரிகிறது. மான் கொம்புகளும், மாட்டுக் கொம்புகளும் பல கிடைத்துள்ளன. மாட்டுக்கொம்புகள் சில கிண்ணம் போலக் குடையப்பட்டுள்ளன. அவை மருந்து வைத்துக் கொள்ளப் பயன்பட்டன ஆகும். நாட்டு மருத்துவத்தில் 'சிலா சித்து' உயர்தர மருந்தாகும். அது வயிற்றில் உண்டாகும் குடல், நுரையீரல் முதலியன பற்றிய நோய்களைக் குணப்படுத்தும் ஆற்றல் பெற்றது. அது, இமயமலைப் பாறைகளிலிருந்து கசிந்து வருவது. அதனை மலை வாழ்நர் கொண்டுவந்து இன்றும் உள் நாடுகளில் கொடுக்கின்றனர். சிந்து வெளியிலேயே மொஹெஞ்சொ - தரோவை ஒத்த நாகரிகநகரமாக இருந்த **'ஒத்மஞ்சொ - புதி'** என்னும் இடத்தில் மருந்துக்குரிய ஒருவகை எலும்புகள் சில கிடைத்துள்ளன. அவை காது, கண், தொண்டை தோல் பற்றிய நோய்களைக் குணப்படுத்தும் வன்மையுடையன.

'மொஹெஞ்சொ - தரோ மக்கள் விருந்தில் விருப்புடையர் என்பது நன்கு புலனாகின்றது. ஆதலால், அவர்கள் அசீரணத்தால் துன்புற்றனராதல் இயல்பே. அவர்களைக் குணப்படுத்த மகளிர் சில மருத்துவ முறைகளை அறிந்திருந்தனர் என்று கூறல் தவறாகாது'.[14] '...இன்ன பிறவற்றால், இன்றுள்ள ஆயுர்வேத மருத்துவக் கலை பற்றிய மூல உணர்ச்சிகள் சிந்துவெளி மருத்துவர்களிடமிருந்தே தோற்றமாயின என்னல் நன்கு வெளியாம்'.[15]

வான நூற் புலமை - சிந்து வெளி மக்கள் வீடுகள் கட்டியுள்ள முறையிலிருந்து இராசி கணங்களின் இயக்கங்களைக் கவனித்து வந்தனர் என்பது தெளிவாகிறது, முத்திரைகளிற் குறிப்பிடப்பட்டுள்ள சில குறியீடுகள் இராசிகளைத் தாம் குறிக்கின்றனர்; அம்மக்களது ஆண்டுத் தொடர்ச்சி ஏறக்குறையத் தை மாதத்திலிருந்தே தொடக்கமாக இருந்தது என்று ஆராய்ச்சியாளர் சிலர் கருதுகின்றனர்.[16] ஆனால், அவற்றைத் திட்டமாகக் கூறக்கூடவில்லை என்று **இராவ் பகதூர் தீக்ஷித்** போன்றோர் கூறுகின்றனர்.[17] **ஹிராஸ் பாதிரி**யார், 'சிந்து வெளி மக்கள் இராசி மண்டலத்தை நன்கு அறிந்தவர்கள், அவர்கள் காலத்தில் எட்டு இராசிகளே இருந்தன, சுமேரியர் காலத்திற் பத்து இராசிகள் கணக்கிடப்பட்டன. சிந்து மக்களின் இராசி மண்டலக் குறிப்பைக் கணித்துப் பார்க்கையில், அக்காலம், ஏறக்குறைய கி.மு. 5610 எனக் கூறலாம். இது, சுமேரியர் நாகரிகமே தோன்றாத காலம் ஆகும் என்று பேசியுள்ளார்.[18]

உடற் பயிற்சி - ஹரப்பாவிற் கிடைத்த முத்திரை ஒன்றில் ஓர் ஆடவன் உடற் பயிற்சி செய்வதாகப் பொறிக்கப்பட்டுள்ளது. இதனால், சிந்துவெளி மக்கள் ஓரளவு உடற்பயிற்சி முறைகளை அறிந்திருந்தனர் என்று கூறுதல் தவறாகாது.[19]

நகர மக்கள் - தொழில்களையும் கலைகளையும் நோக்க, சிந்து வெளி நகரங்களில் மொழிப் புலவர், நிமித்தங் கூறுவோர், காலக்கணிதர், மருத்துவர், இசைவாணர், கூத்தப் புலவர், கூத்த மகளிர், அரசியற் மகளிர், அரசியற் பணியாளர், நகரக்காவலர், சமயக் குருமார் (புரோகித்ர்), வேளாளர், உணவுப் பொருள் விற்போர், கூல வாணிகர், பொற்கொல்லர், கன்னார், தச்சர், மீன்வாணிகர், அப்ப வாணிகர், உப்புவாணிகர், மரக்கலம் ஒட்டுவோர், வண்டி ஒட்டுவோர், மரக்கலம் கட்டுவோர், வேட்கோவர், இரத்தினப் பணியாளர், செதுக்கு வேலையாளர், ஓவியந் தீட்டுவோர், சிற்பிகள், கால் நடை வளர்ப்போர், சங்கு அறுப்போர், சிற்ப வேலை செய்பவர், வெண்கல் - மாக்கல் முதலிய பலவகைக் கல்வேலை செய்வோர், தந்தவேலை செய்பவர், விளையாட்டுப் பொருள்கள் செய்வோர், நீர்கொண்டு வருபவர், கொத்தர்கள், முத்திரை செய்பவர், நாவிதர், தோட்டிகள் முதலிய பல தொழில் புரியும் மக்கள் வாழ்ந்து வந்தனர் என்பதைத் தெளிவுற அறியலாம். இவர்கள் அல்லாமல் எகிப்து, அஸிரியா, பாபிலோனியா, ஏலம், சுமேரியா, பாரசீகம் நடு ஆசியா, பர்மா, தென் இந்தியா முதலிய இடங்களிலிருந்து வாணிபத்தின் பொருட்டுக் குடியேறியிருந்த மக்கள் சிலராவர். ஆதலின், மொஹெஞ்சொ - தரோ இக்காலத்துக் கராச்சி நகரைப்போலப் பல நாட்டவரைக் கொண்டிருந்த வாணிகப் பெருநகர் ஆகும்: பண்டைப் பூம்புகார் , கொற்கை, முசிறி, தொண்டி போன்ற வாணிப நகரம் ஆகும் என்பது அறியத்தக்கது. இதனாற்றான் அங்குக் கிடைத்த எலும்புக் கூடுகளும் மண்டை ஓடுகளும் **மங்கோலியர், அல்பைனர், மத்யதரைக் கடலினர், ஆஸ்ட்ரேலியா இனத்தவர்** ஆகிய பல் நாட்டு மக்களுடையனவாகக் காணப்பட்டன.

1. ↑ Mackay's 'The Indus Civilization' pp.187, 188.
2. ↑ 1. தமிழ் அகத்து வேட்கோவா பெருமையைப் புறநானூற்று 32,828. 256 முதலிய பாடல்களால் அறிக. எகிப்திய மொழியில் **'வேள்'** என்பதுமட்பாண்டத்தைக் குறிக்கும் சொல்லாதல் அறிக.
3. ↑ Mackay's 'Further Excavations at Mohenjo - Daro',Vol. I p.172.
4. ↑ ; இத்தகை செம்பு நாணயங்கள் பல திருநெல்வேலிக் கோட்டத்திற் கிடைத்துள்ளன. அவற்றின் விவரம்.'சிந்து வெளி மக்கள் யார்?' என்னும் பகுதியிற் காண்க.
5. ↑ பண்டைத் தமிழகத்தில் அத்தொழில் சிறப்புற நடந்து வந்தது உலர்த்திப் பக்குவப்டுத்தப்பட்ட 'மீன் உணங்கல்' வெளி நாடுகட்கு அனுப்பப்பட்ட செய்தி மதுரைச் காஞ்சி முதலிய தொன்னூல்களால் அறியக் கிடக்கிறது.
6. ↑ 1. M.S.Vat's 'Excavation at Harappa, 'Vol.I pp.99, 100, 451, 452.
7. ↑ பண்டைத் தமிழ் நாட்டுக் காவற்காரர் 'களவு நூலைக்கற்றவர். கள்வர் போக்கை உணர்ந்து மறைந்து. நின்று பிடிப்பவர்' என்னும் சுவை பயக்கும் செய்திகளை மதுரைக் காஞ்சி முதலிய நூல்களால் உணர்க
8. ↑ Mackay's 'The Indus Civilization' p.175. Mackay's 'Further Excavations at Mohenjo - Daro' Vol.I. p.340
9. ↑ திராவிட மொழிகளுள் ஒன்றாய் கன்னடத்தில் 'சிந்து' என்பது ஆடையைக் குறித்தல் இங்குக் கருதத்தகும்.
10. ↑ Mackay's 'The Indus Civilization', 172.
11. ↑ Mackay's 'Further Excavations at Mohenjo - Daro' Vol. I. pp. 215, 430.
12. ↑ Dr.G.R.Hunter's 'The ScriptofAarappaand Mohenjo - Daro'(1934)
13. ↑ M.S. Vats's 'Excavations at Harappa', Vol. I. pp. 76, Vol. II. PI. LXXX, LXXXI.
14. ↑ Mackay's 'The Indus Civilization pp. 189, 190.
15. ↑ K.N. Dikshit's 'Pre - historic Civilization of the I.V.P. 31.
16. ↑ பண்டைத் தமிழமக்களின் ஆண்டும் தை மாதத்திலிருந்தே கணிக்கப்பட்டதென்று தமிழறிஞர் சிலர் கூறுகின்றனர்.
17. ↑ Vide his book, p.31.
18. ↑ Vide his Lecture, 'Madras Mail' (21 - 10 - 37).
19. ↑ M.S.Vats's 'Excavations at Harappa'. Vol. I. p. 295.

14

சமயநிலை

சான்றுகள் - மொஹெஞ்சொ - தரோவிலும் ஹரப்பாவிலும் களிமண்ணாற் செய்து சுடப்பெற்ற சிறிய வடிவங்களும் முத்திரைகளும் உலோகத் தகடுகளும் தாயித்துகளும் நிரம்பக் கிடைத்தன. அவற்றின் மூலம் அக்காலத்தவர் தம் இறைவணக்கத்திற்குரிய பொருள்கள் இன்னின்னவை என்பதை ஒருவாறு அறிதல் கூடும்.பெரும்பாலும் ஒவ்வொரு வீட்டிலும் கடவுள் உருவம் வைக்கப் பெற்று வழிபடப் பெற்றது என்று அறிஞர் கருதுகின்றனர். கடவுள் உருவம் வீட்டுச் சுவரில் இருந்த மாடங்களிலேனும் சுவரில் மரப்பலகை அடித்து அதன் மீதேனும் வைக்கப்பட்டிருத்தல் வேண்டும் என்று டாக்டர் **மக்கே** கருதுகிறார்.

தரைப் பெண் வணக்கம் - சிந்து வெளியிற் பெண் வடிவங்கள் மிகப் பலவாகக் கிடைத்துள்ளன. இவை போன்றவை பலுசிஸ்தானம் முதல் கிரீஸ் வரையில் உள்ள எல்லா இடங்களிலும் கிடைத்துள்ளன. எனவே, பண்டை மக்கள், தமக்கு வேண்டிய எல்லா உணவுப் பொருள்களையும் உதவி வந்த தரையைப் பெண் தெய்வமாக வழிபட்டு வந்தனர் என்பது வெளியாகிறது.[1] இத்தரைப் பெண் தெய்வம் பிற நாடுகளில் பிற கடவுளருடன் சேர்த்தே வணங்கப்பட்டது. அத்தெய்வத்திற்குக் **கணவன், மகன்** இரண்டு தெய்வங்கள் சேர்க்கப்பட்டு இருந்தன. ஆனால், சிந்து வெளியில் தரைப் பெண் தேவதை தனியாகவே வணங்கப்பட்டது என்னலாம். அத் தெய்வம், அமைதியான முகத் தோற்றங் கொண்டதாகவும், அச்சமூட்டும் தோற்றமுடையதாகவும், குழந்தையை வைத்திருப்பது போலவும் காணப்படுகிறது. இன்றளவும் சிவபெருமான் மனைவியாரான உமையம்மையார் பார்வதி, துர்க்கை, காளி எனப் பல உருவங்களில் வழிபடப்படுதலையும், பின் இரண்டு உருவங்களும் அச்சமூட்டுவனவாக இருத்தலையும் சிந்து வெளிப் பெண் தெய்வ உருவங்களோடு ஒப்பிட்டுக் காண, தரைப்பெண் வணக்கம் நாளடைவில் **சக்தி வணக்கமாக** மாறியதென்பதை நன்கு உணரலாம்.[2]

இன்று கிராமந்தோறும் காணப்படும் கிராம தேவதைகள் அனைத்தும் தரைப் பெண்ணின் பிரதிநிதிகளே என்னல் பொருந்தும். இத்தெய்வங்கள் அனைத்தும் கன்னித் தன்மை வாய்ந்தவை ஆகும். இவற்றுட் பல பிறகு எக்காரணம் கொண்டோ, ஆண் தெய்வங்களுடன் இணைக்கப்பட்டுவிட்டன. அப்பொழுது தான் **'சக்தி வணக்கம்'** ஏற்பட்டது. தரைப் பெண் வணக்கம் இன்றளவும் கொண்டர்களிடம் இருத்தலும், அவர்கள் நிலமகளை (பூமி தேவியை)த் தரைப் பெண்[3] என்றே கூறுதலும் காண, இது வட இந்தியாவில் இருந்த **பழந்**

தமிழர் வழிபாடு என்பதை நன்குணரலாம். தரைப் பெண் நல்ல விளைச்சலை நல்குந் தெய்வம் என்பது கொண்டர் கொள்கை. அக்கொள்கையே சிந்து வெளி மக்களிடத்தும் இருந்ததென்பது வெளியாம்.

கவின் பெறு கற்பனை - தரையைத் தாயாக உருவகப்படுத்தி, அது நமக்காக அளிக்கும் பொருள்களைக் கருவுயிர்ப்பதாகக் காட்டும் சித்திரம் ஒன்று சிந்துவெளியிற் கிடைத்த முத்திரை ஒன்றில் காணப் படுகிறது. ஒரு பெண் கருவுயிர்க்கும் நிலையில் தலைகீழாய் நிற்கிறாள்; அவளது கருவிலிருந்து செடி ஒன்று வெளிப்படுகிறது. குப்தர் காலத்திய இத்தகைய ஓவியங்கள் ஐக்கிய மண்டிலத்தில் உள்ள 'பீதா'வில் கிடைத்துள்ளன.

நரபலி உண்டா? - ஒரு முத்திரையில் ஒருவன் வாளேந்தி நிற்பதுபோலவும் அவனுக்கு அடியில் ஒரு பெண் முழங்காற் படியிட்டு இருப்பது போலவும் காணப்படுதலை நோக்கி, ஆராய்ச்சியாளர், அக்காலத்தில் தரைப் பெண்ணுக்கு நரபலி கொடுக்கும் வழக்கம் இருந்ததோ என்று ஐயுறுகின்றனர். ஆனால், இவ்வாராய்ச்சிக்கு முன்னரே அறிஞர் பலர், பண்டை இந்தியாவில் நரபலி இருந்திருத்தல் வேண்டும் என்று தம் ஆராய்ச்சி நூல்களில் வரைந்துள்ளனர்.[4] இதே பழக்கம் ஆஸ்ட்ரேலிய இனத்தவரான கொண்டர்களிடமும் 80 ஆண்டுகட்கு முன் வரை இருந்து வந்தது குறிப்பிடத்தக்கது. வேறு ஒரு முத்திரையில், இறைவி முன் ஒருவன் வெள்ளாடு ஒன்றைப் பிடித்துக்கொண்டு நிற்கிறான்; பலர் வரிசையாக வழிபட நிற்கின்றனர். இதனால், அக்கால மக்கள் விலங்குகளைப் பலியிடும் பழக்கமுடையவர் என்பது புலனாகும்.

தலையில் விசிறிப் பாகை - தரைப் பெண் உருவங்கள் அனைத்தும் நகைகள் நிரம்பப் பூண்டவையாகவே காணப்படுகின்றன. அவற்றின் தலைமீது விசிறி போன்ற பாகைகள் காணப்படுகின்றன. அரையில் மிகச் சிறிய துணி சுற்றப்பட்டுள்ளது.

சிவ வணக்கம் - சிந்து வெளி மக்கள் லிங்க வணக்கத்தினர் என்பதை, அங்குக் கிடைத்த பல லிங்கங்களைக் கொண்டு அழுத்தமாகக் கூறலாம். இடக்காலைத் தூக்கி ஆடும் நடராசரது உருவம் கிடைத்துள்ளது. ஒரு முத்திரையில், மூன்றுமுகங்களைக் கொண்டமனித உருவம் ஒன்று, கால்களை மடக்கி இரு குதிகால்களும் ஒன்று சேர்ந்து காற் பெரு விரல்கள் கீழ்நோக்கி உள்ளவாறு ஆசனமிட்டு யோகத்தில் அமர்ந்திருப்பதுபோலக் காணப்படுகின்றது. மார்பில் முக்கோண வடிவப் பதக்கங்கள் காணப்படுகின்றன. கைகள் நிறையக் கடகங்கள் பூட்டப்பட்டுள்ளன. இடுப்பில் இரட்டைப் பட்டையாக ஓர் அரைக் கச்சை காணப்படுகிறது. இவ்வுருவத்தின் வலப்புறம் **யானையும் புலியும்**, இடப்புறம் **எருதும் காண்டாமிருகமும்** நிற்கின்றன. இருக்கையின் அடியில் இரண்டு மான்கள் இருக்கின்றன.[5] யோகியின் தலைமீது வளைந்த எருமைக் கொம்புகள் உள. நடுவில் தடித்த மலர்க் கொத்தோ இலைக் கொத்தோ நிமிர்த்தி வைக்கப்பட்டுள்ளது. '**இது சிவனைக் குறிப்பது**' என்று **சர் ஜான் மார்ஷல்** கருதுகிறார். தலைமீதுள்ள கொம்புகளும் பூங்கொத்தும், பிற்காலத்தில் திரிசூலமாக மாறியிருத்தல் வேண்டும் என்று அறிஞர் அறைகின்றனர். ஒரு சாரார் 'இக் கொம்புகள் சாஞ்சி ஸ்தூபத்தின் வாயிலில் பொறிக்கப்பட்டுள்ள சூலத்தைப் போன்றுள்ளன. யோகியை அடுத்து விலங்குகள் இருப்பது **சிவன் - பசுபதி** என்பதைக் குறிக்கின்றதன்றோ? மூன்று தலைகள் நன்கு தெரிவதால், பின்புறம் இரண்டு தலைகள் இருத்தல் கூடும் என்று கூறுகின்றனர். வேறு ஒரு சாரார், 'மூன்று தலைகளும் ஆக்கல், அளித்தல், அழித்தல் என்னும்

முத்தொழில்களைக் குறிப்பன' என்பர். இதுபோன்ற முத்தலை உருவங்கள் 'ஆபு' மலைக்கருகில் அழிந்து கிடக்கும் கோயில்களிலும், வட ஆற்காடு ஜில்லாவில் காவேரிப் பாக்கத்தை அடுத்த மேலைச் சேரியிலும், பெல்காம் கோட்டத்தில் உள்ள கோகாக்' நீர் வீழ்ச்சிக்கு அருகிலும், உதயபுரி சமஸ்தானத்தைச் சேர்ந்த 'சித்தோர்கார்' என்னும் இடத்திலும் காணப்பட்டன. ஆயின், இவை வரலாற்றுக் காலத்தில் வழக்காறு அற்றுப்போயின.

லிங்க வழிபாடு - பெரிய லிங்கங்களும் சிறிய லிங்கங்களும் மிகப் பலவாகக் கிடைத்துள்ளன. ஹரப்பாவில் மட்டும் 600க்கு மேற்பட்டவை கிடைத்துள்ளன. பண்டை மக்கள் சிறிய லிங்கங்களைத் தாயித்துகள் போலக் கழுத்திலோ கையிலோ கட்டியிருந்தனராதல் வேண்டும்:[6] இவையன்றி முத்திரைகளும், செம்பு வில்லைகள் போன்றனவும் அணியப்பட்டு வந்தன.

புத்தர் பெருமானா? கண்ணபிரானா? - முத்திரை ஒன்றில், ஓர் உருவம் உட்கார்ந்திருப்பது போலவும் இதன் இருபுறங்களிலும் வரிசையாக மக்கள் நின்று வணங்குவது போலவும் பொறிக்கப்பட்டுள்ளன. பக்தர்தம் தலைமீது படம் - விரித்தாடும் பாம்பு போன்ற தலையணிகள் காணப்படுகின்றன. இம்முத்திரையில் உள்ள காட்சி, **'சாஞ்சி, பர்ஹுத்'** என்னும் இடங்களில் புத்தர் பெருமானை நாக வம்சத்து அரசர்கள் வணங்குதல் போலக் காணப்படும் ஓவியங்களை நினைப்பூட்டுகிறது.[7] **கண்ணபிரான்,** கலியன் என்னும் நாக அரசனை வென்ற பின், அவனும் அவனைச் சேர்ந்தவரும் கண்ணனை வழிபடும் காட்சியை இம்முத்திரைகளில் உள்ள சித்திரம் குறிக்கிறது.[8]

கொம்புள்ள தெய்வங்கள் - பசுபதியின் தலையில் காணப்பட்ட கொம்புகள் போல வேறுபல உருவங்களின் தலைகளில் கொம்புகள் காணப் படுகின்றன. வேத காலத்திலும் தாச, வேதாளம், சுஷ்னே முதலிய தெய்வங்கள் கொம்புடையனவாகக் கூறப்பட்டுள. அரசர் புரோகிதர் முதலிய உயர்நிலை மக்கள் தம் மேம்பாடு தோன்றக் கொம்புகளையுடைய கவசங்களைத் தலையில் அணிதல் பண்டை மரபு. சுமேரியாவிலும் பாபிலோனியாவிலும் இத்தகைய கவசங்கள் பல கிடைத்தன. இத்தகைய கவசங்கள் சிந்து வெளியிலும் கிடைத்துள்ளன.[9]

நான்கு கைத் தெய்வங்கள் - சிந்து வெளியில் நாற்கை உருவ ஓவியங்கள் சில சிதைந்து காணப்படுகின்றன. 'இத்தகைய நாற்கை மனித உருவங்களே, பிற்காலத்தில் ஆரியர் பிரம்மா, விஷ்ணு, ருத்திரர்களை நாற்கையினராகக் குறிக்கப் பயன்பட்டன ஆகலாம்' என்று ஆர்.பி. சண்டா கூறுகிறார்.

சமண சமயமும் பண்டையதோ? - சில முத்திரைகளில் அறுவர் நின்று யோகம் செய்தல் போலத் தீட்டப்பட்டுள்ள ஓவியங்களை நோக்கிச் சண்டா என்பவர், "இவை சமண யோகிகளைப்போல இருக்கின்றன; வடமதுரைப் பொருட்காட்சிச்சாலையில் உள்ள கி.பி.இரண்டாம் நூற்றாண்டைச் சேர்ந்த சமண தேவர் சிலைகளை ஒத்துக் காணப்படுகின்றன. நிற்கும் நிலையில் யோகம் புரிதல் சமணர்க்கே சிறப்பானது. எருது சமணரது அடையாளக்குறி ஆகும். சில முத்திரைகளில் யோகியின் முன்புறம் எருது இருத்தல் குறிப்பிடத் தக்கது. ஆகவே, இவ்வுருவம் **ரிஷப தேவரைக்** குறிப்பதாகலாம். அஃதாயின், சைவ சமயம் போலவே சமண சமயமும் மிகவும் பழைய சமயமாகலாம்" என்பர். வேறு சிலர், "யோகியின் உருவம் சிவனைக் குறிப்பது; எருது. நந்தியைக் குறிப்பது", என்பர்.

நந்தி வழிபாடு - சிந்துவெளி விலங்கு வணக்கத்தில் முதலிடம் பெற்றது . எருதே ஆகும். யோகிக்கு முன் திமில் பருத்த எருது நிற்பது போலவும் படுத்திருப்பது போலவும் காணப்படுகிறது. ஒரு கோவிலுக்குள் உள்ள சிறு கோவில் முன் (மூலஸ்தானத்தின் முன்) நந்தி நிற்பது ஒரு முத்திரையிற் பொறிக்கப்பட்டுள்ளது. சிந்து வெளி மக்கள் வாணிபத்திற் பேருதவி புரிந்து வந்தது எருதே ஆகும். ஆதலின், நாளடைவில் அது வணக்கத்திற்கு உரிய விலங்காக மாறிவிட்டது என்று அறிஞர் அறைகின்றனர். நந்தி வணக்கம் முதலில் தனியே இருந்து, பின்னர்ச் சிவ வணக்கத்துடன் இணைக்கப்பட்டிருக்கலாம் என்பது அறிஞர் கருத்து.

ஒற்றைக் கொம்பு எருது - எருதுகளில் இருவகையின முத்திரைகளிற் காணப்படுகின்றன. ஒருவகையின திமில் பருத்த எருதுகள், மற்றொரு வகையின திமிலின்றித் தலையில் ஒற்றைக் கொம்புடையன. இவற்றின் முன்னர்ப் பின்னிய கிளைகளுடன் கூடிய மரம் ஒன்று இருக்கிறது. ஒற்றைக் கொம்புடைய எருதுகள் வணக்கத்தின் பொருட்டுக் கற்பிக்கப்பட்டவை என்றும், அவற்றின் வரலாறு சிறப்புடையதாக இருக்கலாம் என்றும் அறிஞர் கருதுகின்றனர்.

ஆறு தலை விலங்கு; கதிரவக் கடவுள் - ஒரு முத்திரையில், ஒரே உடலில் ஆறு வெவ்வேறு விலங்குத் தலைகள் தோன்றி இருப்பது போன்ற உருவம் ஒன்று காணப்படுகிறது. இந்த ஆறு தலைகளுள் மூன்று எருதின் தலைகள் ஆகும். ஒன்று புலித்தலை, மற்ற இரண்டு சிதைந்து காணப்படுகின்றன. அவை ஆறும் வட்டமாகக் கதிரவன் கதிர்களை ஒத்திருக்குமாறு ஒட்ட வைக்கப்பட்டு இருக்கின்றன. மற்றொரு தாயித்தில் ஓர் எருதுத்தலை ஆறு கதிர்களுடன் காணப்படுகிறது. இவ்வாறு காணப்படுவது **கதிரவனைக் குறிப்பதாகும்** என்று அறிஞர் கூறுகின்றனர்.

கலப்பு உருவங்கள் - சிந்து வெளி முத்திரைகளில் மனித விலங்குகள் பல காணப்படுகின்றன. ஓர் உருவம் மனிதத் தலையுடனும் யானை உடலுடனும் எருதின் கொம்புகளுடனும் புலியின் கால்களுடனும் வாலுடனும் காணப்படுகிறது. இவ்வுருவம், பல தெய்வங்களை - ஒரே விலங்கு உருவமாகச் சேர்த்துக் காட்டச் செய்யப்பட்டதாதல் வேண்டும். எருதுக் கொம்புகளுடன் கூடிய மனித உருவம் ஒன்று காணப்படுகிறது. இம்மனிதவுருவின் கால்கள் எருதின் கால்கள் போல் உள. பின்புறம் எருதின் வால் போன்று ஒன்று காணப்படுகின்றது. இம்மனித உருவம் ஒற்றைக் கொம்புடைய புலியோடு போர் புரிவதாகக் காட்டப்பட்டுள்ளது. இத்தகைய விநோத உருவங்கள் சுமேரியாவில் நிரம்பக் கிடைத்துள்ளன; இம்மனிதர் 'தெய்வ சக்தி வாய்ந்தவர் என்பதையும், இவர் அடிக்கடி கடவுளராகக் கருதப்பட்டவருடன் போர் தொடுத்துக் கொண்டிருந்தனர் என்பதையும் இவை தெரிவிக்கின்றனபோலும்! மனிதத்தலை, அரை உருவம் ஆடு, பாதி உருவம் எருது, பாதி உருவம் யானை போன்ற மனித விலங்குகளின் உருவங்கள் பல முத்திரைகளிற் பொறிக்கப்பட்டுள்ளன. ஒரு மனிதன் புலிகளோடு போர் புரிவது சில முத்திரைகளிற் காணப்படுகிறது. எகிப்திலும் சுமேரியாவிலும் சிங்கங்களோடு போர் புரிவது காட்டப்பட்டுள்ளது. ஒரு முத்திரையில் பெண்ணும் புலியும் சேர்ந்த உருவம் ஒன்று பொறிக்கப்பட்டுள்ளது. இது. **புலியை ஒருதேவதையாகக்** குறிப்பது போலும்[10] பெண்ணுருவத்தின் முதுகில் தலையற்ற புலியுடல் பொருத்தப் பெற்றுள்ளது. இத்தகைய உருவம் தேவதையைக் குறிப்பது என்றே அறிஞர் கருதுகின்றனர்.

பிற விலங்குகள் - சிந்துவெளி மக்கள் நீண்ட கொம்புகளும் பருத்த திமில்களும் உடைய எருதை வணங்கியதோடு எருமை, காட்டு எருமை, யானை, வேங்கை, கரடி, மான், காண்டாமிருகம், முயல், வெள்ளிாடு முதலிய விலங்குகளையும் வேறு தெய்வங்கட்குப் பிரதிநிதிகளாகவோ அடையாளமாகவோ எண்ணி வழிபட்டு வந்தனர். ஹரப்பாவில் கிடைத்த முத்திரை ஒன்றில், ஒரு விலங்கு உட்கார்ந்திருக்கிறது; அதன் முன்னர் நின்று ஒர் ஆடவன் கூப்பிய கரங்களுடன் அதனை வழிபடுகிறான். நிற்க, சிந்துவெளி மக்கள் வெள்ளாட்டுக் கொம்பைச் சிறப்புடையதாகக் கருதினர் போலும்! ஆண் தெய்வத் தலை மீதும் புலித் தேவதைகள் தலைமீதும் வெள்ளாட்டுக் கொம்பு காணப்படுகிறது.

நாக வணக்கம் - சிந்துவெளி நாகரிக காலத்திலிருந்து இன்றளவும் நாக வணக்கம் இருந்து வருகிறது. களிமண் தாயித்து ஒன்றில், முக்காலி ஒன்றன்மீது பால் கிண்ணம் இருக்கிறது; அதன் எதிரில் நாகம் ஒன்று இருக்கிறது. இதுவன்றிச் சில முத்திரைகளில் கொம்பு முளைத்த பாம்புகள் பொறிக்கப்பட்டுள்ளன.

புறா வணக்கம் - மண்ணாற் செய்யப்பட்ட புறாக்கள் பல கிடைத்துள்ளன. அவை மெசபொட்டேமியாவில் கிடைத்தவற்றையே பெரிதும் ஒத்துள்ளன. தரைப்பெண் படிவத்தின் தலைமீது இரண்டு புறாக்கள் நிற்பதுபோலச் செய்யப்பட்டுள்ளன. இச்சிலைகள் எகிப்திலும் கிரீட்தீவிலும் கிடைத்துள்ளன. எனவே, பண்டை நாகரிக நாடுகளில் எல்லாம் தரைப்பெண்-தேவதையுடன் புறாக்கள் இணைக்கப் பெற்று வழிபடப் பெற்றன என்பது தெரிகிறது.

கருட வணக்கம் - தாயித்து ஒன்றில் கருடப் பறவை பறப்பது போலப் பொறிக்கப்பட்டுள்ளது. அதன் கால்கள் மனிதர் கால்கள் போலக் காணப்படுகின்றன. இவ்வுருவத்தைக் கொண்ட தாயித்துகள் மொஹெஞ்சொ - தரோவிலும், ஹரப்பாவிலும் கிடைத்துள்ளன.[11]

மர வணக்கம் - சிந்துவெளி மக்கள் மரங்களையும் அவற்றில் உறையும் தெய்வங்களையும் வழிபட்டு வந்தனர் என்பது மொஹெஞ்சொ. தரோவிலும் ஹரப்பாவிலும் கிடைத்த சில முத்திரைகளிலிருந்தும் வில்லைகளிலிருந்தும் தெரிகிறது. இப்பழக்கம் தமிழகத்தில் இன்றும் பெருவழக்கு உடையதாகும். அரச மரமே சிறப்புடைய வணக்கத்திற்கு உரியது. ஆனால், அஃது எருதுடன் இணைக்கப் பட்டே முத்திரைகளில் காணப்படுகிறது. சில முத்திரைகளில் வேப்பமரம் காணப்படுகிறது. தமிழ் மக்கள் அரச, வேப்ப மரங்களைச் சுற்றுதலையும் இரண்டு மரங்களையும் சிறப்புடை யனவாகக் கருதுதலையும் இன்றளவும் காணலாம். மரத்தடியில் மேடையிட்டிருத்தலும் அக்கால முறை என்பது சில தாயித்துகளிலிருந்து அறியக் கிடக்கிறது. மரத்தடியில் எருமை ஒன்று நிற்கிறது. அதன் கொம்புகளால் தாக்குண்ட ஒருவன் உட்புறம் வீழ்ந்து கிடக்கிறான். இங்ஙனம் எருமைகளோடு விளையாடல் பண்டை வழக்கம் இவ்வழக்கம் கிரீட் தீவிலும் இருந்ததாம்.

மர தேவதைகள் - சில முத்திரைகளில் உள்ள சித்திரங்கள் விநோதமாகக் காணப்படுகின்றன. ஒரு மரத்தின் இரண்டு கிளைகட்கு இடையில் ஆடையின்றிப் பெண் உருவம் ஒன்று நிற்கின்றது. அதன் கூந்தல் அவிழ்ந்து தொங்குகிறது. மரத்தடியில் ஆடையற்ற மற்றொரு பெண்ணுருவம் மண்டியிட்டுவண்ங்குகிறது. மரத்தின்மீது நிற்கும் பெண்ணுருவத்தின் தலையில் இரண்டு கொம்புகளும் அவற்றுக்கு இடையில் மலர்க்கொத்தும் இருக்கின்றன. இரண்டு உருவங்களின் கைகள் நிரம்ப வளையல்கள் காணப்படுகின்றன. இவ்வுருவங்கட்கு எதிரில் சிறிய குட்டைப் பாவாடைகள் கட்டிய பெண்ணுருவங்கள் ஏழு வரிசையாக நிற்-

கின்றன. மண்டியிட்டு வணங்கும் பெண்ணுருவிற்குப் பின்புறம் மனிதத்தலையுடன் அரையு-ருவம் ஆடாகவும் மறுபாதி எருதாகவும் உள்ள விலங்குருவம் ஒன்று காணப்படுகிறது. இது, மர தேவதையின் ஊர்தியாக இருக்கலாம்

ஒரு மரத்திற்கு முன்னர் எருதின் கொம்புகளையுடைய புலி ஒன்றை, வால் - எருதின் கால்கள் - எருதின் தலை - மனித உடல் இவை கொண்ட விநோத விலங்கொன்று எதிர்ப்பதாக உள்ள தோற்றம் ஒரு முத்திரையில் காணப்படுகிறது. வேறொரு முத்திரையில் இரண்டு மரங்கள் மீது இருவர் உட்கார்ந்திருப்பது போலக் காணப்படுகின்றனர். அவர்தம் தலைகளில் மர முடி காணப்படுகிறது. இங்ஙனம் குறிக்கப்படும் பலவகை உருவங்கள் **மர தேவதைகள்** என்று ஆராய்ச்சியாளர் அறைகின்றனர். 'மரங்களில் மனித ஆவிகள் தங்-குதல் உண்டு' என்னும் கொள்கை அக்காலமக்கட்கு உண்டு போலும்! மரதேவதைகளுடன் புலிகளே தொடர்பு படுத்தப்பட்டிருத்தலின், மர தேவதைகட்கும் புலிகட்கும் ஏதோ தொடர்பு இருத்தல் வேண்டும். இதனால், மர வணக்கம் அக்காலத்தில் சிறப்புடையதாக இருந்தது என்பது நன்கு வெளியாகின்றதன்றோ?

கொண்டர் இரவில் மரமசைக்க அஞ்சுவர்; மரதேவதைகள் மரங்களில் உறங்கும், இராக் காலத்தில் மரம் அசைத்தலோ பழங்களைப் பறித்தலோ அவற்றிற்கு ஆகாது என்பது அவர் கொள்கைமரத்தை வெட்டுபவர். முதலில்மரத்திற்குப் பூசை இட்ட பின்னரே வெட்டத் தொடங்குதல் இன்றளவும் உள்ள பழக்கமாகும்.சிலசெடிகட்கு மந்திரம் கூறிக் காப்புக்கட்டிய பின்னரே இலை களையோ, பழங்களையோ பறிப்பது வழக்கம். சிலர் மரத்திற்கு முதலில் தாலி கட்டிய பிறகே பெண்ணுக்குத் தாலி கட்டுதல் வழக்கம்.

ஒரு முத்திரையில் இரு உருவங்கள் இரண்டு மரங்களை நடுவதற்கு ஏந்தி நிற்கின்றன. அவைகட்கு இடையில் மரதேவதை உருவம் ஒன்று நிற்கின்றது. இங்ஙனம் மரங்களை நடு-தல் தூய செயல் என்று நம்மவர் நினைத்தல் நெடுங்காலப் பழக்கமாகும்.

ஆற்று வணக்கம் - வாயில் சிறு மீன்களை வைத்துள்ள முதலை, ஆமை போன்ற உருவங்களை ஆறுகளுடன் சேர்த்துப் பொறிக்கப் பட்டுள்ள முத்திரைகள் கிடைத்துள்ளன. இவற்றால் அக்கால மக்கள் ஆற்று வணக்கம்[12] செய்து வந்தனர் என்பதை நன்கு அறிய-லாம்.

பலி இடும் பழக்கம் - சிந்துவெளி மக்கள் மர தேவதைகட்கும் பிற கடவுளர்க்கும் வெள்-ளாடு, எருமை முதலியவற்றைப் பலி யிட்டனர். சிந்து வெளியிற் பெரும்பாலும் வெள்ளாடே பலியிடப் பட்டதாம்.[13]

தாயித்து அணிதல் - மண் தாயித்துக்களே மக்களால் பெரிதும் பயன்படுத்தப் பட்டன. அவை தேய்ந்து காணப்படுகின்றன. தாயித்துக்களில் காணப்படும் உருவங்கள் சமய சம்-பந்தமான பல நிகழ்ச்சிகளைக் கூறுவனவாகலாம். அணில், செம்மறியாடு, முயல், மான், நாய் ஆகிய விலங்குகளின் உருவங்கள் - கல், பீங்கான், வெண்கலம், சுட்ட களிமண் ஆகியவற்றின் வில்லைகளில் பொறிக்கப்பட்டு மேலே துளையிடப்பட்டுள்ளன. அவை கயிறு கொண்டு கட்டிக் கொள்ளப் பயன்பட்டன. புறாவடிவிலான தாயித்துக்களும் அணியப்பட்டன. தலைப்பில் முடியிடப்பெற்ற சிப்பியாலான தாயித்து ஒன்று **மந்திர சக்தி** உடையதாகக் கரு-தப்படுகிறது. இங்ஙனம் முடியிடுதல் மந்திர வன்மை உடையதென்று மேற்குப் புற நாடுகளி-லும் அப்பழங்காலத்தில் கருதப்பட்டதாம். அத்தாயித்தின் நடுவில் இரண்டு சிறிய துளை-

கள் இருக்கின்றன. எனவே, அது பொத்தானாகவோ தாயித்தாகவோ பயன்பட்டிருக்கலாம். சில தாயித்துக்களில் அடி - முடி அற்ற வரிவடிவங்கள் சுமேரியர் முத்திரைகளை ஒத்துக் காணப்படுகின்றன. மணிகளைத் தாயித்துக் களாகப் பயன்படுத்தும் வழக்கமும் சிந்து வெளி மக்களிடை இருந்தது. இப்பழக்கம் மேற்குப் புற நாடுகளிலும் இருந்ததாகும்.

சில தாயித்துக்களில் **ஸ்வஸ்திகா கிரேக்கச் சிலுவை** போன்ற குறிகள் காணப்படுகின்றன. இவை இரண்டும் ஏலம், சுமேரியா முதலிய நாடுகளில் இருந்த பண்டைக் குறியீடுகளே ஆகும். ஸ்வஸ்திகா’ குறி யோகக் குறியாக இந்நாட்டில் இன்றளவும் கருதப்படுகிறது. இக்குறிகள் சிந்து வெளி இல்லச் சுவர்கள் மீதும் இருந்தன.

சமயப் பதக்கம் - சமய சம்பந்தமான பதக்கங்களும் பண்டைக்காலச் சிந்துவெளி மக்களால் அணியப்பட்டு வந்தன. வட்டப்பிளவு போன்ற ஒரு பதக்கத்தில், ஒற்றைக் கொம்புடைய. விலங்கொன்று நிற்கிறது. அதன் எதிரில் **பலிபீடம்** ஒன்று இருக்கிறது. பிறையின் முனைகள் முடியும் இடத்தில் நீள் சதுரவடிவம் ஒன்று காணப்படுகிறது. இதுவும் விலங்கு வடிவமும் நடுவில் குடையப்பட்டுள்ளன. அவற்றின் துளைகளில் சிவப்புச் சாந்து பூசப்பட்டிருத்தல் வேண்டும். அப் பதக்கம் உலோக வளையத்தில் பொருத்தப் பெற்றுக் கோவில் அதிகாரிகளால் மக்கட்கு அளிக்கப்படும் சிறப்புடைப் பொருளாக இருந்திருத்தல் கூடும் என்று அறிஞர் கருதுகின்றனர். உண்மை உணர்ந்தவர் யாவர்?

கடவுள் உருவங்களின் ஊர்வலம் - சமயக் குறிகள் எனக் கருதப்படும் எருது முதலிய விலங்கு களை மக்கள் தூக்கிச் செல்வது இரண்டு முத்திரைகளில் காணப் படுகிறது. ஒருவன் ஒரு கம்பத்தில் எருது உருவத்தை வைத்துத் துக்கிச் செல்கிறான். அவன் பின்னர், வேறு ஒருவன் பலிபீடம் அல்லது தொட்டி போன்ற ஒன்றைத் தூக்கிச்செல்கிறான்.மூன்றாம் மனிதன் வேறு ஓர் உருவத்தைச் சுமந்து செல்கிறான். இவ்வூர்வலக் காட்சி, இன்றைக் கோவில் விழாக் காலங்களில் தூக்கி வரப்படும் **நந்தி வாஹனம்** முதலியவற்றை நினைப்பூட்டுகின்றது அன்றோ?

நேர்த்திக் கடன் - கருப்பவதிகளைக் குறிக்கும் பதுமைகள், கைக் குழந்தை ஏந்தி நிற்கும் தாயைக் குறிக்கும் பதுமைகள், தவழ்ந்து செல்லும் குழந்தைகளைக் குறிக்கும் பதுமைகள் முதலியனவும் விலங்குப் பதுமைகளும் **நேர்த்திக் கடன் பொருட்டுக் கோவில்களில் வைக்கப்பெற்றனவாக இருத்தல் வேண்டு**ம் என்று அறிஞர் கருதுகின்றனர். இப் பழக்கம் இன்றளவும் இருந்து வருகின்றது கவனிக்கத் தக்கது. இங்ஙனம் செலுத்தப்பட்ட நேர்த்திக்கடன் பொருள்கள் எல்லாக் கோவில்களிலும் இருத்தலைக் காணலாம்.

இசையும் நடனமும் - சமயத் தொடர்புடைய களிமண் தாயித்து ஒன்றில் சில உருவங்கள் காணப்படுகின்றன. ஒருவன் மத்தளம் அடிக்கிறான்; சிலர் அவ்வோசைக் கேற்ப நடிக்கின்றனர். தாயித்துச் சமயத் தொடர்புடையதாக இருத்தலின், அதில் குறிக்கப்பட்ட நடனமும் சமயத் தொடர்புடையதாக இருத்தல் வேண்டும் என்பது பொருத்தமே அன்றோ? ஹரப்பாவில் கிடைத்த தாயித்து ஒன்றில், புலி முன் ஒருவன் மத்தளம் அடிப்பது போலப் பொறிக்கப்பட்டுள்ளது. வேறொரு முத்திரையில் எருதின் முன்பு மங்கை ஒருத்தி கூத்தாடுதல் குறிக்கப்பட்டுள்ளது. நாட்டிய மகளைக் குறிக்கும் வெண்கலப் படிவம் ஒன்று ஹரப்பாவில் கிடைத்தது. அதன் வேலைப் பாட்டைக் கண்டு வியவாத ஆராய்ச்சியாளர் இல்லை. அச்சிலை **கோயில் நடனமாதின் சிலை**யாக இருக்கலாம் என்று அறிஞர் சிலர் கருதுகின்றனர்.[14]

படைத்தல் பழக்கம் - கடவுளர் உருவங்களின் முன் உணவுப்பொருள்களையும் பிறவற்றையும் படைத்தல் அக்கால மக்களின் பழக்கமாக இருந்தது என்பது சில தாயித்துக்கள் கொண்டும் முத்திரைகள் கொண்டும் கூறலாம்; தண்டின்மீது பொருத்தப்பெற்ற தட்டுகள் (Offering Stands) பல கிடைத்தமை கொண்டும் கூறலாம்; ஒரு முத்திரையில் பெண்கள் பலர் படைக்குத் தட்டுகளை ஏந்தி நிற்பதாகச் சித்திரம் தீட்டப்பட்டுள்ளது.[15] 'ஹரப்பாவில் கோவில் அணிகள் சில கிடைத்தன; அவை சங்கு, களிமண், கல், உயர்தரக் கல் முதலியவற்றால் செய்யப்பெற்றவை. அவை கோவில்களுக்கு உரியனவாகலாம் என்று **எம்.எஸ்.வாட்ஸ்** என்னும் அறிஞர் அறைகின்றார்.[16]

கோவில் வழிபாடு - மொஹெஞ்சொ - தரோவில் பௌத்த ஸ்தூபியுள்ள இடத்தின் அடியில் - இன்றளவும் தோண்டிப் பாராத இடத்தில் சிந்து வெளி மக்களின் **கோவில்** இருக்கலாம் என்று ஆராய்ச்சியாளர் கருதுகின்றனர். 'பல கோவில்கள் அழியும் பொருள்களைக் கொண்டு கட்டப்பெற்றமையால், அழிந்து விட்டிருத்தல் இயல்பு. அவை இன்று இன்மைகொண்டே கோவில்கள் இருந்தில எனக் கூறல் இயலாது' என்று **டாக்டர் மக்கே** போன்ற அறிஞர் கருதுகின்றனர். உயரமான கோவில் களைக் கட்டி வாழ்ந்த சுமேரியரோடு வாணிபத் தொடர்பும் பிற பல துறைகளில் தொடர்பும் கொண்டிருந்த சிந்து வெளி மக்கள் கோவில்கள் இன்றி வாழ்ந்தனர் என்பது பொருந்தாக் கூற்றாகும். எனவே, கோவில்கள் இருந்திருத்தல் வேண்டும் என்பதில் ஐயமில்லை என்பது அறிஞர் கருத்தாகும்.

சிந்து வெளிச் சமயம் யாது? - சிந்து வெளி மக்கள், (1) தரைப்பெண் வணக்கம் (2) லிங்க - யோனி வணக்கம் (3) சிவ வணக்கம் (4) நந்தி வணக்கம் (5) சூரிய வணக்கம் (6) விலங்கு வணக்கம் (7) பறவை வணக்கம் (8) நாக வணக்கம் (9) மர வணக்கம் (10) ஆற்று வணக்கம் (11) சிறு தெய்வ வணக்கம் (12) விநோத - தெய்வ வணக்கம் (13) கண்ணன் வணக்கம் இவற்றை உடையவர் என்று ஒருவாறு கூறலாம்; மேலும் அவர்கள், (1) சமயத் தொடர்பான தாயித்துக்களையும் முத்திரைகளையும் பதக்கங்களையும் அணிந்து வந்தார்கள், (2) பலியிட்டு வந்தார்கள், (3) பலவகைப் பொருள்களைப் படைத்து வழிபட்டார்கள், (4) கடவுளுக்கு விழாக்களை நடத்தி வந்தார்கள், (5) நேர்த்திக் கடன் செலுத்தி வந்தார்கள், (6) சமயத் தொடர்பாக இசையும் நடனமும் வளர்த்தார்கள், (7) மந்திர மாயங்களில் பழகி இருந்தார்கள், (8) **யோகப் பயிற்சியை** நன்கு அறிந்திருந்தார்கள் என்பவற்றை ஒருவாறு உணரலாம்.

சுருங்கக் கூறின், **இன்று ஹிந்து மதத்தில் உள்ள பெரும்பாலான வழிபாடுகளும் பழக்க வழக்கங்களும் சிந்து வெளி மக்களுடைய சமயத்தனவே** எனக் கூறி முடித்தல் தவறாகாது.

சைவத்தின் பழைமை - இப்பல வகை வழிபாடுகள் இன்றும் இருக்கின்றன. எனினும், இவை அனைத்தையும். இக்கால ஹிந்துக்கள் அனைவரும் பின்பற்றுதல் இல்லை அன்றோ? உயர்ந்தவர் சிவலிங்கம், கண்ணன் முதலிய பெருந் தெய்வங்களையே வழிபடுகின்றனர். கிராமத்தவரும் பாமர மக்களுமே மரவணக்கம் முதலியவற்றைக் கைக்கொண்டுள்ளனர். இங்ஙனமே, அப்பண்டைக் காலச் சிந்து வெளி மக்களுள் கல்வி கேள்விகளால் உயர்ந்த பெருமக்கள் பெருங் கடவுளரை வழிபட்டு வந்தனர்? தாழ்ந்த நிலையில் இருந்தவர்கள் பலவகைத் தெய்வங்களை வழிபட்டு வந்தனராதல் வேண்டும். இஃது எங்ஙனமாயினும், இவ்வாராய்ச்சியால் அறியப்படும் உண்மை ஒன்றுண்டு. அஃதாவது, **சைவ சமயம் சிந்துவெளி நாகரிகத்-**

துக்கும் (கி.மு.4000க்கு) முற்பட்ட பழைமையுடையது என்பதே ஆகும். அஃது இன்னும் எவ்வளவு பழைமையுடைய தென்பதை வரையறுக்கக்கூடவில்லை. அச்சமயம் உலகத்தி-லேயே மிக்க பழைமை வாய்ந்து, இன்றளவும் இருந்துவரும் சமயம் என்பதை மறத்தல் ஆகாது.[17]

1. ↑ De Margon's 'Pre - historic Man', p.250.

2. ↑ Monier William's 'The Original Inhabitants of India, p. 574.

3. ↑ Thurston's 'Castes and Tribes of Southern India', Vol. 3. p.372.

4. ↑ Barth's 'The Religion of India', p.204.

5. ↑ 'சிவபிரான் யானைத் தோலைப் போர்த்துள்ளார். புலித் தோலை அரையிற் கட்டியுள்ளார். எருதை ஊர்தியாகக் கொண்டார் மானை ஏந்தி யுள்ளார்' என்பன ஈண்டுக் கவனிக்கத் தக்கன.

6. ↑ இராவணன்.தான் சென்ற இடமெல்லாம் சிவலிங்கத்தைத் தூக்கிச் சென்றான் என்பது ஈண்டுக் கருதத்தக்கது.

7. ↑ K.N.Dikshit's 'Pre - historic Civilization of the H. V.' p. 35.

8. ↑ P.Mitra's 'Pre - historic India p 275. "மாயோன் மேய காடுறை யுலகமும் என்பது தொல்காப்பியம். முல்லை நில மக்கள் கண்ணனைத் தெய்வமாக வழிபட்டனர். இவ்வழிபாடு புதிய கற்கால காலத்திலிருந்தே பண்டை மக்களால் கொள்ளப்பட்டதாகும். பாரத காலத்துக் கிருஷ்ணனுக்கு முன்னரே வேத காலத்தில் யமுனைக் கரையில் ஆரியரை எதிர்த்த கிருஷ்ணன் (கறுப்பன்) ஒருவன் இருந்தான். அவனைச் சேர்ந்த வீரர் பல்லாயிரவர் ஆவர். கிருஷ்ணனுக்கு ஜன்ம விரோதி ஆரியர் கடவுளான இந்திரன். இவ்விருவர் பகைமையே பிற்கால புராணங்களில் பல கதைகளின் வடிவில் காணப்படுகிறது. கிருஷ்ணன் ஆரியக் கடவுள் அல்லன், அவன் வேதமொழிகளிடம் வெறுப்புக் கொண்டவன். வேதத்தின் மலர்ந்த வார்த்தைகட்கு இடங் கொடாதே' என்று அர்ச்சுனனை எச்சரித்தல் பகவத் கிதையிற் காண்க" - PT.Srinivasa Iyengar's 'Stone Age in India', p. 49 - 51.

9. ↑ கொண்டரும் கோயிகளும் (கோதாவரி, மத்திய மாகாணம் ஒரிஸ்ஸா முதலிய இடங்களில் உள்ள மலைவாணர்) இன்றும் தம் நடனத்தின்போது தலைப்பாகைகளில் எருமைக் கொம்புகளைச் செருகி வைத்துக் கொண்டு ஆடுதல் மரபு - Thurston's 'Castes and Tribes ofS. India', Vo!. IV, p.61

10. ↑ வியாக்ரபாதமுனிவர் உருவம் இங்குச் சிந்திக்கற் பாலது. ஆஸ்ட்ரேலிய இனத்தவரான கொண்டர், இறந்தவனைப்பற்றிச் செய்யும் இரண்டாம் நாட் சடங்கில், அவனை எரித்த இடத்தில் படையல் இட்டு அவனது ஆவியை விளித்து. 'நீ பிசாசாகவோ புலியாகவோ வந்து எங்களைத் துன்புறுத்தலாகாது' என்று வேண்டுவது இன்றும் வழக்கம் என்பதை அறிக. மேலும் அக்கொண்டர்கள். தாம் தம் பகைவரை அழிக்கும் பொருட்டுப் புலியாகவோ பாம்பாவோ உருமாறும் ஆற்றல் பெற்றவர்

என்பதை நம்புகின்றனர்; இராக்காலங்களில் தூங்கும்பொழுது ஆவி வெளிச் சென்று சுற்றுவதாக நம்புகின்றனர்; அது புலியுருவில் அலைவதாக நம்புகின்றனர்; சிறுத்தைப்புலி தெய்வத்தன்மை யுடையதென்பதை நம்புகின்றனர்; புலித்தோல் மீது கை அடித்துச் சத்தியம் செய்கின்றனர். 'நான் இக்குற்றம் செய்தவனாயின். புலியால் கொல்லப் படுவேன் ஆகுக' எனச் சூள் உரைக்கின்றனர். கோதாவரி ஜில்லாவில் உள்ள கோயிகள் என்னும் மலைவாணர் தம் தேவராட்டி இரவில் புலிமீது ஏறிக்கொண்டு ஏழு கிராமங்களைச் சுற்றுவதாக நம்பப்படுகிறாள். மேலும், "அவள் இரவில் புலி வேடங் கொள்வாள்; ஒரு கால் மனிதர் காலாக இருக்கும். அந்நிலையில் அவள் 'மருட்புலி' எனப்படுவாள்; இரவில் தனியே வரும் ஆள்மீது பாய்ந்து அச்சுறுத்திக்கொல்வான்" என்று அவளைப்பற்றிக் கோயிகள் கூறுகின்றனர். - 'Thurston's 'Castes and Tribes of S.India', Vol.III pp.395, 405, 406, 407; and Vol. IV, pp. 69, 70. இவ்விவரங்களை நோக்கச் சிந்துவெளிமக்கள் புலியை வணங்கி வந்தமைக்குரிய கருத்தைத் தெற்றெனத் தெளியலாம் அன்றோ?

11. ↑ இக்கருடவணக்கம் பிற்காலத்தில் திருமால் வணக்கத்தோடு இணைப்புண்டு விட்டது.எனினும், ஹிந்துக்கள் கருடனைக் காணும்பொழு தெல்லாம் வணங்குதலை இன்றும் வழக்கமாகக் கொண்டுள்ளனர்.
12. ↑ ஆற்றில் புதுவெள்ளம் வரும்பொழுது ஆண்டுக்கொரு முறை ஆற்றை வணங்குதல் பண்டைத் தமிழர் மரபு என்பதைப் பரிபாடலால் அறிக.
13. ↑ முருகப்பெருமானுக்கு ஆட்டைப்பலியிடல் பண்டைத் தமிழர் மரபு. இதனைத் திருமுருகாற்றுப்படையிற் காண்க, காளி தேவிக்கு எருமைப் பலி இடுதல் இன்றும் காணலாம்.
14. ↑ தமிழகத்தில் கோவில் நடனமாதர் இருந்தனர். இருக்கின்றனர்: அவர்கட்கு 'மானியம்' உண்டு. விழாக் காலங்களில் கோவில் நிகழ்ச்சிகளிற் கலந்துகொண்டு இசை பாடலும் நடித்தலும் அவர்தம் தொழில். அவர்கள் கூத்தாடியா எனப்படுவர். அவர் பரம்பரையினர் இன்றும் கபிஸ்தலம் முதலிய இடங்களில் இருக்கின்றனர்.
15. ↑ M.S.Vats's 'Excavations at Harappa', Vol. I, p.299
16. ↑ Ibid p.443.
17. ↑ "Among the many revelations that Mohenjo - Daro and Harappa have had in store for us, none perhaps is more remarkable than this discovery that, Saivism has a history going back to the Chalcolithic Age or perhaps even further still, and it thus takes its place as the most ancient living faith in the world", - Sir John Marshall in his preface to Mohenjo - Daro and the Indus Civilization, 'Vol, I. P. vii.

15

இடுதலும் சுடுதலும்

சுடுதல் - சிந்துவெளி மக்கள் இறந்தாரை என் செய்தனர் என்பது மொஹெஞ்சொ - தரோ ஆராய்ச்சியை மட்டுங் கொண்டு திட்டமாகக் கூறுதற்கில்லை. ஹரப்பா ஆராய்ச்சியையும் உளங் கொண்டு நோக்கின், சில விவரங்களை அறியலாம். எனினும், இத் துறைக்குரிய ஆராய்ச்சிப் பொருள்கள் எகிப்திலும் சுமேரியாவிலும் கிடைத்தன போலப் பேரளவு சிந்து-வெளியிற் கிடைத்தில. மொஹெஞ்சொ - தரோவில் சமாதியோ, இடுகாடோ கிடைத்தில, ஆயின், சந்துகளில், வீடுகட்கு அடியில் நீர் அருந்தும் குவளைகட்குள் இருந்த எரித்த சாம்-பலும் எலும்புத் துண்டுகளும் ஏராளமாகக் கிடைத்துள்ளன. அவற்றை நோக்க, சிந்து வெளி மக்கள் இறந்தார் உடலை எரித்துச் சாம்பலையும் எலும்புகளையும் சேமித்துப் புதைத்து வந்-தனர் என்பது தெளிவாகிறது. இப்பழக்கம் இன்றும் ஹிந்துக்களிடை இருந்து வருவது குறிப்-பிடத்தக்கது.

இடுதல் - ஹரப்பாவில் கிடைத்த சவக் குழிகளில் இரண்டு மூன்று அடுக்குகள் உண்டு. மிகவும் அடியில் இருந்த சவக்குழிகளில் பிணங்களை நேராகப் படுக்கவைத்துக் கைகளை மார்பின் மீது மடக்கிவைத்துப் புதைத்து வந்தனர் என்பது தெரிகிறது. நிலத்திற்கடியில் புதைக்கப்பட்ட உடல்கள் மூன்று வகையாக அடக்கம் செய்யப்பட்டுள்ளன; (1) சில உடல்-கள் தனித்தனியே இடம் விட்டுப் புதைக்கப்பட்டுள்ளன; (2) சில நெருக்கமாகப் புதைக்கப்-பட்டுள்ளன; (3) சில ஒன்றின்கீழ் ஒன்றாகப் புதைக்கப் பட்டுள்ளன. இவ்வாறு பிணங்களைப் புதைக்கும் பழக்கம் பலுசிஸ்தானத்திலும் பெருவழக்குடையதாக இருந்தது. அவ்வுடல்களின் அருகில் நீருடைய மட்பாண்டங்கள், கோப்பைகள், தட்டுகள், இறந்தார் பயன்படுத்திய பிற பொருள்கள் முதலியன புதைக்கப்பட்டன. இப்பழக்கம் சுமேரியாவிலும் எகிப்திலும் சிறப்பாக இருந்து வந்தது. இதே பழக்கம், புதுக்கோட்டை, ஆதிச்சநல்லூர் முதலிய தமிழ்நாட்டுப் பகு-திகளிற் கிடைத்த தாழிகளைக் கொண்டு, தமிழ்நாட்டிலும் இருந்ததெனத் துணிந்து கூறலாம்.

ஈரானியர் பழக்கம் - மேல் அடுக்குகளிற் கிடைத்த சவக் குழியில் தனித்தனி உடற்ப-குதிகளும் எலும்புகளும் புதைக்கப்பட்டன போலும்! இங்ஙனம் உடற்பகுதிகளைப் புதைத்து-வந்தவர் முன் சொல்லப் பட்டவரினும் வேறானவராதல் வேண்டும் என்பது ஆராய்ச்சியாளர் கருத்து. இங்ஙனம் உடற்பகுதிகள் புதைக்கப்பட்ட மட்பாண்டங்கள் ஹரப்பாவில் நூற்றுக்கு மேலாகக் கிடைத்துள்ளன. ஆயின், இவற்றில் உள்ள மண்டை ஓடுகளையும் பிற எலும்-

புகளையும் காண்கையில், உடற் பகுதிகளைக் கழுகு, நரி முதலியவற்றிற்குப் போட்டுச் சதைப்பகுதிகள் தின்னப்பட்டபிறகு, எலும்புகளை மட்பாண்டங்களில் இட்டுப் புதைத்து வந்தனர் என்பது தெரிகிறது. இப்பழக்கம் பாரசீகரிடமே செல்வாக்குப் பெற்றதாதலின், **ஈரானியர் ஹரப்பாவில் குடியேறி இருந்தனர்;** அந்நகர மக்களுள் ஈரானியரும் ஒரு பகுதியினராக இருந்தனர் என்பதை அறியலாம்.

தாழிகள் மீது ஓவியங்கள் - இத்தாழிகள் எல்லாம் ஓவியங்கள் தீட்டப்பெற்றன. ஒவ்வொன்றிலும் விதவிதமான ஓவியங்கள் காணப்படுகின்றன. ஒரு தாழியின் கழுத்தருகில் கருடப் பறவைகள்[1] இரண்டு வரிசைகளில் பறப்பன போலத் தீட்டப்பட்டுள்ளன. அவ்வரிசைகட்கு இடையே இலைக்கொத்துடன் காணப்படும் தொட்டிகள் அணியணியாக வைக்கப்பட்டுள்ளன. பிற தாழிகள் மீது, செம்படவன் வலை போட்டு மீன் பிடிப்பது போலவும், மீன் ஆமை பறவைகள். இலைகள் முதலிய பல பொருள்களைப் போலவும் சித்திரங்கள் தீட்டப்பட்டுள்ளன.

மயில்கள் தெய்விகத்தன்மை பெற்றவையா? - அக்கால மக்கள் மயில்களைத் தெய்விகச் சிறப்புடைய பறவைகளாக மதித்தனர் என்பது தெரிகிறது. இம்மயில்களின் துணையைக் கொண்டு மனிதர் ஆவிகள் மேல் உலகம் போவன என்பதை அக்காலத்தவர் எண்ணி வந்தனர் போலும்! அன்றிச் சூக்கும உடலே மயிலாக உருவகப்படுத்தப்பட்டதோ அறியோம். ஒரு தாழி மீதுள்ள சித்திரங்களில் மூன்று மயில்கள் பறப்பது போலத் திட்டப்பட்டுள்ளன. அம்மயில்கட்கு இடையிடையே விண்மீன்கள் வரையப்பட்டுள்ளன. ஆதலின், 'மயில்கள் சூக்கும உடல்களைக் குறிப்பன: அவை மேல் உலகத்தை அடைவதாகப் பண்டையோர் எண்ணினர்' என்று ஆராய்ச்சியாளர் அறைகின்றனர்.[2] சில தாழிகள் மீது சிறிய மயில்கள் அணியணியாக இருப்பனபோல ஓவியங்கள் தீட்டப்பட்டுள்ளன. வேறு சிலவற்றின் மீது ஐந்து மயில்கள் பறப்பன போலக் காணப் படுகின்றன. சில தாழிகள் மீது காணப்படும் மயில்களின் தோகை திரிசூலம் போலக் காணப்படுகிறது. சில மயில்களின் தலைமீது இரண்டு கொம்புகளும் அவற்றுக்கு இடையில் நிமிர்ந்த மலர்க்கொத்தும் காணப்படுகின்றன.

பறவை முக மனித உருவங்கள் - சில தாழிகள் மீது பறவை முக்குப் போன்ற நீண்ட மூக்குகளையுடைய மனித உருவங்கள் காணப்படுகின்றன. இவை, மயில்கள் வரையப்பட்ட கருத்துக் கொண்டே வரையப்பட்டனவாகலாம்: அஃதாவது சூக்கும உடம்பைச்சுமந்து செல்லும் வன்மை வாய்ந்தவையாகலாம் என்று அறிஞர் கருதுகின்றனர். ஒரு தாழிமீது பறவை முக்குடைய மனித உருவம் தீட்டப்பட்டுள்ளது. அவ்வுருவம் இடக்கையில் அம்பும் வில்லும் வைத்துள்ளது. அதன் இருபுறமும் இரண்டு எருதுகள் நிற்கின்றன. அவ்வெருதுகளைக் கயிறு கொண்டு கட்டி, அவற்றின் கயிற்றை மனித வுருவம் தன் வலக்கையில் பிடித்துள்ளது. இடப்புறமுள்ள எருதை நாயொன்று துரத்திவந்து வாலைப் பிடித்துக் கடித்து இழுக்கிறது,நாய்க்குப் பின், தலைமீது கொம்பு முளைத்த மயில்கள் இரண்டு பறக்கின்றன. அவற்றிற்கு அருகில் பெரிய வெள்ளாடு ஒன்று நிற்கின்றது. அதன் கொம்புகள் எட்டுத் திரிசூலங்களால் அலங்கரிக்கப்பட்டுள்ளன. வெள்ளாட்டிற்கும் பிற உருவங்கட்கும் இடையில் இலைகளும் விண்மீன்களும் வரையப்பட்டுள்ளன. இங்ஙனம் பல உருவங்கள் தீட்டப்பெற்ற சித்திரம், 'காலன், உயிரைக் கவர்ந்து செல்வதைக் குறிப்பதாகலாம்' என்று அறிஞர் கருதுகின்றனர். பறவை முகத்தைக் கொண்ட மனித உருவங்களைத் தீட்டும் பழக்கம் பண்டைக்

கிரேக்கரிடமும் மெசொபொட்டேமியரிடமும் இருந்தது குறிப்பிடத்தக்கது.[3]

தாழிகளுட் பல பொருள்கள் - இறந்தவர் அணிந்திருந்த அணிகளும் பயன்படுத்திய பாண்டங்களும் பிற பொருள்களும் உணவுப் பொருள்களும் தாழிகளில் இருந்து எடுக்கப்பட்டன. இவற்றை எல்லாம் இறந்தவர் சாம்பலுடன் தாழிகளில் இட்டுப் புதைத்துவிடல் அப்பண்டை மக்கள் மரபு என்பது வெளியாகிறது. தாழிகளில் சூளையிடப் பெற்ற **மண் அப்பங்கள்** கிடைத்ததைக் குறிப்பதாகக் கூறலாம். பல தாழிகளில் தங்கநகைகள் அகப்பட்டன: நவரத்தினங்கள் கிடைத்தன. இங்ஙனம் தாழிகளில் இறந்தார் அணிகளைப் புதைத்தல் பண்டை மேற்குப்புற நாடுகளிலும் இருந்துவந்த பழக்கமே ஆகும்.

உடன் இறக்கும் வழக்கம் - ஒரு பிணைக் குழியிற் கிடைத்த முத்திரை ஒன்றில், கட்டில்மீது மங்கை ஒருத்தி சாய்ந்துகொண்டு இருப்பது போல, உருவம் செதுக்கப்பட்டுள்ளது. இதனால் இறந்த ஆடவனுடக்குரிய **மனைவி கணவனுடன் இறக்கும் வழக்கம் அக் காலத்தில் இருந்திருக்கலாம்** என்று அறிஞர் கருதுகின்றனர்; 'இறந்தவர் அடுத்த வாழ்க்கையில் இப்பிறவியில் இருந்தவாறே இருக்க விழைந்தனர்; அவ்விழைவாற்றான் மனைவியும் உடன் இறந்தவளாதல் வேண்டும்[4] என்று எண்ணுகின்றனர்.

முடிவு - மொஹெஞ்சொ - தரோ, ஹரப்பா முதலியன சிறந்த நாகரிகமும் செல்வப் பெருக்கமும் உடைய நகரங்கள்; வாணிபப் புகழ்பெற்ற நகரங்கள். ஆதலின், அவற்றில் பல நாட்டு மக்கள் குடிபுகுந்திருந்தனர். அவரவர் தத்தம் நாட்டுப் பழக்கத்திற்கேற்ப இறந்தார் உடலைப் புதைத்தும், எரித்தும், நாய் நரிகட்கு இட்டும் வந்தனர் என்பதை ஹரப்பாவிற் கிடைத்த புதைகுழி விவரங்களால் நன்கு அறியலாம். அப்பலவகை அடக்க முறைகள் இன்றும் சென்னை, கல்கத்தா, பம்பாய் போன்ற வாணிபப் பெருக்கமுடைய நகரங்களில் பலநாட்டு மக்கள் உறைகின்ற நகரங்களில் காணலாம்.[5] எனினும், சிந்துவெளி மக்கட்கென்றே சிறப்பாக இருந்த பழக்கம் இடுதலும் சுடுதலுமே என்பதை ஹரப்பாவில் கிடைத்த முழுவுடல் புதை முறையாலும் (அவையே ஆழத்தில் புதைக்கப்பட்டவை). மொஹெஞ்சொ - தரோவில் வீடுகட்கடியில் கிடைத்த சாம்பல் கொண்ட மட்கலங்களாலும் நன்கறியலாம். மேலும், சிந்து வெளி மக்கள் மறுபிறவி உணர்ச்சி உடையனராக இருந்தனர் என்பதும் அறியத்தக்கது.[6]

1. ↑ இன்றும் கருடனை வழிபடல் கவனிக்கத்தக்கது. இது பண்டைக் காலத்திருந்து இன்றளவும் தொடர்ந்து வரும் வழிபாடாகும்.
2. ↑ மயிலேறி விளையாடு குகனே என வரும் அடியும், மயில் முருகனைத் தாங்க முடியாத பறவையாக இருந்தும், கருடனைப் போல ஊர்தியாகக் கூறப்பட்டதன் உட்கருத்துப் பண்டையோர் நம்பிக்கையை அடிப்படையாகக் கொண்டதே போலும்! நடுவீட்டில் ஆண்மயிலைப்போல ஓவியம் எழுதி அதனை மட்டும் வழி படும் வழக்கம் இன்றுந் தமிழ்நாட்டில் உண்டு. அதனை மயிலேறு விழா என்பர்.
3. ↑ M.P.Nelson's The Minoan Mycenaen Religion', pp.320.321.
4. ↑'சாதல் அஞ்சேன்: அஞ்சுவல் சாவில்

பிறப்புப்பிறி தாகுவ தாயின்
மறக்குவென் கொல்என் காதலன் எனவே

என வரும் நற்றிணை அடிகளும்,

'இம்மை மாறி மறுமை ஆகினும்
நீயா கியரெங் கணைவனை:
யானா கியர்நின் நெஞ்சுநேர் பவளே''

என வரும் குறுந்தொகை அடிகளும்,

'காதலர் இறப்பின்...' என வரும் மணிமேகலை அடிகளும் இங்குச் சிந்திக்கற்பாலன.

5↥ காவிரிப்பூம்பட்டினம் வாணிகச்சிறப்புடையது. பல பாடை மக்களைக் கொண்டது. ஆதலின், அங்கு இடுதல், சுடுதல் தாழியிற் கவித்தல், குழியிற் போட்டுக் கல்லை மூடிவிடல், நாய் நரிகட்கு இரையாக விடுதல் முதலிய பலவகை முறைகள் கைக் கொள்ளப்பட்டன என்பதை மணிமேகலையால் அறிக.

6↥ 'No trace of the doctrine of Transmigration is found in the Rig Veda, and yet no other doctrine is so peculiarly Indian. It may have had its origin Non - Aryan animism, but became established among the Aryans quite early', ... DR.S.K. Chatterji's Origin and Development of the Bengali Language, Vol. I p.42 என்பது ஈண்டுச் சுவைத்திற்குரியது.

16

சிந்துவெளி எழுத்துகள்

எழுத்து ஆராய்ச்சியாளர் - சிந்துவெளியிற் கிடைத்த முத்திரைகளிற் பொறிக்கப் பட்டுள்ள சித்திரக் குறிகளே சிந்துமக்கள் மொழிக்கு உரிய எழுத்துகள் ஆகும் என்பது ஆராய்ச்சியாளர் கருத்து. அவ் வெழுத்துகளை வகைபடுத்தி, 'சிந்து வெளியின் பண்டை எழுத்துக் குறிகளின் பட்டியல்' என்றும்,[1] பண்டை இந்திய எழுத்துகளின் அமைப்பு முறை[2] என்றும், 'சிந்து வெளி எழுத்துகள்'[3] என்றும் அறிஞர்கள், தாம் அறிந்தவரை வெளிப்படுத்தியுள்ளனர். அவர்கட்குப் பிறகு டாக்டர் **ஹன்ட்டர்** என்னும் பேரறிஞர் சிந்துவெளி எழுத்துகளைப் பற்றி விரிவாக ஆராய்ந்து, அழகிய நூல் ஒன்றை 1934 இல் வெளிப்படுத்தியுள்ளார்.[4]

படிக்க முடியாத எழுத்துகள் - இந்த எழுத்துகள் படிக்க முடியாத நிலையில் இருக்கின்றன. இவை படிக்கப்பட்ட பின்னரே சிந்துவெளி மக்களின் உண்மை வரலாற்றை உள்ளவாறு உணரக்கூடும். இத்தகைய எழுத்துகள் சுமேரியாவிலும் கிடைத்துள்ளன: பசிபிக் பெருங் கடலில் உள்ள ஈஸ்டர் தீவிலும் கிடைத்துள்ளன. எகிப்தியப் பண்டை எழுத்துகளும், ஸைப்ரஸ் தீவில் கிடைத்த பழைய எழுத்துகளும், லிபியாவில் கிடைத்த எழுத்துகளும் சிறிது வேறுபாட் டுடன் பெரிதும் ஒத்துள்ளன. 'இவை அனைத்தும் ஒரு பொது எழுத்து முறையிலிருந்து நெடுங்காலத்திற்கு முன்னரே பிரிந்தனவாதல் வேண்டும்' என்று டாக்டர் ஹன்ட்டர் கருதுகின்றார். இவை இதுகாறும் படிக்கக் கூடவில்லை.

எழுத்துகளைப் பெற்றுள்ள பொருள்கள் - ஸ்டெடைட் (Steatite) என்னும் ஒருவகைக் கல் மீது சுண்ணம் தடவிச் சுட்டு, அதன்மீது எழுத்துகளும் விலங்கு முதலிய உருவங்களும் பொறிக்கப்பெற்றுள்ளன. இக்கற்களாலாய பொருள்கள் சதுரமாகவும் நீளச் சதுரமாகவும் நீண்டு உருண்ட வடிவமாகவும் அமைந்துள்ளன. சில முச்சதுரமாக அமைந்துள்ளன. அவை **சீட்டுகள்** (இரசீதுகள்) என்று டாக்டர் ஹன்ட்டர் கருதுகிறார். ஏனையவற்றுட் சில கயிற்றிற் கோத்துக் கழுத்தில் கட்டிக் கொள்வனபோல அமைந்துள்ளன. செம்பாலாய நீள் சதுரத் தகடுகள் பல கிடைத்துள்ளன. அவை நாணயங்கள் என்று அறிஞர் கருதுகின்றனர். அவற்றில் விலங்கு உருவம் மேலும், எழுத்துகள் கீழுமாகப் டொறிக்கப்பட்டுள்ளன. அவை அரசர்தம் பெயர்களாக இருத்தல் கூடும். இரண்டொரு நீள் சதுரக் களிமண் தட்டுகள் மீது சில எழுத்துகள் காணப்படுகின்றன. சில எழுத்துக் குறிகளைக் கொண்ட பொருள்கள் **ஒப்பந்தச் சீட்டுகளாக** இருத்தல் கூடும் என்று டாக்டர் ஹன்ட்டர் கருதுகின்றனர்.

எழுதும் முறை - இச் சிந்துவெளி மக்கள், இங்குக் கிடைத்த முத்திரைகள், நாணயங்கள் முதலியவற்றின் மீது எழுதிய அளவோடு நின்று விட்டனர் எனக் கருதுதல் தவறு. அவர்கள், அழியும் இயல்பினவான பல்வேறு பொருள்கள் மீதும் எழுதிவந்தனர் எனக் கோடலே பொருத்தமாகும். அவர்கள் தோல், பாபிரஸ், பட்டு, இவற்றையோ, இவற்றில் ஒன்றையோ இரண்டையோ எழுதப் பயன்படுத்தி இருக்கலாம். எழுத்துகள் மேலிருந்து கீழ்நோக்கி எழு-தப்பட்டுள்ளன; நேராக அமைந்துள்ளன. இந்த எழுத்துகள் அகரவரிசை உடையன அல்ல; சித்திர எழுத்துகள் பல; ஒலிக்குறிப்பு உடையன பல. இவ்வெழுத்துகள் வலம் இடமாக வாசிக்கப்பட வேண்டியவை; சில இடங்களில் இடம் வலமாக வாசிக்கத் தக்கபடி அமைந்-துள்ளன. இவை பல்வேறு காலத்து வளர்ச்சி யுடையனவாகக் காணப்படுகின்றன.

எழுத்துகளால் அறியப்படுவன :

1. சிந்து வெளி எழுத்துகள் உச்சரிப்பைக் குறிப்பன.
2. அவை ஒலிக்குறிப்பையும் உணர்வுக் குறிப்பையும் அடிப்படையாகக் கொண்டவை.
3. அந்த அடிப்படை கி.மு.3000க்கு முற்பட்டது.
4. ‘ஜெம்டெட் நஸர்’ நகரில் காணப்பட்ட பழைய சுமேரியர் எழுத்துக் குறிகளை (கி.மு.3500) மிகவும் ஒத்துள்ளன; பழைய ஏலத்திய எழுத்துகளையும் சுமேரியர் எழுத்துக-ளையும் ஒத்துள்ளன. எனவே, இவை அனைத்தும் கி.மு.4000க்கு முன்னரே ஒரு பொது எழுத்து முறையிலிருந்து பிரிந்தனவாதல் வேண்டும்.
5. சிற்சில எழுத்துக் குறிகள் எகிப்தியக் குறிகளை ஒத்துள்ளன.
6. கிரீட் தீவில் காணப்பட்ட எழுத்துகளும் இவை போன்றவையே. எனவே, மிகப் பழைய காலத்தில் சித்திர எழுத்துகளை மூலமாகக் கெர்ண்ட ஒரு பொது மொழியி லிருந்தே இவை அனைத்தும் பிரிந்தனவாதல் வேண்டும்.
7. சபிய எழுத்துகள், சைப்ரஸ் எழுத்துகள், பொனிஷிய எழுத்துகள் ஆகிய மூன்றிலும் உள்ள ஒரு பகுதி எழுத்துகள் இந்தச் சிந்துவெளி எழுத்துக் குறிகளிலிருந்தே பிறந்தனவாதல் வேண்டும். அப்பண்டைக்காலத்தில் சிந்துவெளி மக்கள் அரபிக்கடல், செங்கடல், மத்ய தரைக்கடல் ஆகிய இம் மூன்றன் வழியாக மேற்குப் புறநாடுகளோடு வாணிபம் செய்து வந்தனராதலின், அவர்களிடமிருந்து மேற்சொன்ன மூன்றிடத்து மக்களும் எழுத்துக் குறிகள் சிலவற்றைக் கடன் பெற்றிருக்கலாம்.[5]

பிராமி **எழுத்துகள்** - அசோகன் சாசனங்களில் காணப்படும் பிராமி எழுத்துகள் கி.மு.மூன்றாம் நூற்றாண்டைச் சேர்ந்தவை. அவை இழந்துவிட்ட இந்தியா எழுத்துக் குறிக-ளிலிருந்து தோன்றினவாதல் வேண்டும் என்று **ஸர் அலெக்ஸாண்டர் கன்னிங்ஹாம்** நெடு-நாட்களுக்கு முன் கருதினார். அவர் கருதியது சரி என்பதை இன்று பேராசிரியர் லாங்டன் உணர்ந்தார்; **‘சிந்துவெளி எழுத்துக் குறிகளிலிருந்தே பிராமி எழுத்துகள் தோன்றினவாதல் வேண்டும்’** என்று பல காரணங்களைக் காட்டி மெய்ப்பித்துள்ளார். ‘சிந்து வெளி நாகரி-கம் கி.மு.2500க்கு முற்பட்டது. பிராமி எழுத்துகள் கி.மு.300க்குச் சரியான காலத்தவை. இவை இரண்டிற்கும் இடைப்பட்ட எழுத்து. வளர்ச்சிக்குரிய குறியீடுகள் இல்லாத போது,[6] அவற்றிலிருந்து இவை வந்தன எனல் எங்ஙனம் பொருந்தும்? என்று சிலர் கேட்கலாம். சிந்துவெளி நாகரிகம் ஆரியர் வருகையோடு அழிந்து விட்டது என்று கூறக் கூடிய சான்று இதுகாறும் கிடைத்திலது. சிந்துவெளிச் சமயநிலை இன்றளவும் இந்தியாவில் இருந்து வரு-

கையில், எழுத்துக் குறிகள் மட்டும் மறைந்துவிட்டன எனக் கூறுதல் பொருத்தமற்ற வாதமாகும். மேலும், மொஹெஞ்சொ - தரோ நகர மண் மேட்டின் மீது கி.பி. 2 ஆம் நூற்றாண்டில் வாழ்ந்த பௌத்தர்கள் ஸ்துபம் கட்டி வாழ்ந்து வந்தனர் என்பது வெளிப்படை. சிந்து பஞ்சாப் மண்டிலங்களில் நன்றாகப் பரவி இருந்த பண்பு முன்னரே விளக்கப்பட்டுள்ளது. எனவே, **பௌத்தர்கள் காலம் வரை சிந்து வெளி நாகரிகம் தொடர்ந்து வந்ததெனக்கோடல் தவறாகாது.** மேலும், புதிதாக வந்த ஆரியர், நீண்ட நாளாக நாட்டில் நிலைபெற்றிருந்த பண்டைக் குடிகளின் நாகரிகத்தையோ பிறவற்றையோ பிரமாதமாக மாற்றிவிட்டனர் என்று கூறவும் இதுகாறும் சான்று கிடைத்திலது. ஆரியர் தெய்வங்களான இந்திரன், அக்நி முதலியனவும் அவர்தம் மதத்தின் உயிர் நாடியான வேள்வி இயற்றலும் இருந்த இடம் தெரியாமல் மறைந்துவிட்டன. **இன்றளவும் இந்துமதத்தில் உச்ச நிலையில் இருப்பன சிந்துவெளித்தெய்வங்களே** ஆகும்; கோடிக்கணக்கான இந்துக்களிடம் இருப்பவை சிந்துவெளி மக்கள் கையாண்ட தெய்வ வணக்கமே யாகும். ஆதலின், **ஆரியர் வருகையால், சிந்து வெளி நாகரிகத்திற்கு மாறாகப் பெரிய புரட்சி ஒன்றும் ஏற்பட்டுவிடவில்லை.** போதிய எழுத்துச் சாதனங்கள் இன்மையால், அசோகனுக்கு முற்பட்டவர்கள் கற்கம்பங்களில் எழுத்துகள் பொறிக்கவில்லை. பொறிக்க வேண்டிய தேவை ஏற்படவும் இல்லை. ஆகவே, அசோகனுக்கு முற்பட்ட எழுத்துகள் நமக்குக் கிடைத்தில. ஒருவேளை, அவை மண்ணுள் மறைப்புண்டு இருப்பினும், இருக்கலாம்; நாளடைவில் வெளிப்படலாம். அவை எங்ஙனமாயினும், **'அசோகனுடைய பிராமி எழுத்துகள் சிந்துவெளி எழுத்துக் குறிகளிலிருந்து தோன்றின** என்பதில் ஐயமே. இல்லை' என்று **பேராசிரியர் லாங்டன்** கருதுகிறார். 'அவரது கருத்துச் சரியே' என்று **டாக்டர் ஹன்ட்டரும் அறிவிக்கின்றார்.**

எழுத்துகள் - சிந்துவெளி எழுத்துகளைச் சோதிக்கையில், தெளிவான வேறுபட்ட 234 எழுத்துக்குறிகள் காணப்படுகின்றன. பிராமியில் **அ, ஆ, இ,** ஈ, உ, ஊ, **ஏ, ஓ,** என்னும் **எட்டு உயிர் எழுத்துகளும், 33 மெய் எழுத்துகளும்** காணப்படுகின்றன. இவற்றால் உண்டான **உயிர்மெய் எழுத்துகள்** (33 X 8=) 264 ஆகும். இவற்றில் 50 எழுத்துகளுக்கு உரிய குறிகள் சிந்துவெளி எழுத்துகளில் தெளிவாகக் காணப்படுகின்றன. ஆசிய - ஆஸ்ட்ரேலிய (முண்டா) மொழிகளின் குறியீடுகள் சில சிந்துவெளி எழுத்துகளில் காணப்படுகின்றன. அவற்றின் குறியீடுகள் சில பிராஹுயி மொழி எழுத்துகளிலும் காணப்படுகின்றன. இந்தியாவில் முண்டா மொழிகளே திராவிடத்துக்கு முற்பட்டவை. ஆதலின் அவை திராவிடத்திலும் ஓரளவு கலந்திருக்கலாம்.

சிந்து வெளி மக்கள் மொழி ஓரசையுடைய (monosyllabic) சொற்களையே பெரிதும் கொண்டதாகும். அம்மொழி சமஸ்கிருதமன்று; செமைட்டிய மொழியும் அன்று என்பது உண்மை.[7]

சிந்துவெளி எழுத்துகளாகக் கருதப்படுபவை மீன், கட்டங்கள், நாய், கோழி, வாத்து, வண்டு, மனித உருவம், வேறுபல வளைவுகள் முதலியனவாம். இவை சித்திர எழுத்துகள் ஆகும். சில கட்டங்களுள் 2 முதல் 21 கட்டங்கள் வரையில் இருக்கின்றன. இவை அனைத்தும் தனிப்பட்ட பகுதிகளாகவும் சொற்களாகவும் இணைப்புண்ட சொற்களாகவும் இருத்தல் கூடும் என்று அறிஞர் கருதுகின்றனர். இந்த **உரு எழுத்துகள் ஒலி** எழுத்துகளாக மாறுவதற்கு நீண்ட காலம் ஆகியிருத்தல் வேண்டும் என்பதில் ஐயமில்லை. முத்திரைகளின்

மேல் எழுதப்பட்டுள்ள கதைகள் இன்னவை என்பது தெரிந்த பின்னரே, சிந்துவெளி மக்களுடைய நாகரிகத்தைப்பற்றிய சுவை பயக்கும் செய்திகள் பலவற்றை அறிந்து இன்புறலாம்.[8]

''இந்த எழுத்துக் குறிகளைச் சோதித்தால், பல பொருள்களைக் குறிக்க ஒரே சித்திரம் பயன்படுத்தப்பட்டதை உணரலாம். உதாரணமாக, 'வெளிச்சம் விளக்கு, சூரியன், ஒளி, சுடர் என்னும் பலவற்றைக் குறிக்க ஏறக்குறைய ஒரே ஒரே அடையாளம் காணப்படுகிறது. ஆரியர் கி.மு.1200க்கு முன் இந்தியாவிற் புகவில்லை. அவர்கட்கு முன் சிந்துவெளியில் இருந்தவர் திராவிடராகலாம். பலுசிஸ்தானத்தில் உள்ள ப்ராஹுயி மொழியிற் பேரளவு திராவிடக் கலப்பு இருத்தலும், ப்ராஹுயி மக்கள் மண்டை ஒடுகளை ஒத்தவை மொஹெஞ்சொ - தரோவிற் கிடைத்திருத்தலும், சிந்துவெளி மொழி ப்ராஹுயியைப் போல ஒரசைச் சொல் உடையதாக இருத்தலும் நோக்கத் **திராவிடம் வட இந்தியாவில் ஆரியர் வருகைக்கு முன் இருந்தது** என்னலாம். திராவிடரே தங்கள் கலைகளையும் பிறவற்றையும் ஆரியரிடம் ஒப்படைத்தவராதல் வேண்டும்''[9]

''சிந்துவெளி எழுத்துக் குறிகள் பழைய திராவிட மூல எழுத்துக் குறிகளிலிருந்து பிறந்தனவாதல் வேண்டும். இத்தகைய எழுத்துகள் லிபியாவிலும் கிடைத்துள்ளன. பழைய லிபிய எழுத்துகளிலிருந்து **ஐபீரியன், எட்ரஸ்கன், லிபியன், மினோவன், பழைய எகிப்தி**ய எழுத்துகள் முதலியன தோற்ற மெடுத்தனவாகும்'' சிந்துவெளி எழுத்துகளிலிருந்து பிறந்தவை:(1) சுமேரியர் எழுத்துக்குறிகள். இவற்றிலிருந்து பிறந்தனவே பாபிலோனிய எழுத்துகளும் பிற்கால அசிரிய எழுத்துகளுமாகும், (2) பழைய ஏலத்து எழுத்துகள். இவை இன்றளவும் வாசிக்கக் கூடவில்லை. (3) பழைய சீன எழுத்துகள், (4) தென் அரேபியாவில் உள்ள 'சபியன்' எழுத்துகள்.

''வட பிராமி எழுத்துகளும் தென் பிராமி எழுத்துகளும் சிந்துவெளி எழுத்துகளிலிருந்து வளர்ச்சி பெற்றவையே ஆகும். தென் பிராமி எழுத்துகள் சிந்துவெளி எழுத்துகளிலிருந்து திராவிடரால் வளர்க்கப்பட்ட நேரான வளர்ச்சியுடை எழுத்துகள் ஆகும். அவற்றின் ஒருமைப்பாட்டைத் திருநெல்வேலியிற் கிடைத்த மட்பாண்டங்கள் மீதுள்ள எழுத்துக் குறிகளையும். நீலகிரியில் உள்ள கல்வெட்டுகளையும், ஹைதராபாத் சமாதிகளிற் கிடைத்த எழுத்துக் குறிகளையும் கொண்டு நன்குணரலாம். **வடபிராமி எழுத்துகள்** சிந்துவெளி எழுத்துக் குறிகளிலிருந்து நேரான வளர்ச்சி பெற்றவை அல்ல. அவை எழுதத் தெரியாமல் இந்தியாவை அடைந்த ஆரியரால் ஏற்று வளர்க்கப்பட்டவை; அவர் தம் **வடமொழிக்கேற்ப நாளடைவில் மாற்றப்பெற்றவை.** அசோகனுடைய பிராமி எழுத்துகள் ஆரியரால் வளர்க்கப் பெற்ற சிந்துவெளி எழுத்துகளின் பிற்காலத் தோற்றம் ஆகும். இக்காரணத்தாற்றான், வட பிராமி எழுத்துகள், தென் பிராமி எழுத்துகளினின்றும் வேறுபட்டுக் காணப்படுகின்றன; வடபிராமி எழுத்துகள் சிந்துவெளி எழுத்துகளினின்றும் மாறுபட்டுக் காணப்படுகின்றன.

''சிந்ருவளி எழுத்துகளைக் கொண்ட மொழி பழைய திராவிடமாகும். அத்திராவிடத்தின் பெரும்பாலான சொற்கள் தமிழிலேயே காணப்படுகின்றன. ஆயினும், சில சொற்கள் கன்னடம், துளுவம் முதலிய பிற திராவிட மொழிகளில் காணப்படுகின்றன. ப்ராஹுயி மொழியில் உள்ள திராவிடச் சொற்களும் சிந்து, பலுசி, பாரசீக மொழிகளால் தம் உண்மையான உச்சரிப்பை இழந்துள்ளன. எனவே, சிந்து வெளித் திராவிட மொழி இன்று பேசப்படுகின்ற திரா-

விட மொழிகளைப் போன்றதன்று; இவற்றின் தாய்மொழி எனல் பொருந்தும். **அது பழைய கன்னடத்தையும் சங்கத் தமிழையும் ஒருவாறு ஒத்ததாகும்''**. ''சிந்துவெளியிற் கிடைத்த சில எழுத்துக் குறிகள் தளதள, முகில் (நீர் அற்ற மேகம்), கார்முகில் (நீர் உற்ற மேகம்), மழை மூன்(று) கண், மூன்(று) மீன் கண், பேராள் (பேரான்) எண்ணாள் (எண்ணான்), நாய்வேல், நண்டுர், வேலூர், குரங்கர், மீனவர் முதலிய சொற்களைக் குறிக்கின்றன''. ஒரு முத்திரையில் **முனுதயது** என்னும் சொற்றொடர் காணப்படுகிறது. அதன் பொருள் 'மூன்று கம்பளி போர்த்துக் கொள்ளத்தக்க குளிரையுடைய காலம்' என்பதாம். இவ்வழக்கு இன்றும் கன்னட நாட்டுக் கௌடரிடம் இருந்து வருகின்றது கவனிக்கத்தக்கது. பேராள்,[10] எண்ணாள்,[11] முக்கண்,[12] என்பன சிவனைக் குறிப்பன.

''இதுகாறும் கூறியவற்றால், 'சிந்து வெளி மக்கள்' லிபியாவிலிருந்து வந்தவர்கள், அவர்கள் நெடுங்காலத்திற்கு முன்பே இந்தியாவை அடைந்து, ஆஸ்ட்ரேலிய மக்களுடன் கலப்புண்டனர்; **நம் வெண்மை நிறத்தையும் உருவ அமைப்பையும் இழந்தனர்;** ஆஸ்ட்ரேலிய மொழியில் ஓரளவு கொண்டனர்; தங்கள் சித்திர எழுத்துகளை மேன்மையுற வளர்த்து வந்தனர். **அவர்களே பிற்காலத்தவரால் 'திராவிடர்' எனப் பட்டனர்.** அவர்தம் எழுத்துகள் உலகப் புகழ்பெற்ற பல எழுத்துகள் பிறப்பதற்கு மூலமாயின. அந்த எழுத்துக் குறிகளைக் கொண்டே வடபிராமி வளர்ந்தது'' என்பனவும் பிறவும் நன்கறியலாம்.[13]

சிந்துவெளியிற் காணப்பெற்ற எழுத்துக் குறி ஒவ்வொன்றும் ஒரு பொருளைக் குறிப்பதாகும். அது நாளடைவில் அந்தப் பொருளின் பெயரையே குறிக்க மாறி இருத்தல் வேண்டும். அதுவே **ஒலி எழுத்தாகும்...** எழுத்துகள் தோன்றும் விந்தையை ஓரளவு அறிதல் இங்கு அவசியமாகும்:'' மனிதன் பேசமுடியாத நிலையில் இருந்த காலம் ஒன்றுண்டு. அவன் பிறகு (1) தான் விரும்பிய பொருளின் உருவத்தைச் சித்திரித்துக் காட்டினான்: (2) பின்னர் அதன் குண விசேடத்தைத் தன் செய்கையால் உணர்த்திப் பெற்று வந்தான்; (3) பிறகு அப்பொருளை உணர்த்த ஓர் எழுத்தைப் பயன்படுத்தினான், (4) இறுதியில் பேச்சு வகையால் சொற்றொடர்களைக் குறிக்க அடையாளக் குறிகளை இட்டுவந்தான். மனிதனது மொழி இங்ஙனமே படிப்படியாக வளர்ச்சி பெற்று வந்தது'' என மொழி நூல் எழுதப் புகுந்த **ஆட்டோ ஜெஸ்பெர்ஸன்** என்பார் அறைந்துள்ளார். இந்நான்கும் தமிழில் முறையே **(1) உரு எழுத்து, (2) தன்மை எழுத்து, (3) உணர்வெழுத்து, (4) ஒலி எழுத்து** எனப்படும். இவை விளக்கமாக **நன்னூல் மயிலைநாதர் உரையில்** (எழுத்தியல் ஈற்றுச் சூத்திர வுரையிற்) காணப்படுகின்றன. **யாப்பருங்கல விருத்தியின்** கடைசிச் சூத்திர வுரையிலும் இவ்வகை எழுத்துகளைப் பற்றிய இலக்கணம் விளக்கமாகக் கூறப்பட்டுள்ளது. இவற்றுடன் அவ்வுரையில், ''மகடூஉ ஆ பிடி, குமரி, கன்னி, பினவு, முடுவல் என்றின்ன சில எழுத்தும் தேர், பதம் முதலிய நால்வகை எழுத்தும், சாதி முதலிய தன்மை எழுத்தும், உச்சாடனம் முதலிய உக்கிர எழுத்தும், சித்திரகாரூடம் முதலிய முத்திற எழுத்தும், பாகியல் முதலிய நால்வகை எழுத்தும், புத்தேள் முதலிய நாற்கதி எழுத்தும், தாது முதலிய யோனி எழுத்தும், மாதமதியம் முதலிய சங்கேத எழுத்தும், கவி முதலிய **சங்கேத எழுத்தும்,** பார்ப்பான் வழக்காகிய பதின்மூன்றெழுத்தும் என்று இத்தொடக்கத்தனவும்.... **கட்டுரை எழுத்தும்,** வச்சிரம் முதலிய **வடிவெழுத்தும்....** மற்றும் **பலவகையாற் காட்டப்பட்ட எல்லா எழுத்தும் வல்லார்வாய்க் கேட்டுணர்க''** என்று

கூறியிருத்தல் நோக்கத்தக்கது. மேலும், சிலப்பதிகாரத்தில், காவிரிப்பூம்பட்டினத்துத் துறைமுகத்தில் இறக்குமதியான மூட்டைகட்கும் பண்டம் ஏற்றிய வண்டிகட்கும் க்ண் எழுத்துகள் இடப்பட்டிருந்தனவாம்.

"வம்ப மாக்கள் தம்பெயர் பொறித்த
கண்ணெழுத்துப் படுத்த எண்ணுப் பல்பொதி",

"இருபதினாயிரம் கண்ணெழுத்துப் படுத்தன.
கைபுனை சகடமும்"[14]

"இவற்றால் கடைச் சங்க காலத்தில் (கி.மு.300 கி.பி.200) தமிழ் நாட்டின் **கண் எழுத்துகள் வழங்கின.**" என்பதை அறியலாம், **கண்ணெழுத்து - சித்திர எழுத்து**; கண்ணுள் வினைஞர் - சித்திரகாரிகள்; நோக்கினார் கண்ணிடத்தே தம் தொழிலை நிறுத்துவோர்' என்னும் **நச்சினார்க்கினியர்** உரை" சுவைத்தற்குரியது. எனவே, 'கண் எழுத்து' என்பது, பார்ப்பவர் கண்ணுள் தொழிற்றிறமை காட்டி நிற்கும் எழுத்து' எனப் பொருள்படும். கரந்தெழுத்து என்னும் ஒருவகை எழுத்தும் வழக்கில் இருந்த உண்மை சிந்தாமணியால் அறியத்தகும் (செ1767). இங்ஙனம் பல திறப்பட்ட எழுத்துகள் இருந்தன என்பதைத் தமிழ் இலக்கண நூல்கள் கூறிச் செல்வதால், இவை தமிழகத்தில் பெருவழக்கு உடையனவாக ஒரு காலத்தில் இருந்திருத்தல் வேண்டும் என்பது தெளிவாம். மேலும், யாப்பருங்கல விருத்தி யுரையிற் காணப்பெறும் தன்மை முதலிய எழுத்து வகைகளைப் பற்றிய சூத்திரங்கள் யாப்பருங்கல விருத்தியாளர் காலத்திற்கு முற்பட்டனவாதல் வேண்டும்; இன்று தமிழகத்துள் கிடைத்துள்ள தமிழ்ச் சாஸனங்களில் அத்தகைய எழுத்துகள் காணப் பெறாமையாலும், அச் சாஸனங்களின் பழைய காலம் கி.பி. 7 ஆம் நூற்றாண்டாகலானும், கி.பி.7ஆம் நூற்றாண்டிற்கு முற்பட்ட காலத்திற்றான் அவ்வகை எழுத்துகள் தமிழகத்தில் இருந்திருத்தல் வேண்டும் என்று கோடல் பொருத்தமானது.

"கி.மு.3ஆம் நூற்றாண்டின என்று கருதத் தகும் தென் பிராமி சாஸனங்களில் உள்ள மொழி பிராகிருதமொழி கலந்த தமிழின் சிதைவாகத் தெரிகின்றது. அச்சாஸனங்கள், தமிழ் மக்கள் தனியே வழங்கிய லிபிகளும் பிராமி லிபிகளும் கலந்த எழுத்தமைதியும், பாகதமும் தமிழும் கலந்த பாஷை அமைதியும் உடையனவாகவே தோற்றுகின்றன. எனவே, ஆதித் தமிழர் தமக்கென்று அமைந்த எழுத்தமைதி உடையவர் என்பது தெளிவாம் ஆகவே, கடைச்சங்கத்தார் காலத்தினும் (கி.மு.400 - கி.பி.200) அதற்கு வெகு காலத்திற்கு முன்னும் வழங்கிய எழுத்துகள் எல்லாம் சித்திர சங்கேத லிபிகள் (Hieroglyph) போன்றனவாதல் வேண்டும்... யாப்பருங்கால உரையால், **சீனர் எகிப்தியர் வழங்கியவை போன்ற எழுத்துகள் தமிழகத்தில் அறவற்றிருந்தன** என்றும், அவற்றுட் சில யாப்பருங்கல விருத்தியுடையார் காலத்தும் (கி.பி.11 ஆம் நூற்றாண்டினும் வழக்கில் இருந்தன என்றும் நாம் கொள்ளலாம்.... 'தமிழாசிரியன் ஒருவன், நாட்டில் வழங்கும் இத்தகைய எழுத்து வகைகளை எல்லாம் உணர்ந்தவனாதல் வேண்டும் என முன்னோர் நியமித்திருத்தலால், பழைய 'வடிவு' முதலிய சங்கேத எழுத்துகள் தமிழ்நாட்டில் பெருவழக்குப் பெற்றிருந்தன என்றும், அவை யாவும் முன்னோரால் முறையாகக் கற்கவும் கற்பிக்கவும் பெற்றுவந்தன என்றும் நாம்

நன்கறியக் கூடும். இக் குறி எழுத்துக்களைப் பயன்படுத்திய உலகத்துப் பண்டை மக்களில் தமிழரும் விலக்கப்பட்டவர் அல்லர்''.[15]

"இங்ஙனம் எழுத்துகள் நெடுங்கணக்கின் நிலையை அடைவதற்கு முந்திய காலங்களில் பெற்றிருந்த உருவங்களைப் பற்றிய குறிப்புகள் **தமிழைத் தவிர வேறு இந்திய மொழிகளில் உள்ள இலக்கியங்களிற் காணப்படவில்லை.**[16] இவற்றால், சித்திரங்களாலும் வேறு குறிகளாலும் மனிதர்கள் ஒரு காலத்தில் எழுதி வந்த பழக்கத்தைத் தமிழ் மக்களும் அறிந்திருந்தார்கள் என்பதை எண்ணலாம். 'எழுத்து' என்னும் சொல் தமிழில் பயிலப்படுவதை நோக்கினாலும் இது வெளிப்படும். '**எழுத்து**' என்னும் தமிழ்ச் சொல்லுக்கு அக்ஷரம், லிகிதம், கல்வி, ஒவியம், பதுமை எனப்பல பொருள்கள் உள. பழைய தமிழ்நூல்களில், எழுத்து, எழுதுதல் என்னும் சொற்கள் பல இடங்களில்,

"**இன்னபலபல எழுத்து நிலை மண்டபம்**" (பரிபாடல், 19)

"**தெய்வக் குடவரை எழுதிய.. பாவை**" (குறுந் 39) என்பனபோலச் சித்திரம், பாவை முதலியவற்றை நிருமித்தல் ஆகியவற்றைக் குறிப்பதற்குப் பயிலப்பட்டுள்ளன. இதனால் **பழந்தமிழ் மக்கள் சித்திரத்தையும் எழுத்தின் வகையாகவே கொண்டனர்** என்று கொள்ளுதல் கூடும்.[17]

"...நாம், பிராமியைப் பற்றிய இந்த ஆறு விஷயங்களையும் கவனித்தால், **பிராமிய லிபி முதலில் வடமொழிக்காக ஏற்படவில்லை** என்றும், உயிர் எழுத்துகளுள் **அ, இ, உ** ஆகிய மூன்றுக்கும் அதிகச் சிறப்பை அளிப்பதும் மெய்யெழுத்துகளுள் வர்க்க எழுத்துகளைக் கொள்ளாததுமான ஒரு பாஷைக்கென அமைக்கப்பட்டுப் பின்னால் வடமொழிக்கு உபயோகப்படும்படி **புதிய குறிகள்** உண்டாக்கப்பட்டன என்றும் எண்ணவேண்டி இருக்கிறது. **இந்தியாவில் உள்ள மொழிகளுள் இவ்விதம் உள்ளது 'தமிழ்' ஒன்றுதான்.** அங்ஙனமாயின், **பிராமி முதலில் தமிழுக்கென அமைந்த லிபியாக இருத்தல் கூடுமா?** இஃது ஆராய்தற்குரியது. ஹரப்பா, மொஹெஞ்சொ - தரோ இவற்றிற் கிடைத்த குறிகட்கும் பிராமிக்கும் மத்திய நிலையில் உள்ளன என்று கூறப்படும் குறிகளால் எழுதப்பட்டுள்ள சாஸனம் ஒன்று மத்திய இந்தியாவில் **விக்ரமகோல்** என்னும் இடத்தில் கண்டு பிடிக்கப்பட்டுள்ளது. (இந்ஆன்ட். 62 ஆவது வால்யூம்). மொஹெஞ்சொ - தரோவிற் கிடைத்த குறிகளைப் போன்றவற்றைக் கொண்ட மட்பாண்டங்கள் **ஹைதராபாத் சமஸ்தானத்திலும், நாணயங்கள் திருநெல்வேலி ஜில்லாவிலும் கிடைத்துள்ளன.** இவ்விதமான குறிகள் இந்தியாவின் பிற பாகங்களிற் கிடைக்கவில்லை"[18]

முடிவுரை - இதுகாறும் கூறியவற்றால், **சிந்துவெளி எழுத்துகள்,** (1) ஒரசையைச் சிறப்பாகக் கொண்ட மொழியைச் சேர்ந்தவை: (2) அவற்றிலிருந்தே பிராமி எழுத்துகள் தோன்றி வளர்ச்சி பெற்றன; (3) பிராமி எழுத்துகள் தமிழ் மொழிக்கென்றே அமைக்கப் பட்டுப்பின்னர் வடமொழிக்கும் பயன்படும்படி புதிய குறிகள் உண்டாக்கப்பட்டன; 4) சிந்து வெளி எழுத்துக் குறிகள் திருநெல்வேலி நாணயங்களிலும் கிடைத்துள்ளன; (3) இந்திய மொழிகளில் தமிழ் ஒன்றிலேதான், எழுத்துகள் நெடுங்கணக்கு நிலையை அடைவதற்கு முன்னைய காலங்களிற் பெற்றிருந்த உருவங்களின் இலக்கணம் கூறப்பட்டுள்ளது... என்னும் சுவை பயக்கும் செய்திகளை அறியலாம். எனவே, **சிந்துவெளி எழுத்துக் குறிகள்,** ஹீராஸ் பாதிரியார் கூறுவது-

போல **பண்டைத்திராவிட மக்கள் தோற்றுவித்தனவே அவை திராவிட மொழிக்கு அமைந்த பண்டை எழுத்துக் குறிகளே** என்று முடிபு கூறல் ஒருவாறு பொருந்தும்.

1. ↑ C.J.Gadd's 'Sign - List of Early Indus Script' in 'MohenjoDaro and the Indus Civilization'. Vol. II. chapt. XXII.
2. ↑ Sidney Smith's Mechanical Nature of the Early Indian writing.
3. ↑ Prof. Langdon's The Indus Script' in Mohenjo - Daro and the Indus Civilization, Vol. II, chapt. XXII.
4. ↑ Dr.G.R.Hunter's 'The Script of Harappa and Mohenjo - Daro.
5. ↑ Ibid.pp. 21, 22.
6. ↑ சிந்துவெளி எழுத்துகட்கும் பிராமி எழுத்துகட்கும் இடைப்பட்ட வளர்ச்சி உடையன என்று கருதத் தக்க குறிகளைக் கொண்ட சாஸனம் ஒன்று நடு இந்தியாவில் விக்ரமகோல் என்னும் இடத்திற் கிடைத்துள்ளது. - Indian Antiquary, Vol.62.
7. ↑ Ibid. pp.128.
8. ↑ K.N.Dikshit's Pre - historic Civilization of the IV' pp.46 - 49.
9. ↑ Dr. Hunter's Article on 'The Riddle of Mohenjo - Daro' in the 'New Review' (April, 1936).
10. ↑ பேராள், பேரான் - 'பேரானை பெரும்பற்றப் புலியூரானை' தேவாரம்.
11. ↑ 'எண்குணத்தான் தாளை வணங்காத் தலை' - திருக்குறள்
12. ↑ முக்கண், முக்கண்ணன் - சிவபெருமானைக் குறிப்பன.
13. ↑ Father, Herass Article on 'Light on the Mohenjo - Daro Riddle', in the 'New Review' (July, 1936).
14. ↑ Silappathikaram, K. 5, fi, 11 K.25.li 136
15. ↑ M.Raghava İyengar's article on "llakkiya Sasana valakkarugal" in 'Kalaimagal'. Madras.
16. ↑ P.N.Subramania Iyer's 'Ancient Tamil Letter's, p.103.
17. ↑ 'Ancient Tamil Letter's p.94.
18. ↑ Idid - pp. 101.103.

17

சிந்துவெளி மக்கள் யாவர்?

இதுகாறும் படித்தறிந்த சரித்திர காலத்திற்கு முற்பட்ட வியத்தகு நாகரிகத்தை வளர்த்துவந்த பண்டைச் சிந்துவெளி மக்கள் யாவர்? இவ்வினாவைக் கேட்பது எளிது விடை அளிப்பது எளிதன்று; எனினும், இது பற்றிப் புதைபொருள் ஆராய்ச்சி யாளர், மண்டைப் புலவர், வரலாற்று ஆசிரியர், மொழிநூற் புலவர் ஆகியவர்கள் தத்தம் அறிவிக்கும் ஆராய்ச்சிக்கும் எட்டியவரை ஒருவாறு விடைகண்டுள்ளனர்; அவர் கருத்துகளை ஈண்டுக் காண்போம் :

பண்டைய இந்திய மக்கள் - ஆரியர் என்னும் மக்கள் இனத்தவர் இந்தியாவிற்கு வரு முன்னர் இந்தியாவில் இருந்த பண்டை மக்கள் யார் என்பதை மண்டைப்புலவர், இந்தியாவின் பல பாகங்களிற் கண்டெடுத்த, மண்டை ஓடுகளைக்கொண்டு ஆராய்ந்து அறிவித்துள்ளனர். திருநெல்வேலியைச் சேர்ந்த ஆதிச்சநல்லூர், வட இந்தியாவில் உள்ள சியால்கோட் பயனா, மொஹெஞ்சொ - தரோ, ஹரப்பா, பலுசிஸ்தானத்தில் உள்ள 'நால்' என்னும் இடங்களில் பல மண்டை ஓடுகள் கிடைத்தன. அவற்றைக் கொண்டு நடத்திய சோதனையில், இந்தியாவில் ஆரியர் வருகைக்கு முன் நீக்ரோவர், ஆஸ்ட்ரேலியர், மெலனேஷியர், மத்தியதரைக் கடலினர், மங்கோலியர், அல்பைனர் என்பவர் இருந்தனர் என்னும் செய்தி வெளிப்பட்டது.

நீக்ரோவர் - இந்தியாவின் பழைய குடிகள் நீக்ரோவரே ஆவர். இவர்தம் வழியினரே அந்தமான் தீவினர்; தென் இந்தியக் காடுகளில் உள்ள 'காடர், இருளர்' இவர்கள் குட்டையானவர்கள்; சுருண்ட மயிரினர்; முதன் முதல் வில்லைத் தோற்றுவித்தவர்கள்.

ஆஸ்ட்ரேலியர் - இவர்கள் நீக்ரோவர்க்கு அடுத்தபடி இந்தியாவிற் புகுந்தவராவர் . இவர்கள் ஆஸ்ட்ரேலியப் பகுதிகளிலிருந்து வந்தவர்கள் என்பது பழைய கொள்கை. இவர்கள் பாலஸ்தீனத்திலிருந்து வந்தவர்கள் என்பதே பொருத்தமானது. இவர்கள் நெடுங்காலம் இந்தியாவில் தங்கிவிட்டவராவர். முண்டர், கொலேரியர், கொண்டர் முதலியவர்கள் இவ்வினத்தவர்கள். இவர்கள் இன்று இந்தியாவில் உள்ள மலைப் பகுதிகளிலும் காடுகளிலும் வேடர்களாக வாழ்ந்து வருகின்றனர். **இன்று இந்தியரிடமுள்ள கருமை நிறத்திற்குக் காரணர் இவரே** என்பதை மறத்தல் ஆகாது. பிற்கால ஆரியர் இவர்களைத்தாம் **'நிஷாதர்'** என்று அழைத்தனர்.

மெலனேஷியர் - மேற்சொன்ன இரண்டு இனத்தவர் கலப்பால் தோன்றிய புதிய இனத்தவரே மெலனேஷியர் என்பவர். இவர்கள் அஸ்ஸாம் - பர்மா எல்லைப்புறங்களிலும் நிக்கோபர் தீவுகளிலும் மலையாளக் கரையிலும் இருக்கின்றனர். பினங்களை எறிந்துவிடும் பழக்கம் இவர்களிடமே தோற்றமெடுத்ததாதல் வேண்டும்.

மத்தியதரைக் கடலினர் - இவர்கள் ஆஸ்ட்ரேலியா மக்கட்குப்பின் இந்தியாவிற் குடிபுகுந்தவர் ஆவர். இவர்கள் பலமுறை அணி அணியாகவந்தவர் ஆவர். முதலில் வந்தவர் கங்கைச் சமவெளியில் இருந்த ஆஸ்ட்ரேலியருடன் கலந்து, அவர்களது மொழியை மாறுதல் பெறச் செய்தனர்; தங்கள் கூட்டு மொழியை ஆஸ்ட்ரேலியரைப் பேசச் செய்தனர். இம்மக்கள் நீர்ச்செலவு, பயிரிடல், கற்கருவிகள் இவற்றை இந்தியாவில் தோற்றுவித்தனர். இவர்கட்குப் பின்னர் இவர் தம் இனத்தவரே அடுத்த அணியாக இந்தியாவிற்குள் வந்தனர். அவர்கள், மெசொபெர்ட்டேமியாவில் அர்மீனியரோடு கலந்து வளர்த்த நாகரிகத்தை இந்தியாவிற்குக் கொணர்ந்தனர். அவர்கள் புறப்பட்ட இடத்திலேயே அல்பைனர், அர்மீனியர் ஆகியவர்தம் இரத்தக்கலப்புடையவர்; நாகரிகக் கலப்பும் உடையவர் (அவர் கூட்டத்தினரே சுமேரியர் என்பவர்) அம்மக்கள் இந்தியா வந்து ஆஸ்ட்ரேலிய மக்களுடன் கலந்து உறவாட வேண்டியவராயினர். இங்ஙனம் இரண்டாம் முறை வந்த மக்கள் மொழியும் முன் சொன்ன கூட்டுமொழியே ஆகும்.

மங்கோலியர் - அஸ்ஸாமில் காசி மலைகளில் 'மான் - கெமர்' மொழிகளைப் பேசும் மலைவாழ்நர் இவ்வினத்தினர் ஆவர். இவர்கள் பர்மாவில் உள்ள மலைப்பகுதிகளிலும் மலேயா தீபகற்பத்திலும் நிக்கோபர் தீவுகளிலும் உறைகின்றனர். தூய மங்கோலிய இனத்தவர் மிகச்சிலராக வடகிழக்கு வழியே வந்து அஸ்ஸாம், வங்காளம் முதலிய இடங்களில் தங்கினர் எனக் கோடலும் பொருந்தும்.

அல்பைனர் - இவர்கள் வலிய உடற்கட்டுடையவர்; பாமீர்ப் பீடபூமிப் பகுதிகளிலிருந்து வந்தவர் ஆவர். இவர்தம் கலப்பு மஹாராஷ்டிரரிடமும் பிரபுமாரிடமும் காணப்படுகிறது. இவர்கள் பேசியது இந்து - ஐரோப்பிய மொழி ஆகும். இவர்கள் சிந்து வெளியில் இருந்து மொஹெஞ்சொ - தரோ முதலிய நகரங்களை நிலைகுலையச் செய்து, மேற்கு இந்தியாவில் தங்கினவராதல் வேண்டும்; பின், ஆரியர் தாக்குதலால் அலைப் புண்டு வங்காளம் வரை பரவினர் என்பது தெரிகிறது.[1]

இதுகாறும் கூறியவற்றால், இந்தியாவில் இருந்த பண்டை மக்கள் நீக்ரோவர் என்பதும், அவர்களுக்குப் பின் வலிவுடன் இருந்தவர் ஆஸ்ட்ரேலியர் என்பதும், அவர்களுக்குப் பின் இந்தியாவிற் புகுந்து மிக்க, சிறப்புடன் இருந்தவர் மத்தியதரைக் கடலினத்தார் என்பதும், அவர்கள் நாளடைவில் ஆஸ்ட்ரேலிய மக்களுடன் கலப்புண்டு விட்டனர் என்பதும், அதே காலத்தில் அல்லது சற்றுப் பின் மங்கோலியர், அல்பைனர் என்பவர் சிறு தொகையினராய் ஆங்காங்கு இருந்தனர் என்பதும் நன்கறியலாம். இது நிற்க.

மொஹெஞ்சொ - தரோவிற் கிடைத்த எலும்புக் கூடுகள் - இந்திய ஆராய்ச்சி நிலையத்தைச் சேர்ந்த **கர்னல் செவெல், டாக்டர் குஹா** என்னும் அறிஞர்கள் மொஹெஞ்சொ - தரோவிற் கிடைத்த எலும்புக் கூடுகளையும் மண்டை ஓடுகளையும் நன்கு சோதித்து, 'இந்நகரின் இறுதிக் காலத்தில் இங்கு, (1) ஆஸ்ட்ரேலியர், (2) மத்தியதரைக் கடலினர், (3) மங்கோலியர், (4) அல்பைனர் என்னும் நால்வகை மக்கள் இருந்தனராதல் வேண்டும்'

என்று கூறியுள்ளனர். (1) அங்குக் கிடைத்த ஆஸ்ட்ரேலியர் மண்டைஓடுகள் **கிஷ், அல் உபெய்ட்,** உர் என்னும் மெசொபொட்டேமிய நகரங்களிற் கிடைத்த மண்டை ஒடுகளை-யும், ஆதிச்சநல்லூரிற்[2] கிடைத்த மண்டை ஓடுகளையும் பெரிதும் ஒத்துள்ளன. (2) மத்திய தரைக்கடல் இனத்தார். மண்டை ஓடுகள் நால், கிஷ், அநவு, சியால்காட், பயனா என்னும் இடங்களிற் கிடைத்த சில் மண்டை ஓடுகளை ஒத்துள்ளன. (3) மங்கோலிய அல்பைனர் எலும்பு ஒன்றே கிடைத்தது. (4) அல்பைனர் மண்டை ஒடு ஒன்றே கிடைத்தது.[3]

மங்கோலிய பண்டை ஓடு ஒன்றே கிடைத்திருப்பதாலும், அது நகர அடிமட்டத்தின் மேற்போக்கான இடத்திற்றான் கிடைத்திருப்பதாலும், அதைக் கொண்டு தவறாக எந்த முடிவும் செய்துவிடலாகாது. பிற்காலத்திற் பாரசீகத்தில் இருந்த மங்கோலியர் சிலர் மொஹெஞ்சொ - தரோவிற் குடிபுகுந்திருக்கலாம். மேலும், அத்தலை ஒடு கிடைத்த இடத்-திலேயே மங்கோலியர் உருவம் கொண்ட பதுமைகளும் கிடைத்தமையால், அவ்விடம் அவர்-கள் குடி புகுந்து இருந்த இடமாகலாம். அல்பைனர் ஒடு ஒன்றே கிடைத்ததால், அதைப் பற்றி என்ன கூறுவது? அது, வாணிபத்தின் பொருட்டு வந்த அல்பைனரையே குறிப்ப-தாகலாம். எலும்புக் கூடுகளுள் பல ஆஸ்ட்ரேவியரையும் மத்தியதரைக் கடலினரையுமே குறிக்கின்றன. முன்னர் உயரம் இன்றுள்ள ஆஸ்ட்ரேலியனது சராசரி. உயரமாகிய 152 செ.மீ. ஆகும். பின்னவருள் ஆடவர் உயரம் 161 செ.மீ. பெண்டிர் உயரம் 142 செ.மீ, 131 செ.மீ.ராக இருந்தது. இவ்வுயர அளவாலும், மொஹெஞ்சொ - தரோவில் இருந்த வீட்டு வாயில்களின் உயரம் 165 செ.மீ.க்கு மேல் இல்லை; பல வீடுகள் குட்டை மனிதர்க்கென்றே கட்டப்பட்டனவாகக் காணப்படுகின்றன என்னும் ஆராய்ச்சியாளர் கூற்று உண்மையாதல் காண்க.[4]

காலம் யாது? - எனவே, மொஹெஞ்சொ - தரோவில் பெரும்பாலும் அந்நகரத்திற்கே உரியவராக வாழ்ந்தவர் முன்னிருந்த ஆஸ்ட்ரேலியரும், அவர்களை வென்று உயரிய நாக-ரிகத்தைப் பரப்பிய மத்தியதரைக் கடலினருமே ஆவர் என்பது நன்கு விளங்குகின்றது அன்றோ? இங்ஙனம் காணப்பட்ட இம்மக்களது நாகரிக காலம் கி.மு.3250 கி.மு2750 ஆக இருக்கலாம் என்பது ஆராய்ச்சியாளர் முடிபாகும்.

இம்மக்கள் வாழ்க்கை - இங்ஙனம் இப்பெருநகரில் வாழ்ந்த மக்கள் பயிர்த் தொழிலிலும் வாணிபத்திலும் சிறந்திருந்தனர்; கால் நடைகளை வளர்த்து வந்தனர்; பலவகைக் கலைகளை வளர்த்து வந்தனர்; சுகாதர முறையில் நகரங்களை அமைத்துப் பெருவாழ்வு வாழ்ந்து வந்-தனர் பலவகை வழிபாட்டு முறைகளைக் கொண்டிருந்தனர்; ஆனால், அதே காலத்தில் **ஒரே கடவுள் உணர்வையும் பெற்றிருந்தனர்** என்பது பொருந்தும்); மறு பிறப்பைப் பற்றிய உணர்ச்சி பெற்றிருந்தனர்; யோகநிலையை உணர்ந்து இருந்தனர்; இவற்றையும் அறிந்திருந்தனர்; சக்தி வணக்கம், சிவ வணக்கம், மர வணக்கம், விலங்கு வணக்கம் முதலியவற்றைக் கொண்டிருந்-தனர். சுருங்கக் கூறின், ‘அவர்களிடம் இன்றைய இந்து சமயத்தில் உள்ள பெரும்பாலனவும் இருந்தன’ எனல் முற்றும் பொருந்தும்.[5]

ஆரியர் - ஆரியர் என்று பெயரிடப்பட்ட மக்கள் ஐரோப்பா, பாரசீகம், இந்தியா முதலிய இடங்களிற் குடிபுகுந்தனர்; அவர்களுடைய மொழி முதலில் ஒன்றாக இருந்தது; பின்னர்க் குடிபுகுந்த இடத்தில் இருந்த பண்டை மக்கள் கலப்பாலும் உச்சரிப்பாலும் பிற காரணங்க-ளாலும் நாளடைவில் சிற்சில: மாறுபாடுகளைப் பெற்றுவிட்டது; **மொழி மாற்றத்துடன் மக்கட்**

கலப்பும் உண்டானது. இஃது உலக இயற்கை என்பது முன்னரே கூறப்பட்டது. இது நிற்க, இந்தியா புகுந்த ஆரிய மக்களின் காலம் பற்றிப் பலர் பலவாறு கூறியுள்ளனர். ஆயினும், சிறந்த ஆராய்ச்சியாளர் பலரும் கி.மு. 1500க்குச் சிறிது முற்பட்ட காலத்தையே கூறுகின்றனர். **பேராசிரியர் நிருபேந்திரகுமார** டட் என்பவர், பலர் கூற்றுகளைத் திறம்பட ஆராய்ந்து, பல காரணங்களைக் காட்டி ஆரியர் இந்தியாவிற்கு வந்த காலம் ஏறக் குறையக் கி.மு.2500 ஆகலாம் என்றும், அவர் செய்த ரிக் வேதத்தின் காலம் கி.மு.2500 கி.மு1500 என்றும் விளக்கியுள்ளார்.[6]

இங்கனம் இந்தியாவிற் குடிபுகுந்த ஆரியர்கள் உயரமான வர்கள்; ஒருவகை வெண்ணிறத்தார்; நீண்ட மூக்குடையர் குதிரை ஏற்றத்தில் வல்லவர்; இரும்பைப் பயன்படுத்தியவர் போருக்குரிய உயர்தரப்படைக்கலன்களைக் கொண்டவர் எரிவளர்த்துவேள்வி செய்தவர்கள்; இந்து - ஐரோப்பிய மொழியான சமஸ்கிருதத்தைப் பேசியவர்கள்; இந்திரன், வருணன் முதலிய தேவர்களை வழிபட்டவர்கள் உருவ வழிபாட்டை அறவே வெறுத்தவர்கள்; லிங்க வழிபாட்டை அறியாதவர்கள்.

ஆரியர் பஞ்சாப் மண்டலத்தில் தங்கியிருந்தபோதுதான்ரிக் வேதத்தின் பெரும் பகுதியைச் செய்தனராதல் வேண்டும். ரிக் வேதத்தில் கூறப்பட்டுள்ள இடங்களின் பெயர்களை நோக்க, ரிக்வேத ஆரியர்கள் - ஆப்கானிஸ்தானம், பஞ்சாப், காஷ்மீர், சிந்துவில் சில இடங்கள், இராஜபுதனத்தின் சில பகுதிகள், கங்கையாற்றின் மேற்கிடம் இவற்றையே அறிந்திருந்தனராதல் வேண்டும். கி.மு.1500க்கு பிற்பட்ட காலத்திற்றான் அவர்கள் கங்கைச் சமவெளியிற் புகலாயினர்.

ஆரியர் அல்லாதவர் (அநாரியர்) - பஞ்சாப் மண்டிலத்திற் குடிபுகுந்த ஆரியர், தமக்கு முன் அங்கு இருந்த மக்களைப்பற்றிப் பகைமை பாராட்டிக் கூறியிருக்கும் பல குறிப்புகளும் அவர்களோடு செய்த போர்களும் ரிக்வேதத்தில் அழகாகக் குறிக்கப்பட்டுள்ளன. அதாரியரான மக்கள் 'தாசர், தாஸ்யு' எனப்பட்டனர். 'அநாரியர் தட்டை மூக்கினர் கருநிறத்தார்; மாறுபட்டவழிபாடு உடையவர் விநோத மொழியினர்; சிறந்த செல்வம் பெருக்குடன் வாழ்பவர்; கோட்டை களையுடைய நகரங்களில் வாழ்பவர்; போரில் பேரோசை இடுபவர்' என்றெல்லாம் ரிக்வேதம் கூறுகின்றது. ரிக்வேதம் 'பனிக், வனிக்' என்று சிலரைக் குறிப்பிட்டுள்ளது. அவர்கள் தாசர் ஒநாய் போன்ற பேராசை உடையவர்; சுயநலமே உருக்கொண்டவர்; கறுப்பர், வேள்வி செய்யாதவர்; கொடிய மொழியினர்; பணக்காரர்; கால் நடைகளை வளர்ப்பவர்; ஆரியருடைய பசுக்களைக் களவாடுபவர்; அவர்கள் மேற்கு நோக்கி விரட்டப்பட்டனர். மேலும், ரிக்வேதம் குறிப்பிடும் தாசர் மரபினர் கீகதர், சிம்யூஸ், அஜஸ், யஷூஸ் (இயக்கர்), சிக்ருஸ்; அநாரிய அரசர்களாக **இலிபிஷன், துனி, சுமுரி, சம்பரன், வர்ச்சினன், த்ரிபிகன், ருதிக்ரன், அதர்சனி, ஸ்ரிபிந்தன், பல்புதன், பிப்ரு, வங்க்ரிதன்** முதலியோர் ஆவர். இவருள் வங்க்ரிதன் 100 நகரங்களைக் கொண்டவன் (பேரரசன்) என்றும், சம்பரன் 90 முதல் 100 வரைப்பட்ட நகரங்களை உடையவன் (பேரரசன்) என்றும் ரிக்வேதமே கூறுதல் காண்க. இவர்களில் பெரும்பாலோர் கங்கைச் சமவெளியில் ஆரியரோடு போரிட்டவர் ஆவர்.[7]

ஆரியர் - அநாரியர் போர்கள் - ஆரியர் - அநாரியர் போர்களைப் பற்றிய செய்திகள் ஒரளவு ரிக்வேதத்திலிருந்து நன்கு அறியலாம். "மாண்புமிக்க இந்திரன் பகைவரை அழிக்கின்றான்; நாம் செய்யும் தூய காரியங்களை அச் **சிசின தேவர்** (லிங்கவழிபாட்டினர்)

அணுகா தொழிவாராக போருக்கு மீண்டும் சென்று, அவர்களை அடக்க ஆர்வங்கொண்டு, போக முடியாத இடங்கட்குப் போய், கொல்ல முடியாத சிசின தேவரைக் கொன்று, அவர்தம் நூறு கதவுகளைக் (Gates) கொண்ட நகரத்தின் செல்வத்தைக் கவர்ந்தவன் இந்திரன் _ கிருஷ்ணனுடைய (கறுப்பன்) வீரர்கள் 10,000 பேர் யமுனைக் கரையில் இருக்கின்றனர். இந்திரன் கிருஷ்ணனது ஆர்ப்பாட்டத்தை உணர்ந்தான். இந்திரன் அந்தக்கொடிய பகை-வனை ஆரியர் நன்மைக்காக அழித்தான். இந்திரனே, 'நான் யமுனைக்கரையில் கிருஷ்-ணன் படையைக் கண்டேன். அவன் முகிற்படைக்குள் மறையும் பகலவன் போலக் காடுக-ளுக்குள் மறைந்துவிட்டான்' என்று கூறினான்... இந்திரன் பிரஹஸ்பதியைத் துணைவனாகக் கொண்டு, அக்கடவுளற்ற படையை அழித்தான். இந்திரன் ரிஜஸ்வான் (ஆரியன்) உதவி-யைக் கொண்டு கிருஷ்ணனுடைய சூல்கொண்ட மகளிரைக் கொன்றான்... முதுமைப் பரு-வம் உடம்பை அழிப்பது போல இந்திரன் 50,000 கிருஷ்ணரைக் கொன்றான்....[8] "ஆரியர் இன்னவர்தாசர் இன்னவர் என்பதைப்பகுத்துணர்க.... 'இந்திரனே, இடி முழக்கம் செய்ப-வனே, தாசரை அழி: ஆரியர்தம் வன்மையையும் பெருமையையும் மிகுதிப்படுத்து. இந்திரன் தாஸ்யுக்களை அழித்து, அவர் தம் நிலங்களை ஆரியர்க்குப் பங்கிட்டான். இந்திரன் ஆரி-யர்க்கு வலக்கையால் ஒளி காட்டி, இடக்கையால் தாஸ்யுக்களை அழுத்தினான்.... ஆரி-யர் இந்திரன் உதவியால் தாஸ்யுக்களை அழித்து, அவர்தம் செல்வத்தைப் பெறுகின்றனர்.... 'நாங்கள் தாஸ்யுக்கள் நாற்புறமும் சூழ வசித்து வருகின்றோம். அவர்கள் வேள்வி செய்-யாதவர்கள்; எதையும் நம்பாதவர்கள். அவர்கள் தமக்கென்றே உரிய பழக்க வழக்கத்தினர்; சமயக் கொள்கைகளை உடையவர்; அவர்கள், மனிதர்கள் என்று சொல்லத் தகுதியற்றவர்-கள்; அவர்களை அழித்துவிடு' (ஒரு ரிஷியின் சுலோகம்)..... இந்திரனும் அக்நியும் சேர்ந்து, தாசருடைய பாதுகாவல் மிகுந்த 90 **நகரங்களை** அழித்தனர்.... தாசர்கள், மாயச் செலவில் வல்லவர்கள்: மாயவர்கள்.....[9]

"இந்நிலம் தாசரைப் புதைக்கும் சவக்குழியாகும், ...இந்திரன் 30,000 தாசர்களைக் கொன்றான்; 50,000 கிருஷ்ணரைக் கொன்றான்..... கறுத்தவரை ஒழிக்க நடத்திய போரில் 'யஜிஸ்வான்' என்பவன், '**வங்ரிதன்** என்பவனுக்கு உரியனவாக இருந்த **100 நகரங்களைத் தாக்கினான்.....** தாசர் தலைவனான **சம்பரனுக்**[10] குரிய 90 முதல் 100 வரைப்பட்ட நகரங்-கள் அழிக்கப்பட்டன...."[11]

"குயவன் (Kuyava) ஆரியர் செல்வங்களை அறிந்து வந்து தனக்கு உரிமையாக்கிக் கொள்கிறான். அவன் தண்ணிரில் இருந்துகொண்டு அதனைத் தூய்மையற்ற தாக்குகிறான். அவனுடைய இரண்டு மனைவியர் ஆற்றில் நீராடுகின்றனர். அவர்களைச் 'சிபா' (Sifa) ஆற்று வெள்ளம் கொண்டுபோவதாக அயு (Ayu) என்பவன் தண்ணீரில் உறைகிறான். அவனை ஆஞ்சசீ, குலிசி, வீரபத்நீ என்னும் யாறுகள் காக்கின்றன எனவரும் சுலோகங்க-ளால், 'குயவன், அயு' என்பவர் வன்மையுள்ள தாசர்கள் என்பதும், ஆரியர் கிராமங்களைக் கொள்ளையிட்டனர் என்பதும், யாறுகளால் சூழப்பட்ட கோட்டைகட்குள் இருந்தவர் என்ப-தும் அறியக் கிடக்கின்றன.... 'இந்திரன், பகைவரது கறுப்புத் தோலை உரித்து, அவர்களைக் கொன்று சாம்பராக்குகிறான்.... இந்திரன் பகைவருடைய 150 படைகளை அழித்தான்... ஒ, அஸ்வணிகளே! நாய்களைப் போல விகார ஓசை யிட்டுக்கொண்டு எங்களை அழிக்க வரும் பகைவரை அழியுங்கள். இந்திரன் **வித்ரனைக்** கொன்று **நகரங்களை அழித்துக்** கறுப்-

புத் தாசர் படைகளையும் அழித்தான்... ஆரியருடைய போர்க் குதிரைகளைக் (ததிக்ரா) கண்டதும் தாசர் நடுங்குகின்றனர்; அக்குதிரைகள் ஆயிரக்கணக்கான தாசரை அழித்தன... இந்திரன் தாசர் மரபினரான **நவவாஸ்த்வா** என்பனையும் **ப்ரிஹத்ரதனையும் கொன்றான்...** 'ஓ, கடவுளரே! நாங்கள் நெடுந்துரம் வந்து, கால் **நட்கைள்** மேய்ச்சல் பெறாத இடத்தை அடைந்துவிட்டோம். இப்பரந்த இடம் தர்ஸ்யுக்கட்கே புகலிடமாக இருக்கின்றது, ஒ ப்ர-ஹஸ்பதி! எங்கள் கால்நடை களைத் தேடிச் செல்லும் நேர்வழியில் எங்களைச் செலுத்து. நாங்கள் வழி தவறிவிட்டோம்!.... இத்தகைய பலவாக்குகளை நோக்க, **வந்தேறு குடிகளான ஆரியர், தொடக்கத்தில் பண்டை இந்திய மக்களால் பட்ட பாடு சிறிதன்று என்பதும், அவர்-கள் பகைவரை மெல்ல மெல்ல வென்றே** நாட்டைத் **தமதாக்கிக் கொண்டனர் என்பதும், அவ்வேலைக்குப் பல நூற்றாண்டுகள் ஆகி இருத்தல் வேண்டும் என்பதும் அறியத்தகுவன-வாம்".**[12]

"இந்திரன் தாசரைக் கொலை செய்து, அவர்களுடைய ஏழு பாசறைக் கோட்டைகளை-யும் அழித்து, அவர்கள செல்வத்தைப் புருகுத்ஸனுக்குக் கொடுத்தான்".[13]

இந்து அநாரியர் சிந்துவெளி மக்களே - 'ஆரியர் திருவாக்குகளால் நாம் அறிவதென்ன? ஆரியர் அல்லாத தாசர்கள் வணிகர்களாக இருந்தனர்; செல்வர்களாக இருந்தனர்; பாது-காப்பு மிகுந்த நகரங்களில் வாழ்ந்திருந்தனர்; தாச அரசர்கள் **100 நகரங்கள்** வைத்துக்-கொண்டு பேரரசு செலுத்தி வந்தனர், போதிய வன்மை பெற்ற ஆரியரையே எதிர்த்து நின்று போரிட்டனர்; (ஆரியர்க்கு) விளங்க முடியாத மொழி பேசினர்; மந்திர மாயங்களில் வல்ல-வர்கள்; தமக்கென்று அமைந்த வழிபாடுகளை உடையவர்கள்; கால் நடைகளை உடைய-வர்கள்; பணத்திற் கண்ணானவர்' என்பனவே.

இக்குறிப்புகளைச் சிந்து வெளியிற் புதையுண்டு கிடக்கும் நூற்றுக்கு மேற்பட்ட நகரங்க-ளைப் பற்றிப் புதை பொருள் ஆராய்ச்சியாளர் ஆண்டு தோறும் அறிவித்து வரும் அறிக்-கைகளுடனும் - ஹரப்பா, மொஹெஞ்சொ - தரோ நகரங்களைப்பற்றிய விவரமான செய்தி-களுடனும் ஒப்பிட்டுக் காண்க. மேலும், சிந்துவெளி நாகரிக காலம் கி.மு.3250 கி.மு.2750 என்பதனையும் ஆரியர் இந்தியா புகுந்த காலம் ஏறக்குறையக் கி.மு.2500 என்பதையும் நினைவிற் கொள்க. இக்குறிப்புகளால், ரிக் வேதத்தில் குறிப்பிடப்பட்ட **அநாரியர் சிந்துவெளி நாகரிகத்திற்கு உரியவர்களே** - மொஹெஞ்சொ - தரோ, ஹரப்பா முதலிய பண்டை நகரங்-களில் வாழ்ந்தவர்களே என்பது வெள்ளிடை மலைபோல் விளக்கமாதல் காண்க.[14]

ரிக் வேதம் கூறும் மாயாசாலங்களில் வல்லவர் - வாணிகம் செய்தவர் - பெருஞ்செல்வர் - தம் பகைவரான ஆரியரினும் சிறந்த நாகரிகம் உடையவர் . ஆனால், ஆரியரை வெல்ல இயலாதவர் (போதிய படைக்கலங்கள் இல்லாதவர்) சிந்து வெளி மக்களே என்பது தெளி-வாகின்றது."மொஹெஞ்சொ - தரோவிற் கிடைத்த எலும்புகளில் இரண்டிற்குத் தலைகள் இல்லை. **படை** யெடுப்பினால் **தலைகள் வெட்டுண்டன போலும் !** அந்நாகரிக நகரம் இறு-தியிற் பாழானது: மக்கள் உடலங்கள் நாய், நரி, கழுகுகட்கு இரையாக விடப்பட்டன. இக்-காரணம் பற்றிப் போலும் அந்நகரம், **'இறந்தார் இடம்'** என்னும் பொருள்பட **மொஹெஞ்சொ - தரோ** எனச் **சிந்தி மொழியில்** வழங்கலாயிற்று!"[15]

'ஹரப்பாவில் ஒரு புதை குழியில் ஒரே குவியலாகப் பல எலும்புக் கூடுகள் அகப்பட்-டதை நோக்க, ஆடவர் பெண்டிர் குழந்தைகள் முதலியோர் படையெடுப்பில் கொல்லப்பட்-

டிருக்கலாம், தற்செயலாகக் கொல்லப்பட்டிருக்கலாம், அல்லது கொள்ளை நோயால் மடிந்திருக்கலாம். உண்மை தெரிந்திலது.[16]

மொஹெஞ்சொ - தரோவில் ஒரே இடத்தில் பல எலும்புக் கூடுகள் கிடைத்தன. அவை, எதிரிகளிடமிருந்து தப்பியோட முயன்ற மக்களுடையனவாக இருக்கலாம் என்று டாக்டர் மக்கே கருதுகிறார். அக்கருத்துப் பொருத்தமானதே என்று அவற்றை ஆராய்ந்த டாக்டர் **பி.எஸ்.குஹா** என்பவர் கூறுகின்றார். பல மண்டையோடுகள் பழைய சுமேரியர் மண்டை ஓடுகளோடு ஒருமைப்பாடு கொண்டவை".[17]

"எலும்புக் கூடுகளைச் சோதித்தபோது, சில தலைகள் கூரிய கருவியால் வெட்டப்பட்டன என்பது தெரிகிறது. பகைவராற் படுகொலை நடந்ததென்று நினைக்க இடம் ஏற்படுகிறது".[18]

"சிந்துவெளி மக்கள் இந்திர வணக்கத்தையும் அக்நி வணக்கத்தையும் அறியாதவர்: மர வணக்கம் உடையவர்: பகைவரை அடக்க மந்திர மாயங்களைக் கையாண்டவர்; இவை ஆரியர்களின் பழக்கங்கள் அல்ல. ஆனால், இவை ரிக், வேதத்திற்குப் பிற்பட்ட யசுர் - அதர்வு வேதங்களில் காணப்படுகின்றன. ஆதலின், சிந்துவெளி மக்களுடைய சமயப் பழக்கங்கள் சில வேதகால ஆரியரிடம் பரவின என்பது அங்கைக் கனி.[19]

"ஹரப்பா, மொஹெஞ்சொ - தரோ முதலிய நகரங்கள் இருத்தலைக் காணின், ரிக்வேத ஆரியர், அந்நியர் நகரங்களையும் ஊர்களையும் நன்கு அறிந்திருத்தல் வேண்டும் என்பது வெளியாம். இந்நகரங்களில் வாழ்ந்த மக்கள் வேதத்தில் குறிப்பிடப்படும் 'பணிக்' (பணிஸ் - வணிக்) என்பவராக இருக்கலாம். அச்சொல் பணம், என்பதிலிருந்து வந்திருக்கலாம். நாம் ஆராய்ந்த அளவில், சிந்துவெளி மக்கள் சிறந்தி வணிகர் என்பது தெரிகின்றது. அவர்களது நாட்பட்ட நாகரிகம், வரலாற்றுக் காலத்திற்கு முற்பட்ட ஏஜியன் நாகரிகம் அழிந்ததுபோல, ஆரியர் படை யெடுப்பால் அழிந்துவிட்டது. இவ்வுலகத்தையே பற்றிய **கலைகளில் (Material Culture) ஆரியர் சிந்துமக்கட்குக் குறைந்தவரே யாவர்.** அவர்கள் சிந்து மக்களின் நகரங்களை அழித்திருக்கலாம் அல்லது தாமாகவே அழிந்து போக விட்டிருக்கலாம்."[20]

"ஹிந்து சமயத்தின் அடிப்படையான கொள்கைகள் பல இந்திய ஆரியர் மூலம் வந்தவை என்று கூறக்கூடவில்லை. அக்கொள்கைகளுட் சிறந்தவை - சிவ வணக்கம் சக்தி (தாய்) வணக்கம், கிருஷ்ண வணக்கம், நாக வணக்கம், யக்ஷர் வணக்கம், விலங்கு வணக்கம், மர வணக்கம், லிங்கயோனி வணக்கம், யோகம், ஒரு கடவுள் வணக்கங்கொண்ட பக்தி மார்க்கம் என்பன. ஆனால், இவற்றுள் கிருஷ்ண வணக்கம் ஒன்று தவிர், ஏனைய அனைத்தும் சிந்து வெளி நாகரிக மக்களிடம் இருந்தனவே ஆகும். எனவே, பிற்கால வேதங்கள் முதலிய அளவிறந்த நூல்களிற் பலபடியாகக் கூறப்பட்டுள்ள **இவ் வநாரிய பழக்க வழக்கங்களும் வழிபாடுகளும் ஆரியர்க்குப் புறம்பானவையே ஆகும். ஆதலின் இவற்றைச் சிந்துவெளி மக்களிடமிருந்தே ஆரியர் பெற்றனர் என்பதில் ஐயமுண்டோ?**[21]

சிந்துவெளி மக்கள் யாவர்? - இதுகாறும் கூறப்பட்ட பற்பல செய்திகளால், ரிக் வேத ஆரியர்க்கு முன் இந்தியாவில் சிறந்த நாகரிகங் கொண்ட வகுப்பார் இருந்தனர் என்பதையும், அந்த வகுப்பாருடன்றான் ஆரியர் போரிட்டனர் என்பதையும், அவ் வகுப்பாரே சிந்து வெளி நாகரிகத்தைத் தோற்றுவித்தவர் என்பதையும் தெளிவுற உணர்ந்தோம்.இங்கு அச் **சிந்-**

துவெளிமக்கள் யாவர் என்பதைக் காண்போம் :

''சிந்து - கங்கை வெளிகளில் ஆரியரை எதிர்த்து நின்றவர் திராவிடரே என்பதற்கு உறுதியான காரணங்கள் பல உண்டு :

(1) ரிக்வேத தாசர்கள் 'கறுப்பர்கள், தட்டை மூக்கினர்' என்பன இன்றுள்ள திராவிடர்பால் காணப்படும் பண்புகளே யாம்.

(2) ரிக் வேதம் கூறும் தாசர் சமய உணர்ச்சிகள் அனைத்தும், லிங்க - யோனி வழிபாடு முதல் மந்திர - வசியம் ஈறாக அனைத்தும் இன்றைய திராவிடரிடம் இருத்தல் கண்கூடு.

(3) அதர்வ வேதத்திற் குறிப்பிடப்பட்டுள்ள கடல் கோள் (Deluge) ஆரியர் சொத்தன்று. அது திராவிடர் கதையே ஆகும். அக்கதை, ஒரு சில சிறிய விவரங்கள் போகப் பெரிதும் சுமேரியர் கடல்கோட் கதையையே ஒத்துள்ளது. **சுமேரியர் திராவிடர் இனத்தவர் - ஒட்டு மொழியினர்'** என்று **டாக்டர் ஹால்** போன்ற ஆராய்ச்சியாளர் அறைகின்றனர். அக்கடல்கோள் கதை குமரிக் கண்டத்தின் (லெமூரியா) அழிவைக் குறிப்பிட்டதாகலாம். அக்கதையைக் குறிக்கும் வடமொழிப் பகுதியில் மீன், நீர் (Mina, mira) என்னும் சொற்களே காணப்படுகின்றன. இவ்விரண்டு சொற்களும் திராவிடச் சொற்கள். ரிக்வேதம் முழுவதிலும் மீனைப் பற்றிய குறிப்பு ஒரிடத்திற்றான் காணப்படுகிறது. அங்கும் அது 'மச்சம்' என்னும் சொல்லாற்றான் குறிப்பிடப்பட்டுள்ளது. ஆனால், மீன், சுமேரியர் வரலாறுகளில் பெரும் பங்கு கொண்டதாகக் காணப்படுகிறது; சிந்துவெளியிலும் அங்ஙனமே.[22] வடமொழியிற் கூறப்படும் கடல் கோட் கதையின் நாயகனான 'சத்யவ்ரத மது' என்பவன் **'திராவிடபதி'** என்று பாகவதம் முதலிய புராணங்களிற் கூறப்பட்டுள்ளான். மேலும், மச்சபுராணம் கூறும் கதையில், சத்யவிரத மது பொதிய மலையில் இருந்து தவம் செய்ததாகக் கூறப்பட்டுள்ளது. இக்குறிப்புகளால், அக் கடல்கோட் கதை திராவிடருடையதே என்பது வெளியாதல் காண்க

(4) ரிக்வேத ஆரியர் பெயர்கள் **தந்தை பெயரைக்** கூட்டிப் 'புருகுத்ஸ - கெய்ரிக்ஷித், கக்ஷிவந்த் - அவுசிஜா, சுதஸபய்ஜவன' - என்று சொல்லப்பட்டன. இங்ஙனம் கூறலே ஆரியர் முறை. ஆனால், பிற்கால பிராமணங்களில் (Brahmanas) தாயின் பெயரையும் கூட்டி, ''சத்யகாம - ஜாபால, மஹிதள அயித்ரேயா, ப்ரஸ்னிபுத்ர - அசுரிவசின் சஞ்சீவி - புத்ர, கிருஷ்ண - தேவகி புத்ர என்று வழங்கப்பட்டுள்ளன. இங்ஙனம் **தாய்க்கு உயர்வு தரல் திராவிடர் பழக்கமாகும்.** இது சுமேரியரிடமும் இருந்த பழக்கமே ஆகும். இவ்விருபாலரிடமும் **குடும்பத்தின் தலைமைப் பதவி பெண்ணிடமே இருந்தது.**[23] இப்பழக்கம் ஆரியர் கையாள லாயினர் என்பதை நோக்க, **கங்கைச் சமவெளியில் திராவிடர் செல்வர்க்கு இருந்த நிலைமை நன்கு வெளியாகின்றது.**

''ஆரியர்க்கு அடங்கிய திராவிடர் ஆரியர் பழக்க வழக்கங்களை ஒரளவு கைக்கொண்டாற் போல - திராவிடரால் அடக்கப்பட்ட ஆஸ்ட்ரேலிய (முண்டா - கோல்) இனத்தவர் திராவிடர் ஆக்கப்பட்டனர். அவர்தம் மொழிநாளடைவில் மறைப் புண்டது; பழக்க வழக்கங்கள் மாறுபட்டன. அவர்கள், அநாகரிகராதலின், அவரினும் பல படி உயர்ந்த திராவிடர் நாகரிகத்தில் கலப்புண்டனர்; திராவிட மொழிகளையே பேசலாயினர். இன்றும் அவர் மரபினராகவுள்ள கொண்டர், ஒராஒணர், இராஜ் மஹாலியர், கூயர் முதலியோர் 'திராவிடரோ?' என்று ஐயுறத்தக்க அளவு அவர் தம் மொழிகளில் பேரளவு திராவிடம் கலந்திருத்தல் காண்க. இந்நிலைமை, ஆரியர் வருதற்கு முன்னரே ஏற்பட்டதாதல் வேண்டும் அன்றோ?

எனவே, ஆரியர் வருதற்கு முன்பே, முண்டர் முதலிய ஆஸ்ட்ரேலிய மக்கள் பெரும்பாலும் திராவிட சோதியிற் கலந்துவிட்டனர் என்பது தெளிவு ஆதலின், ஆரியர் கலையில் உண்டாகியுள்ள (ரிக்வேதத்திற்கு மாறுபட்ட இந்து ஐரோப்பி முறைக்கு மாறுபட்ட) மாற்றங்களுட் **பெரும்பாலன திராவிடருடையனவே** ஒழிய மங்கோலியருடையனவோ ஆஸ்ட்ரேலியருடையனவோ அல்ல அல்ல!!"[24]

"ஆரியர்க்கு முன் இந்தியாவில் இருந்த மக்களுள் திராவிடரே உயர்ந்த நாகரிகமுடையவர் என்று கருதப்படுகின்றனர். அவர்க்குள் பெண்களே குடும்பத்தலைவியர், **திராவிட சங்கத்திலும் மதத்திலும் தாய்மையே பெரும் பங்கு கொண்டதாகும்"**.[25]

"ரிக் வேதம் இழித்துக் கூறும் **லிங்க - யோனி வழி**பாடு இன்றும் திராவிடரிடமே சிறப்பாகக் காணப்படுவதாகும். இவ்வழிபாட்டுக் குறிப்பு ரிக் வேதத்தில் இடம் பெற்றுள்ளதால், **திராவிட மக்கள் பழைய காலத்தில் பலுசிஸ்தானம் உட்பட இந்தியா முழுவதும் இருந்தனராதல் வேண்டும்"**.[26]

"ரிக்வேதத்திற் கூறப்படும், 'தாசர், தாஸ்யுக்கள், வணிகர்' என்பவர் தம் வருணனை இன்று அநாகரிய மக்களிடம் இருப்பதைக் கண்ட ஆராய்ச்சியாளர், அவர்களைத் '**திராவிடர்**' என்று குறிப்பிட்டனர். இன்று அவர்கள் இழிநிலையில் இருப்பதைக் கொண்டு, அவர்களது பழம்பெருமையை அறிஞர்கள் அசட்டை செய்து விட்டனர். அவர்கள் அநாகரிகர்; காடுகளில் வசித்தவர்; கலைகள் அற்றவர்; ஆரியர் இந்தியா வந்த பின்னரே திருத்தம் பெற்றனர்; ஆரியர்க்கு முன் இந்தியா நாகரிக நாடன்று" என்றெல்லாம் சரித்திர ஆசிரியரால் இழித்துரைக்கப்பட்டனர். பிஷப் கால்ட்வெல் என்னும் பேரறிஞர் திராவிடமொழிக்ளைத் திறம்பட ஆராய்ந்து, 'திராவிடர் நகரங்களில் வசித்தவர்கள்;. நாகரிகம் உடையவர்கள்; தமக்கென்று அமைந்த பழக்க வழக்கங் களை உடையவர்கள்; அரசர்களை உடையவர்கள், பல்வகைக் கருவிகளை உடையவர்கள் எழுத்து முறை பெற்றவர்கள்' என்று எழுதியிருந்தும், அவ்வுண்மைகள் சரித்திராசிரியரால் புறக்கணிக்கப் பட்டிருந்தன. ஆனால், அறிஞர் அசட்டையை அவமதிப்பதே போல் சிந்துவெளிநாகரிகம் வெளிக் கிளம்பலாயிற்று ஹரப்பா, மொஹெஞ்சொ - தரோ முதலிய நாகரிகங்கள் ஆராய்ச்சியாளர் கண்களைக் கவர்ந்தன...".[27]

மொழி ஆராய்ச்சி கூறும் உண்மை - "ஆரியரது கரடு முரடான வடமொழியைத் திராவிடரும் கோலேரியரும் பேசியதால் உண்டானவையே இன்றுள்ள வட இந்திய ஆரிய மொழிகள். இவர்கள் கூட்டுறவால் வேத மொழி இன்றைய மாறுதல் பெற்றதோடு, திராவிட முறைப்படி எளிமையாக்கவும் பட்டது. வேத கால ஆரியர் நாகரிகம் ஹெல்லென்ஸ், இத்தாலியர், ஜெர்மானியர் இவர்தம் நாகரிகத்தையே முதலில் ஒத்திருந்தது. ரிக்வேதத்தில் மறுபிறப்புப் பற்றிய பேச்சே இல்லை. ஆன்மவுணர்வுடைய அநாரியரிடமிருந்தே இதனை ஆரியர் பெற்றனராதல் வேண்டும். பஞ்ச பூதங்களைப் பற்றிய சில நினைவுகள் திராவிடருடையனவே. திராவிடக் கடவுளர் வழிபாட்டையும் ஆரியர் கைக்கொண்டனர். ரிக்வேத மொழி பல அம்சங்களில் இந்து - ஐரோப்பிய மொழிகளை ஒத்திருப்பினும், உச்சரிப்பில் மாறுதல் அடைந்துவிட்டது. ரிக் வேத மொழி திராவிடச் சொற்களையும் கோலேரியர் சொற்களையும் கடன் பெற்றது. அவற்றுள் சில வருமாறு : - அணு, அரணி, கபி, கர்மார (கருமான்) கால

(காலம்), குட (குடி), கண, நானா (பல), நீல, புஷ்பம், பூசனை, பல (பழம்) பீஜ (விதை), மயூர (மயூரம் - மயில்), ராத்ரி (இரவு), ரூப(ம்).

“...மேற்சொன்ன உச்சரிப்பு, வாக்கிய அமைப்பு முறை, சாரியை உருபு முதலியவற்றைச் சேர்க்கு முறை இன்ன பிறவும் பழைய சம்ஸ்கிருதத்திலோ, இந்து - ஐரோப்பிய மொழிக-ளிலோ இல்லை. ஆனால், இவை அனைத்தும் இன்றுள்ள வடஇந்திய மொழிகளில் இருக்-கின்றன. இவை எங்கனம் வந்தன? **இவை அனைத்தும் திராவிட மொழிகளிற்றாம் உள்ளன.** எனவே, திராவிட மொழிகளின் செல்வாக்கு எந்த அளவு வட இந்தியாவில் இருந்தது என்-பதை விளக்க இதைவிடச் சிறந்த சான்று வேண்டுவதில்லை... வடமொழி இந்தியாவில் நுழைந்த காலம் முதலே திராவிடச்சொற்களைக் கடன் பெறலாயிற்று. பலுசிஸ்தானத்தில் உள்ள ‘ப்ராஹுயி’ மக்கள் திராவிடம் பேசுபவர். பாரசீகத்திலும் திராவிடம் பேசிய மக்கள் இருந்திருக்கலாம். ஆரியர் அத்திராவிடரோடும் பழக்கம் கொண்டிருக்கலாம்...

“ஆரியர் திராவிடரை எளிதில் விரட்டி நாட்டைக் கைப் பற்றக் கூடவில்லை. திராவிடர்-கள் **பலுசிஸ்தானத்திலிருந்து வங்காளம் வரை இருந்தனர்.** ஆரியர் அவர்களை மெதுவாக-வும் படிப்படியாகவுமே வென்றனர் ஆயினும், திராவிடர் தங்கள் கலையையும் மொழியையும் ஆரியர் மீது தெளித்தனர் என்பது உண்மை.

“ரிக் வேத ஆராய்ச்சியால் ஆரிய மக்கள் தமக்கு முன் வட இந்தியாவில் இருந்த மக்-களைப் போரில் வென்று குடி புக்கனர் என்பதையும், அவர்தம் மொழி கிரேக்கம் முதலிய இந்து - ஐரோப்பிய மொழிகளையே முதலில் ஒத்திருந்தது என்பதையும், ஆரியர் பழக்க வழக்கங்களையும் நன்குணரலாம். இம்மக்கட்கு முற்றும் மாறுபட்ட நாகரிகத்தையும் மொழி-யையும் கொண்டு, இம்மக்களோடு போரிட்ட திராவிடருடைய பழக்க வழக்கங்களையும் பிற-வற்றையும் தூய முறையிலும் மிகப் பழைய வடிவத்திலும் **பழந் (சங்கத்) தமிழ் நூல்களிற் காணலாம்”**[28]

“ஆஸ்ட்ரேலிய மொழிகளாகிய முண்டா முதலிய மொழிகள் திராவிட மொழிகளாற் பெரிதும் பாதிக்கப்பட் டுள்ளன. வட மொழியும் அங்ஙனமே திராவிட மொழிகளால் பாதிக்-கப்பட்டுள்ளது. எனவே, இன்று தென் இந்தியாவில் உள்ள திராவிடர், மிகப்பழையகாலத்தில் வடஇந்தியாவிலும் இருந்திருத்தல் வேண்டும் என்பது உறுதிப்படுகிறது”.[29]

“எ, ஒ என்பன பாலி மொழியிற் காணப்பட்டாலும், பல்லிடத்துப் பிறக்கும் எழுத்துகளை நாவிற் பிறப்பனவாக உச்சரித்தமையும் ஆரியர்க்கு முற்பட்ட மக்களுடைய மொழியையும் பழக்கத்தையும் காட்டுவன. இவை இன்றைத் திராவிட மொழிகளிற் காணப்படலால், **இத்தி-ராவிடர் முன்னோரே வட இந்தியாவிற் பாலி மொழி** பேசினவராதல் **வேண்டும்.**[30]

கன்னட அகராதியைத் தொகுத்த டாக்டர் கிட்டெல் என்பார், வடமொழியிற் கலந்துள்ள நூற்றுக்கணக்கான திராவிடச் சொற்களைப் பட்டியலாகத் தந்துள்ளார். பஞ்சாபில் ஆரியர் இருந்தபோது செய்யப்பட்ட சாண்டோக்ய உபநிடதத்தில் மதசீ (Matachi) என்னும் சொல் காணப்படுகிறது. இச்சொல் இன்றும் குருநாட்டிலும் தார்வாரிலும் வழங்குகிறது. இது கன்ன-டத்தில் மிதிசெ (Midiche) என வழங்குகிறது. இது தூய திராவிடச் சொல் ஆகும். இத்-தகைய பல சொற்கள் வடமொழியில் இருத்தலையும் பலுசிஸ் தான்த்தில் உள்ள ப்ராஹுயி மொழியிற் பேரளவு திராவிடம் இருத்தலையும் நோக்க, **ஆரியர் வருமுன் வடஇந்தியாவில்**

திராவிடர் இருந்தனர் என் பதை நன்கறியலாம். வங்க மொழியும் திராவிட மொழிக்குப் பெரிதும் கடமைப்பட்டுள்ளது. **கொகா (மகன்), குகீ (மகள்)** என்னும் வங்கமொழிச் சொற்கள் 'ஒராஒன்' மொழியில் **கொகா, கொகீ** என்று வழங்குகின்றன. **தெலா** (தலை) **நொலா** (நாக்கு) என்பன தெலுங்கு மொழியில், **'தல'**, **'நாலு'** என வழங்குகின்றன. தமிழில் உள்ள **'கள்'** (Gul) விகுதியே வங்க மொழியில் குலீ (Guli), குலா (Gula) என்று வழங்குகின்றன. இவ்வாறு திராவிடத்திலிருந்து வந்துள்ள சொற்கள் பலவாகும். அவற்றைத் திரு **பி.ஸி.மஜூம்தார்** என்பவர் 'சாஹித்ய பரிஷத் பத்திரிகை'யில் (Vol.XX - Part I) விளக்கமாக வெளியிட்டுள்ளார். ...இன்ன பிற காரணங்களால், **ஆரியர் வருகைக்கு முன் வடஇந்தியா முழுவதிலும் திராவிடர் இருந்தனர்** என்பது உண்மையாதல் காண்க''.[31]

''வடமொழி இந்து - ஐரோப்பிய மொழி இனத்தைச் சேர்ந்தது. ஆனால், மற்ற இந்து ஐரோப்பிய மொழிகளில் இல்லாத மிகப் பல வினைப் பகுதிகளும் சொற்களும் வடமொழியிற் காணப்படுகின்றன. இவற்றுள் **பெரும்பாலன திராவிடரிடமிருந்து கடன் பெற்றனவே** என்று கூறலாம். இதனால், வட இந்தியாவில் இன்றுள்ள மக்கள் தூய ஆரியர் அல்லர், ஆரியர், திராவிடர் முதலிய பல வகுப்பாருடன் கலந்து விட்டனர்; அப்பலருள்ளும் திராவிடருடனேயே மிகுந்த கலப்புக் கொண்டனராதல் வேண்டும் என்பது தெரிகிறது''.[32]

சிந்து மக்கள் மொழி ஆரியர்க்கு முற்பட்டது. அதற்கு உரிய மூன்று காரணங்களாவன: - (1) ஆரியர்க்கு முன் வட இந்தியாவில் சிறந்த நாகரிகத்தோடு வாழ்ந்தவர் திராவிடரே ஆவர்; (2) சிந்து வெளிக்கு அண்மையிலேயே இன்றளவும் திராவிட மொழிகள் ப்ராஹுயி மொழியிற் காணப்படலால், சிந்துவெளியில் ஆரியர்க்கு முன் பரவி, இருந்த மொழி திராவிடமே ஆகலாம்; (3) திராவிட மொழிகள் ஒட்டு மொழிகள் ஆதலின், அவற்றுக்கும் சுமேரியருடைய ஒட்டு மொழிக்கும் உள்ள தொடர்பை நன்கு சோதித்து உணரலாம்''.[33]

'நாவிற் பிறக்கும் **'ட், ண்'** என்பன **திராவிட மொழிக்கே உரியவை.** இவை எந்த இந்து - ஐரோப்பிய மொழியிலும் இல்லை. வடமொழி இந்தியா வந்தவுடன் இவற்றைக் கைக்கொண்டது. இவை ப்ராஹுயி மொழியிலும் இருக்கின்றன. பிற்கால ப்ராக்ருத மொழிகள் இவற்றைத் தாராளமாகப் பயன்படுத்தியுள்ளன. **திராவிடர் இந்தியா முழுவதிலும் பரவியிருந்த அந்தப் பழங்காலத்தில், ஆரியர் இவற்றைத் திராவிடத்திலிருந்து பெற்றிருத்தல் வேண்டும்....**

தன்மைப் பெயர் வேற்றுமை உருபை ஏற்கும் பொழுது பெறுகின்ற மாறுதல் கோண்ட், தமிழ் முதலிய மொழிகளில் ஒத்திருத்தல் காணத்தக்கது. கோண்ட், கூய் முதலிய மொழிகள் நெடுங்கலமாகத் தமிழ் - மலையாளம் முதலிய மொழிகளிலிருந்து பிரிக்கப்பட்டிருப்பினும், இவற்றினிடம் மேற்கூரிய ஒருமைப் பாடு இருத்தல் இன்றுள்ள பழைய தமிழ் நூல்கள் செய்யப்பட்ட பழைய காலத்தைப் போல மும்மடங்குள்ள பழைய காலத்தில்[34] வட இந்தியாவில் இன்றைய தமிழர் முன்னோரும் கொண்டர் முன்னோரும் கலந்திருந்த நிலைமையை நன்கு விளக்குவ தாகும்.பிரதி பன்மைப் பெயர்கட்கு 'ம்' சேர்க்கப்படல், கொண்டரும் தமிழ் மக்களும் ஒரிடத்தில் வாழ்ந்திருந்தபோது பிராக்ருத மொழி சிதைந்து இன்றுள்ள வட இந்திய மொழிகளாக மாறுவதற்கு நெடுங்காலத்திற்கு முன்பே வழக்கில் இருந்திருத்தல் வேண்டும்.... திராவிடத்தில் உள்ள பல உயிர் நாடியான சொற்கள் ப்ராஹாயி மொழியில் வியத்தகு முறையில் அமைந்திருக்கின்றன. இத் திராவிடக் கலப்பு - ப்ராஹுயி மக்களோடு கலந்தி-

ருந்த பண்டைத் திராவிட வகுப்பாருடையதாகும் என்பது திண்ணம்''.[35]

''வடமொழி, பிராக்ருதம், திராவிடம், இம்மூன்றையும் சோதித்துப் பார்ப்பின், பண்டைக் காலத்தில் **திராவிடம் வடஇந்தியாவில் இருந்ததென்பது தெளிவு.** என்னை? 'பாலி' முதலிய பிராக்ருத மொழிகள் உருபுகளைச் சொற்களின் முற்கூட்டும் வடமொழி முறையை அறவே கைவிட்டு, **திராவிட முறைப்படி** சொற்களின் பின்னரே உருபுகளைக் கூட்டின. மையால் என்க.[36]

''புதிய கற்கால மக்கள் இந்தியா முழுவதும் திராவிட மொழிகளையே பேசிவந்தனர். விந்திய மலை முதலிய மலைப்பகுதிகளைச் சேர்ந்த இடங்களிற்றாம் ஆஸ்ட்ரேலிய (முண்டா) மொழிகள் பேசப்பட்டன. இன்று வட இந்தியாவில் உள்ள பல்வேறு மொழிகள் ஆரியர் வரவுக்கு முன் திராவிட மொழிகளாக இருந்தவையே ஆகும். அவை, வடமொழியின் பெருங்கலப்பால் தம் உண்மை வடிவை இழந்துவிட்டன. அவை - வடமொழியையோ பிராக்ருதத்தையோ சேர்ந்தவை அல்ல; அவ் விரண்டின் கூட்டுறவால் உருவம் கெட்டவை.பிராக்ருத மொழிகள் இன்றுள்ள வட இந்திய மொழிகளினின்றும் முற்றும் மாறுபட்டவை. பஞ்சாபிலிருந்து ஒரியாவரை பேசப்படுகின்ற பல்வேறு வட இந்திய மொழிகள் இலக்கண அமைப்பில் தென்னிந்திய மொழிகளையே ஒத்துள்ளன. பால், எண், வேற்றுமையுருபுகள் பெயர்களோடு பொருந்துதல், எச்சங்கள், வினைச்சொல்லின் பலவகைக் கூறுபாடுகள், வாக்கிய அமைப்பு, சொல் அலங்காரம் இன்ன பிற அம்சங்களில் **வட இந்திய மொழிகள் திராவிட மொழிகளையே ஒத்துள்ளன.** அம்மொழிகளில் உள்ள ஒரு வாக்கியத்தை எழுதி, அதில் உள்ள சொற்களுக்குப் பதிலாகத் தமிழ் முதலிய திராவிட மொழிச் சொற்களைப் பெய்தால், வாக்கியம் ஒழுங்காகவே காணப்படுகின்றமை கவனிக்கத்தக்கது'. இம்முறை வடமொழியிலோ பிற இந்து - ஐரோப்பிய மொழிகளிலோ இயலாத செயலாகும். 'ஒரு மொழி பிற மொழியினின்றும் பெரும்பாலான சொற்களைக் கடனாகப் பெறலாம். ஆனால், அதன் இலக்கண அமைப்பு முறை ஒருபோதும் மாறாது' என்பது ஒப்பிலக்கண ஆராய்ச்சியாற் போந்த உண்மையாகும். இவ்வுண்மைப்படியே இன்றுள்ள வட **இந்திய மொழிகள்** இருந்து வருகின்றன; அஃதாவது, அவை **ஆரியர் வரவுக்கு முன் திராவிட மொழிகளாக இருந்தவை,** இன்று ஆரியர் மொழியால், அடிப்படையில் திராவிடமாகவும், மற்றதில் ஆரியமாகவும் இருக்கின்றவை என்பதாம். 'வடமொழி ஒருபோதும் பேசப்பட்ட மொழி (Vernacular) அன்று. அதனை ஒரு வகுப்பார் மொழி' என்று டாக்டர் மாக்டொனெல் தாம் எழுதியுள்ள 'வடமொழி இலக்கியம்' என்னும் நூலில் கூறியுள்ளார். எனவே அது வடஇந்திய மொழிகளின் பிறப்புக்குரிய பேச்சு மொழியாக இருந்திரா தென்பது தெளிவு. வடமொழியோடு வடஇந்தியத் திராவிட மொழிகள் பல ஆயிரம் ஆண்டுகளாகத் தொடர்பு கொண்டிருந்தமையால், அவை தம் பண்டை உருவை இழந்து, ஆரியம் பரவாமையால் பண்டை நிலையில் பேரளவு உள்ள தமிழ் முதலிய மொழிகளோடு வேறுபட்டனவாக மேற் போக்கில் காணப்படுகின்றன. இம்மேற்போக்கான நிலையை மட்டுமே கவனித்து, 'வட இந்திய மொழிகள் வேறு - தென் இந்திய மொழிகள் வேறு' என்று ஆழ்ந்த அறிவற்ற சிலர் (Superficial enquirers) நினைத்தனர். அவர் நினைப்புக்கு மாறாக இன்றுள்ள பேச்சு வழக்கில் உள்ள இந்திய மொழிகள் அனைத்தும் திராவிடக் கிளை மொழிகளே என்பது உண்மை ஆராய்ச்சியாளர்க்கு நன்கு விளங்கும்''.[37]

“திராவிடப் பகுதிகள் (Roots) மிகப் பழைய காலத்தில் ஓரசை உடையன (Mono syllabic) ஆகவே இருந்தன. பின்னர் அவை வேறு பல சொற்கள் சேர்ந்தமையால், நீண்ட சொற்கள் ஆயின; பல சொற்கள் சிதைந்து, இன்று ஒரு பகுதியாகத் தோற்றமளிப்பனவும் உள”.[38]

“வடமொழியும் பாலி மொழிகளும் அசோகனுக்கு (கி.மு.275க்கு) முன்னரே திராவிட ஓசைகளை ஏற்றுக் கொண்டு விட்டன. சிந்து வெளியிற் கிடைத்த முத்திரைகளில் உள்ளவை பெரும்பாலும் ஓரசைக் சொற்களாகவே (Mono syllabic) காணப்படுகின்றன. எனவே, இந்த ஓரசைச் சொற்களைக்கொண்ட மொழியே சிந்துவெளியில் பேசப்பட்டதாகும். அம்மொழி எதுவாயினும் சரி, வடமொழியாகவோ, செமைட்டிய மொழியாகவோ இருத்தல் இயலாது என்பது உண்மை”.[39]

(1) சிந்துவெளியை அடுத்த ப்ராஹுயி மொழியில் பேரளவு திராவிட மொழி கலந்துள்ளது; (2) ஹைதராபாத் சவக் குழிகளிற் கண்டறியப்பட்ட மட்பாண்டங்கள் மீது உள்ள எழுத்துக் குறிகள் சிந்து வெளியிற் கிடைத்தவற்றையே ஒத்துள்ளன; (3) சிந்து வெளியிற் கிடைத்த மண்டை ஒடுகளிற் பல மத்திய தரைக் கடலினரையே குறிக்கின்றன. இக்காரணங்களால் ஆரியர் வந்த போது சிந்துவெளியில் இருந்தவர் திராவிடர் என்பதே தோன்று. கிறது. இத்திராவிடரே தமது சிந்து நாகரிகத்தை ஆரியர்டால் ஒப்படைத்தவர் ஆவர்”.[40]

“சிந்து வெளியிற் காணப்பட்ட எழுத்துக்களையும் மொழியையும் கொண்டிருந்த மக்களே பிற்காலத்தவூரான் **‘திராவிடர்’** எனப்பட்டனர்; அவர் தம்மொழி **‘திராவிடம்’** எனப்பட்டது. அவர்கள் மத்தியதரைக்கடற் பகுதியிலிருந்து கிழக்கு நோக்கி வந்து சிந்து வெளியில் தங்கினர்; தமக்கு முன் சிந்துவெளியில் இருந்த ஆஸ்ட்ரேலிய மக்களுடன் கலந்து நெடுங்காலம் ஆயினமையின், **தம் வெண்மை நிறத்தையும் உருவ அமைப்பையும் இழந்து, இன்றுள்ள திராவிடரைப் போல ஆயினர்.** அவர் கொண்டுவந்த மொழியும் ஆஸ்ட்ரேலியர் கூட்டுறவினால் சிறிது மாறுபட்டிருக்கலாம். எனினும், சிந்துவெளி எழுத்துகளே பிற பண்டை நாகரிக நாட்டு மொழிகம் குத் தாய்மொழியாகும். **மொஹெஞ்சொ - தரோவில் வாழ்ந்த மக்களும் தென் இந்திய திராவிடரும் ஓர் இனத்தவரே. அவர்கள் இருபிரிவினரும்** பேசியமொழி **ஒன்றே.சிந்துவெளி மொழிதிராவிடம் என்பதில் ஐயமே.இல்லை. அதுதமிழையே பெரிதும் ஒத்துள்ளது** என்று உறுதியாகக் கூறலாம்”.[41]

“சுமேரியாவில் உள்ள ‘உருக்’ என்னும் இடத்திற் கிடைத்த பல் பொருள்களுக்கும் சிந்து வெளிப் பொருள்களுக்கும் மிகுதியான ஒருமைப்பாடு காணப்படுகிறது. இதனால், மிகப் பழைய காலத்தில் உருக்’ நாகரிகத்தைத் தோற்றுவிக்கக் காரணமாக இருந்த சுமேரியர் இனத்தவரே இந்தியா வந்து, இந்தியாவில் இருந்த பண்டை மக்களோடு கலந்து வாழ்ந்து வந்தனராதல் வேண்டும். அக்கலப்பினர் வழிவழி வந்தவரே சிந்துவெளி மக்களாதல் வேண்டும்”.[42]

“வடமொழியில் இராமாயணம் பாடிய **வான்மீகி முனிவர்** தமிழ்ப்புலமை உடையவர் என்பது பல காட்டுகளால் அறியக் கிடக்கிறது. அவர், இராமபிரான் வடிவழகைக் கூறும் மிகச்சிறிய பகுதி கொண்டு, பெரிய பகுதிக்குச் ‘சுந்தர காண்டம்’ எனப் பெயர் இட்டார்; (2) வடமொழிப்படி ‘சௌந்தர்ய காண்டம்’ என்னாது, **தமிழ் வழக்குப்படி** ‘சுந்தர காண்டம்’

என்றே தம் வடமொழி நூலில் பெயரிட்டனர்; (3) வடமொழியில் இல்லாத பழமொழியைத் தமிழில் உள்ளவாறே ('பாம்பின் கால் பாம்பறியும்' என்பதில், **'கால்'** என்பது உறைவிடம் எனப் பொருள்படும்; ஆனால் வான்மீகியார் அதனைப் பாதம் என்றே) மொழி பெயர்த்தனர். இன்ன பிற காரணங்களால், அவர் தமிழ்ப் புலமை உடையவர் என்பதை உணரலாம்'' எனவே, புறநானூற்றிற் காணப்படும் 358 - ஆம் செய்யுள் அடியில் குறிப்பிடப்பட்டுள்ள 'வான்மீகியார்', இராமாயணத்தை வடமொழியிற் பாடிய வான்மீக முனிவரே என்னலாம்.

“அவர் அதுமான் சீதையிடம் பேசுமுன், (1) இலக்கண அமைதி பெற்ற **மானுஷ வாக்கிற்** பேசுவேன்; (2) **தேவ பாஷையிற்** (சம்ஸ்கிருதம்) பேசுவேன்; (3) பொருள் விளங்கத்தக்க **மானுஷ பாஷையிற்** பேசுவேன்; இறுதியிற் குறிப்பிட்டதிற் பேசினால் இவள் எளிதில் உணர்வாள்' என்று முடிவுகொண்டு, **மதுரமொழியிற்** பேசினான்'' என்று எழுதியுள்ளார்.

“அநுமன் குறிப்பிட்ட தேவமொழி வடமொழியே. மற்ற இரண்டும் தேவமொழிக்கு இணையான தமிழ் மொழியே ஆதல் வேண்டும். என்னை? அன்று தொட்டு இன்றளவும் **'வடமொழி'** எனவும், **'தென்மொழி'** எனவும் வழக்காறு கொண்டவை இரண்டே ஆகலான் என்க. மேலும், அது 'மதுரவாக்' (இனிய மொழி என்று கூறப்படுகிறது.அநுமன் குறிப்பிட்ட முதல் மொழி செய்யுள் நடையுடைய தமிழ்மொழி; மூன்றாவது,பேச்சுவழக்கில் உள்ள தமிழ் மொழி. இதைப்பற்றி, வான்மீகி உரையாசிரியர் கோசல தேசத்தார் பேசிய மொழி' என்று குறிப்பிட்டுள்ளார். எனவே, **அநுமன் சீதையிடம்** அவளுக்கு நன்கு தெரிந்திருந்ததும் கோசல நாட்டு மொழியானதுமான **தமிழிலேயே பேசினான்** என்பது தெளிவாம்?....'' என்று கூறி, இம்முடிபை நிலைநாட்டற்கு உரிய பல அரிய சான்றுகளைச் **'செந்தமிழ்'** இதழாசிரியராகிய **திரு. நாராயணையங்கார்** அவர்கள் பலபடியாக விளக்கிச் செல்கின்றனர்.[43]

“இன்றைய தமிழ் மொழியும் தமிழ் நாடும் வேத கால நாகரிகத்திற்கு நெடுந் தொலைவில் இருக்கின்றன எனினும், தமிழின் பழைய மொழியான, திராவிடம் வேத காலத்தில் ஆரியர்க்கு அண்மையிலேயே இருந்து, வேத கால மொழியிலேயே மாற்றத்தை உண்டாக்கிப் பிற்காலப் பிராக்ருத மொழிகளையும் இன்றைய வட இந்தியா ஆரிய மொழிகளையும் உண்டாக்கிவிட்டதென்பதை நாம் ஒப்புக் கொள்ள வேண்டியவராக இருக்கின்றோம்''

பிற சான்றுகள் - “சிந்துவெளி மக்கள் ஆரியர்க்கு முற்பட்டவரே (பெரும்பாலும் திராவிடராக இருக்கலாம்). ரிக்வேதம் குறிப்பிடும் 'தாஸ்யுக்கள் அசுரர்' என்பவர்கள் அவர்களே ஆவார்கள். அவர்கள் கலைகள் ஆரியரால் அழிவுண்டன. மொஹெஞ்சொ - தரோவிற் கிடைத்த யோகியர் படிவங்கள் அல்பைனரை ஒத்துள்ளன.... சிந்துவெளி நகரங்களிலும் பலுசிஸ்தானத்தில் உள்ள 'நால்' என்னும் இடத்திலும் கிடைத்த மண் பாண்டங்கள், கருவிகள், சித்திர எழுத்துகள் போன்றவை டெக்கானில் கிடைத்துள்ளன. டெக்கான் சவக்குழிகளிற் கிடைத்த பாண்டங்களின் மீது காணப்

2. Presidential Address (Telugu Section) of K.Ramakrishniah at the Tenth All - India Oriental Conference, Tirupadi. - The Annals of Sri Venkateswara Oriental Institute, Vol.I.Part 2, p.102. படும் சொந்தக்காரர் முத்திரை' (Ownership Marks) எகிப்தில் அரச மரபினர் தோன்றுதற்கு முன்னர் இருந்த பாண்டங்கள் மீதுள்ள முத்திரைகளையே ஒத்துள்ளன. வேறு சில பாண்டங்கள்மீது கோப்பை

அடையாளங்களும் கதிரவன் குறிகளும் காணப்படு கின்றன. இவையாவும் **சிந்துவெளியிற் கிடைத்துள்ள சித்திரக் குறிகளிற் காணப்படுகின்றன. எனவே சிந்துவெளிக் கலை யுணர்வு டெக்கானுடன் உறவு கொண்டிருந்தது** என்பது அறியத்தக்கது.[44]

மைசூர்ப் புதை பொருள் ஆராய்ச்சியின்போது 2 செம்பு நாணயங்கள் கிடைத்தன. அவை நீள் சதுரவடிவின.கோடுடைய யானை உருவம் பொறிக்கப்பட்டவை: யானையின் முதுகுக்கு மேற்புறம் சித்திர எழுத்துகளைக் கொண்டவை. இந்' நாணயங்களில் ஸ்வஸ்-திகா'தமருகம், பல வடிவச் சக்கரங்கள், செடியுடைய தொட்டி தாயித்து, சரிபாதி உருண்டை வடிவம், கேடயம், மணி, சதுரம், மீன், வளர்பிறை, எருது ஆகியவற்றின் வடிவங்கள் பொறிக்கப்பட்டுள்ளன. இம்மாதிரியுள்ளநாணயங்கள் பல திருநெல்வேலிக் கோட்டத்திலும் கிடைத்துள்ளன. இவற்றை நன்கு சோதித்ததில் கீழ்வருவன ஒருவாறு புலனாகின்றன: (1) இந்த எழுத்துக் குறிகள் பெரும்பாலும் சிந்துவெளியிற் கிடைத்துள்ள எழுத்துக் குறிகளையே ஒத்துள்ளன: (2) சில நாணயங்களில் எழுத்துக் குறிகள் ஒரு வரியிலும் சிலவற்றில் இரண்டு வரிகளிலும் உள்ளன; (3) இக் குறியீடுகள் சமயத் தொடர்புடையன மட்டும் அல்ல கதைக-ளைக்குறிப்பனவுமாகலாம். அவற்றை இப்பொழுது படிக்கக் கூடவில்லை.இவை கொற்கைப்-பாண்டியர்பெயர்களோ? அல்லது, வேறு தென்னாட்டு அரசர் பெயர்களோ? (4) இவை எங்ஙனமாயினும், கி. மு. முதல் நூற்றாண்டிற்கு முற்பட்டனவே ஆகும். இவை, தொடக்க சாதவாஹனர் வெளியிட்ட யானை முத்திரையுடைய சதுர நாணயங்களைத் தோற்றுவிக்கக் காரணமானவையாகும். (5) இவை கிடைத்துள்ள இடங்களில் வரலாற்றுக் காலத்திற்கு முற்-பட்ட நகரங்கள் இருத்தல் வேண்டும்.[45]

“இதிகாச காலத்தில் வட இந்தியாவில் காந்தாரர், மஹறிசர், மச்சர், நாகர், கருடர், பலிகர் முதலிய **திராவிட இனத்தவர்** இருந்திருக்கின்றனர். எனவே, அவர்தம் முன்னோரே, வடஇந்தியா முழுவதும் ஆரியர் வரும்பொழுது இருந்தவர் ஆவர். ஆகவே **அத்திராவிடரே மொஹெஞ்சொ - தரோ, ஹரப்பா முதலிய நகரங்களைக் கட்டியவர் ஆவர்.**[46]

“சிந்து மாகாண ஹைதராபாத் நகரம் ஒரு காலத்தில் சிந்து மாகாணத்தின் தலைநகரமாக இருந்திருத்தல் வேண்டும். அது நாக அரசனான திராவிட வேந்தனது பெரிய நாட்டின் தலைநகரமாகும். அங்கிருந்தே வெளி நாடுகட்கு ‘மஸ்லின்’ சென்றது. அது சிறந்த வாணிபத் தலமாக இருந்து வந்தது... ஆரியர்க்கு முன், வடக்கிலும்... வடமேற்கிலும் இருந்த திராவி-டர், தம் இனத்தவரான சுமேரியரோடு சிறக்க வாணிபம் செய்து வந்தனர்...[47]

“இன்று இந்தியாவில் உள்ள மொழியினங்கள் மூன்று. அவை: (1) ஆசிய - ஆஸ்ட்ரிய மொழிகள் (2) திராவிட மொழிகள் (3) இந்திய - ஆரிய மொழிகள் என்பன. திராவி-டர் ஆஸ்ட்ரேலியரை அடிமைப்படுத்தியோ, விரட்டியோ தம் மொழியைப் பரவச் செய்தனர். அவர்க்குப் பின்வந்த ஆரியர் திராவிட மொழிகளை அமுத்திவிட்டு ஆரிய மொழியைப் பரப்பினர்.... இன்றுள்ள திராவிடர், உயரத்திலும் உருவ அமைப்பிலும் மண்டை ஓட்டள-விலும் ஏறக்குறைய சுமேரியரையே ஒத்துள்ளனர். சுமேரியர் மொழியும் ஒட்டு மொழியே ஆகும். சிந்துவெளியிற் காணப்படும் மொழியும் ஒட்டு மொழியே யாகும். சிறப்பாகத் தமிழ-ரிடம் அர்மீனியர் மத்தியதரைக் கடலினர் கலப்புக் காணப்படுகிறது; சுமேரியரும் இக்கலப்பு-டையவரே. மேலும், - சிந்துவெளி மக்கள் திராவிடரே என்பதை அறிவிப்பதுபோலப் **பலு-சிஸ்தானத்தில் உள்ள ப்ராஹுயி மொழியிற் பேரளவு திராவிடம் காணப்படுகிறது.** இன்னபிற

காரணங்களால், சிந்துவெளி மக்கள் திராவிடரே எனலாம். அத்திராவிடர் மத்தியதரைக்கடற் பகுதிகளிலிருந்து வந்தனராதல் வேண்டும். என்னை? அவர்கள் ஈரானிலும் மெசொபொட்டேமியாவிலும் இருந்த மக்கள் இனத்தவர் ஆவர்; மேலும், அங்குள்ள சில இடங்களின் பெயர்கள் திராவிட மூலத்தைக் கொண்டனவாக இருக்கின்றன: மெசொபொட்டேமியாவில் உள்ள **மிட்டனி** (கரியன்) என்னும் இடத்தில் பேசப்படுகின்ற மிகப் பழைய மொழியில் இன்றைய **திராவிடச் சொற்கள் மிகப் பல இருக்கின்றன**; ஆதலின் என்க..... எனவே, 'ஆரியர் வருவதற்கு முன்பு இந்தியாவில் அநாகரிக ஆஸ்ட்ரேலிய இனத்தவர் தாம் இருந்தனர் என்று இதுகாறும் கூறி வந்த கூற்றெல்லாம் தவறு என்பதும், புகழ் பெற்ற மெசொபொட்டேமிய நாகரிகங்களுடன் தொடர்பு கொண்டிருந்த **உயரிய திராவிட நாகரிகம்** ஒன்று **ஆரியர் வருகைக்கு முன்னரே இந்தியாவில் இருந்த தென்பதும், திராவிடரே இந்தியாவிற்குக் கலை உணர்வை ஊட்டினவர் என்பதும் அறியத்தக்கன**''.[48]

''ப்ராஹுயி மக்கள் திராவிட மொழியைப் பேசுவதைக் கண்டு உடல்நூல் புலவர் திகைக்கின்றனர். கிரியெர்ஸன் முதலிய மொழிவல்லுநர் கூற்றுப்படி திராவிடம் தென் இந்தியாவிற்றான் பேரளவு பேசப்படுகின்றது; சிறிதளவு நடு மாகாணங்களிலும் வங்காளத்திலும் பேசப்படுகிறது. வடமேற்கு இந்தியாவில் பலுசிஸ் தானம் ஒன்றிலேதான் திராவிடம் ப்ராஹுயி மக்களால் பேசப்படுகிறது.இது வியப்புக்குரிய தன்றோ? அறிஞர் **சி.ஆர்.ராய்** என்பார் நூறு ப்ராஹுயி மக்களை அளந்து சோதித்துளர். பண்டைக் கால ப்ராஹுயி மக்கள் மத்தியதரைக் கடலினர் என்பதில் ஐயமே இல்லை. இம்முடிவையே அவர்தம் பழக்க வழக்கங்களும் ஆதரிக்கின்றன. ஆடவர் தம் குடும்பத்தைச் சேர்ந்த மிக நெருங்கிய பெண்ணையே (திராவிடரைப் போல மாமன் மகளையோ, அக்காள் மகளையோ) மணந்து கொள்கின்றனர். அவர்கள் தம்மைத் தூய சமூகத்தினர் என்று கூறுகின்றனர். ஆனால், சிறிது கலப்பு ஏற்பட்டுவிட்டதை நன்கறியலாம். எனினும், அவருள் உயர்ந்தவர் தூயவர் எனக் கூறலாம். அவர்களிடம் மொழித் தூய்மையும் பேரளவு காணப்படுகிறது. அத்தூய்மையாற்றான் அவர்கள் மத்தியதரைக் கடலினர் என்பதை நாம் அறிதல் முடிகிறது. இவற்றால், மத்தியதரைக் கடலினரும் **பண்டை ப்ராஹுயி மக்களும் திராவிடரும் ஒரே இனத்தவர்** என்னும் தடுக்க முடியாத முடிவுக்கு நாம் வர வேண்டுபவராக இருக்கின்றோம்.

''மத்தியதரைக் கடலினர்க்கும் திராவிடர்க்கும் தொடர்பை உண்டாக்கும் நிலையில் உள்ளவர் ப்ராஹுயி மக்களே ஆவர். மிகப் பழைய காலத்தில் மத்திய தரைக்கடலினர் வடமேற்குக் கணவாய்களின் வழியாக வந்த பொழுது ஒரு சாரார் பலுசிஸ்தானத்தில் தங்கிவிட்டனராதல் வேண்டும். அவர்கள், இன்று ஒரளவு மாறுதல் அடைந்திருப்பினும், தென் இந்தியா சென்ற தூய மத்தியதரைக் கடலினரைப் பல ஆம்சங்களில் இன்றும் ஒத்துள்ளனர். **கூடை முடைதல்** என்பது ப்ராஹுயி மக்களிடமும் திராவிடரிடமும் ஒரேவகைப் பயிற்சியில் இன்றும் இருந்து வருதல் அவ்வகைப் பயிற்சி பிற இந்தியப் பகுதிகளில் இல்லாதிருத்தல் - நன்கு கவனித்தற்கு உரியது. இருதிறத்தாரும் பயன்படுத்தும் கூடைகள் ஒரே மாதிரியாக இருத்தல் வியக்கத் தக்கது.

'மொழி, உடற்கூறு. செய்வினை என்னும் மூன்றும், மொஹெஞ்சொ - தரோவில் அண்மையிற் காணப்பட்ட புதை பொருள்களும் ஆகிய அனைத்தும் **ப்ராஹுயி மக்கள் திராவிட இனத்தவரே** என்பதையும் **திராவிடர் நாகரிகம் மிக உயர்ந்ததும் பழைமையானதும்** ஆகும்

என்பதையும் தெளிவுற விளக்குகின்றன.[49]

இந்திய மக்கள் பற்றிய அறிக்கை

1901இல் எடுக்கப்பட்ட இந்திய மக்கள் எண்ணிக்கை பற்றிய அறிக்கையில் கீழ்வருவன காணப்படுகின்றன:

(1) "**திராவிடர்க்கு முற்பட்டவர்** - குட்டை உருவமும் அகன்ற மூக்கும் உடையவர்; காடுகளில் வசிப்பவர்.

(2) **திராவிடர்** - குட்டை உருவமும் கறுப்பு நிறமும் அடர்ந்த மயிரும் நீண்ட தலையும் அகன்ற முக்கும் உடையவர். இவர்கள் ஐக்கிய மண்டிலத்திற்குத் தெற்கே அக்ஷ ரேகை 76 டிகிரிக்குக் கிழக்கே உள்ள நிலம் முழுவதிலும் இருப்பவர்.

(3) **இந்து - ஆரியர்**: - உயரமான உருவமும் அழகிய - தோற்றமும் முகத்தில் நிறைந்த மயிரும் நீண்ட தலையும் குறுகி நீண்ட மூக்கும் உடையவர். இவர்கள் காஷ்மீரிலும் பஞ்சாபிலும் இராஜபுதனத்தின் சில பகுதிகளிலும் இருக்கின்றனர்.

(4) **சிதிய - திராவிடர்** - சிந்து, கூர்ச்சரம், மேற்கு இந்தியா என்னும் பகுதிகளில் இருப்பவர் நீண்ட தலை, குட்டை உருவம், குறுகிய ஒயோ்யோ இவற்றை உடையவர்.

(5) **ஆரிய - திராவிடர்** - கிழக்குப் பஞ்சாப், ஐக்கிய மண்டிலம், பீஹார் மண்டிலம் இவற்றில் இருப்பவர் நீண்ட தலை, கறுமையும் பழுப்பு நிறமும் கலந்த தோற்றம், 157.5 செ. மீ. முதல் 162.5 செ. மீ. வரையுள்ள உயரம், நடுத்தரத்திலிருந்து அகன்ற நிலைவரை அமைந்துள்ள மூக்கு இவற்றைப் பெற்றவர்.

(6)**மங்கோலிய - திராவிடர்** - வங்காளத்திலும் ஒரிஸ்ஸாவிலும் இருப்பவர் அகன்ற தலை, கறுத்ததோற்றம், நடுத்தரமூக்கு உடையவர்.[50]

(1) "**ஆரியர்** - பஞ்சாப், காஷ்மீரம், இராஜபுதனத்தின் ஒரு பகுதி ஆகிய இவ்விடங்களில் காணப்படுகின்றனர்; (2) திராவிடர் தென்னிந்தியா முழுவதிலும் இருக்கின்றனா.: (3) மங்கோலியர் இமயமலை அடிவாரத்திலும் வடகிழக்கு எல்லைப்புறங்களிலும் இருக்கின்றனர். ஏனைய பகுதிகளில் இருப்பவர் இம்மூன்று வகுப்பினரால் உண்டான கலப்பு மக்களேயாவர்; அவர்கள் ஆரிய திராவிடர், மங்கோலிய - திராவிடர், சிதிய - திராவிடர் எனப்படுவர்.

(1) **ஆரிய - திராவிடர்** என்பவர் பீஹார், ஐக்கியமண்டிலங்களிலும் இராஜபுதனத்தின் ஒரு பகுதியிலும் இருக்கின்றனர்.

(2) **மங்கோலிய - திராவிடர்** என்பவர் ஒரிஸ்ஸா, வங்காளம், அஸ்ஸாம் ஆகிய மூன்று மண்டிலங்களிலும் இருக்கின்றனர்.

(3) **சிதிய - திராவிடர்** என்பவர் வடமேற்கு இந்தியா (சிந்து முதலிய பகுதிகள்), மஹாராஷ்டிர மண்டிலம், இராஜபுதனத்தின் ஒரு பகுதி ஆகிய இடங்களில் இருக்கின்றனர்...[51]

இவ்விரண்டு கூற்றுக்களாலும் **ஆரியர் சிதியர் மங்கோலியர் என்பவர் பண்டை வட இந்தியத் திராவிடருடன் கலந்தனர்** என்பது நன்கு விளங்கும் விளங்கவே, **வடஇந்தியா முழுவதிலும்** (சிந்து முதல் அஸ்ஸாம் வரை) **திராவிடர் பரவி இருந்தனர்** என்பது வெள்ளிடை மலைபோல் விளக்கமாதல் காண்க.

நெடுங்காலம் வாழ்ந்த மக்கள் - சிந்துவெளி மக்கள் நாகரிகம் திடீரென ஏற்பட்டதன்று. அஃது, அவ்விடங்களில், நாம் கண்ட பொருள்களுக்கு உரிய காலத்திற்குப் பல ஆயிரம்

ஆண்டுகட்கு முன்னர் இருந்தே, இந்தியாவிற்றானோ இடம் - பொருள் - ஏவல்கட்கு ஏற்றபடி வளர்ச்சி பெற்று வந்ததாகும். நாம் இந்த உண்மையை ஒருபோதும் மறத்தல் ஆகாது.[52] திராவிடர் மத்தியதரைக் கடற்பகுதிகளிலிருந்து இந்தியா வந்தனர் என்பது பலர் கருத்து. அஃது உண்மையாயின் அவர்கள் இந்தியாவிற்கு வந்து, தங்கட்கு முற்பட்ட ஆஸ்ட்ரேலிய மக்களுடன் கலந்து பல காலம் வாழ்ந்தனராதல் வேண்டும்; அவர்கள் கலப்பால் உருமாறினவராதல் வேண்டும். அதனாற்றான் சிந்து மண்டை ஓடுகள் சிறிது வேறுபட்டனவாக இருக்கின்றன. சுமேரியர் எழுத்துக் குறிகளைப் பல அம்சங்களில் ஒத்திருப்பினும், சிந்து வெளி எழுத்துக் குறிகள் இந்திய முறைக்கு ஏற்பச் சில மாறுதல்களைப் பெற்றுள்ளன. சமய வேறுபாடுகளும் சில காணப்படுகின்றன.[53]

“சிந்துவெளி எழுத்துக் குறிகள் சில, ஆஸ்ட்ரேலியர் மொழிகளில் உள்ள சில அம்சங்களைப் பெற்றுள்ளன என்பது தெளிவாகிறது”.[54]

“சிந்துவெளி மக்கள் பன்னெடுங்காலம் இந்தியாவிலேயே வாழ்ந்தவர் ஆவர். அவர்தம் ஒப்புயர்வற்ற நகரங்களும், பிற நாகரிக நாடுகளின் சமயங்களிற் காணப் பெறாத **மரவணக்கம் விலங்கு வணக்கம் லிங்க வணக்கம்** முதலியனவுமே இவ்வுண்மைக்குச் சான்றாகும்”.[55]

முடிவுரை - இதுகாறும் கூறிய பற்பல ஆராய்ச்சியாளர் முடிவுகளால், (1) ஆரியர் வருகைக்கு முன் சிந்து வெளியிலும் பிற இந்தியப் பகுதிகளிலும் பெருந் தொகையினராக இருந்த மக்கள் திராவிடரே என்பதும், (2) அவர்களே மொஹெஞ்சொ - தரோ, ஹரப்பா முதலிய நூற்றுக்கணக்கான அழகிய நகரங்களை அமைத்துக் கொண்டு சிந்துவெளியிற் சிறப்புற வாழ்ந்து வந்தவர் என்பதும், (3) அத்திராவிடர், அக்காலத்திய எகிப்தியர் - சுமேரியர் முதலியவரை விட உயர் நாகரிகத்தில் வாழ்ந்திருந்தனர் என்பதும், (4) அவர்கள் மத்தியதரைக் கடற் பகுதியிலிருந்து பல ஆயிரம் ஆண்டுகட்கு முன்னர் இந்தியாவந்தவர் என்பதும்[56] (5) இந்தியாவில் இருந்த ஆஸ்ட்ரேலிய இனத்தவருடன் ஓரளவு கலப்புண்டு அவர் தம் சமயநிலை, மொழி முதலியவற்றிற் சிலவற்றைக் கொண்டினர் என்பதும், (6) திராவிடர்கள் சுமேரியர் இனத்தவர் என்பதும் பிறவும் நன்கு அறியலாம்.

1. ↑ R.K.Mookerji's ‘Hindu Civilization’ pp. 32 - 37
2. ↑ ஆதிச்சநல்லூர் தமிழ்நாட்டுப் பகுதியாகும். இன்றுள்ள தமிழரிடம் அர்மீனியர், மத்தியதரைக் கடலினர் ஆஸ்ரேலியர் இவர் தம் கலப்பைக் காணலாம் என அறிஞர். அறைந்துள்ளதைக் காண்க. Hindu Civilization p. 37,39.
3. ↑ Mohenjo - Daro, and The Indus Civilization, Vol.I. pp. 107,108
4. ↑ Mackay's ‘The Indus Civilization’ pp. 201, 202.
5. ↑ Mohenjo - Daro, and The Indus Civilization, ‘Vol.I.p.77.
6. ↑ Prof.N.K.Dutt's ‘Aryanisation of India’, pp. 39, 65.
7. ↑ Ibid p. 105 ‘வணிக + அர் = வணிகர்’. தொல்காப்பியத்தில் இப்பெயருடையவர் தம் இலக்கணம் கூறப்பட்டுள்ளதை இங்கு நினைவிற் கொள்ளற்பாலது. இவ்விலக்கணம் சிந்துவெளி மக்கட்குப் பொருத்தமாக இருத்தலையும் காண்க.
8. ↑ P.T.S.Iyengar's ‘The Stone Age in India’, pp. 49 - 51

9. ↑ N.K.Dutt's, 'The Aryanisation of India', pp.74 - 76.

10. ↑ சம்பான் இந்திரனைத் தோற்றோடச் செய்தவன் எனவும் தசரதனால் வெல்லப்பட்டவன் எனவும் வரும் இராமாயணச் செய்தி இங்கு உணரத்தக்கது. - கையடைப்படலம், செ.8.

11. ↑ R.K.Mookerji's 'Hindu Civilization', p.72.

12. ↑ R.C.Dutt's 'Civilization in Ancient India', Vol. I. pp. 49,58.

13. ↑ R.P.Chanda's article on Survival of the Pre - historic Civilization of the I. Valley' in 'Memoirs of the A.S. of India' No. 41, p.3

14. ↑ Mookerji's Hindu Civilization', pp. 29 - 33.

15. ↑ Patrick Carleton's Buried Empires', pp.162 - 166.

16. ↑ M.S.Vats' 'Excavations at Harappa', p.202.

17. ↑ Mackay's 'Further Excavations at Mohenjo - Daro', Vol.I. pp. 614, 615, 648.

18. ↑ Sir John Marshall's 'Mohenjo - Daro and the I, C', Vol.I.p.648.

19. ↑ K.N.Dikshit's 'Pre - historic Civilization of the Indus Valley', p.35.

20. ↑ R.P.Chanda's Article in 'Memoirs of the A.S. of India' No.31, pp.4, 5.

21. ↑ Sir John Marshall's, 'mohenjo - Daro and the Indus Civilization', Vol. Ipp. 77, 78.

22. ↑ தமிழரசராய பாண்டியர் மீன்கொடி உடையவர் மீனவர் மதுரைப் பேரலவாயர்தம் மனைவியார் (உமாதேவியார்) பெயர் மீன் கண்ணி (மீனாக்ஷி) என்னும் செய்திகள் ஈண்டு உணர்தற்குரியன.

23. ↑ தமிழில் இல்லாள் (வீட்டுக்கு உரியவள்) என்னும் சொல்லுக்குச் சரியான ஆண்பாற் சொல் இன்மையை உணர்க.

24. ↑ N.K.Dutt's 'The Aryanisation of India', pp.65, 76 - 84.

25. ↑ E.B.Havell's 'The History of Aryan Rule in India', pp.11 - 13.

26. ↑ Babu Govinda Das', Hinduism', p.185.

27. ↑ Patric Carleton's 'Burried Empires', p.140

28. ↑ Dr.S.K.Chatterji's 'Origin and Development of the Bengali Language', Vol. H. pp. 28, 29, 41 - 45.

29. ↑ 'Pre - Aryan and Pre - Dravidian in India', pp.49,86.

30. ↑ Dr.R.G.Bhandarkar's 'Collected Works', Vol.IV. p.293.

31. ↑ Bhandarkar's 'Lectures on the Ancient History of India' 1918, pp.25 - 28.

32. ↑ Grierson's 'Linguistic Survey of India', Vol IV. pp. 278 - 279.

33. ↑ Sir John Marshall's mohenjo - Daro and the Indus Civilization', Vol. I. p.42.

34. ↑ தமிழில் இன்றுள்ள பழைய நூல்கள் சங்க நூல்களே. அவற்றின் காலம் 2000 ஆண்டுகள் எனக் கூறலாம். அக்காலத்தைப் போல மும்மடங்கு காலம் எனக் கால்ட்வெல் கூறுவதால், 6000 ஆண்டுகள், அஃதாவது கி.மு.4000 ஆண்டுகட்கு முன் என்பது பெறப்படுகின்றது. இந்தக் காலம், சிந்துவெளி நாகரிக காலத்தை ஏறக்குறைய ஒத்துள்ளதைக் காண்க. 'கொண்டர்' ஆஸ்ட்ரேலிய இனத்தவர் என்பதும், திராவிடர் ஆதிக்கத்துக்கு அடங்கி அவரோடு வாழ்ந்தவர் என்பதும் முன்னமே குறிப்பிடப்பட்டமையும் ஈண்டு நினைவிற் கொள்ளல் தகும்.

35. ↑ Dr.Caldwell's 'Comparative Grammar of the Dravidian Languages', pp. 148, 368, 412, 633.

36. ↑ 'Dravidic Studies`, part III pp. 57, 61.

37. ↑ P.T.S.Iyengar's 'The Stone Age in India', pp. 1943 - 46.

38. ↑ Dr.Caldwell's 'Comparative Grammarofthe DL, pp. 196 - 197.

39. ↑ Dr.G.R.Hunter's 'The Script of Harappa and Mohenjo - Daro' (1934) pp.51, 128.

40. ↑ Dr.G.R.Hunter's article in the 'New Review, (1936) Vol. 1. pp.317,318.

41. ↑ H.Heras's article in the 'New Review', 1836. Vol. H. pp.I - 16.

42. ↑ Mackay's Further Excavations at Mohenjo - Daro Vol. I. p.668.

43. ↑ Vide his article in Sentamii (1939 - 1940) - Published by the Madura Tamil Sangam.

44. ↑ P. Mitra's Pre - historic India', pp. 272, 273.
Journal of the Hyderabad Archaeological Society (1917), p. 57

45. ↑ 'Archaeological Survey of Mysore', (1935), pp. 67 - 71.

46. ↑ R.D.Banerji's 'Pre - historic Ancient and Hindu India, p.10.

47. ↑ Ragozin's 'Vedic India', p.398.

48. ↑ R.K.Mookerji's Hindu Civilization', pp. 36 - 39.
N.K.Dutt's 'Aryanisation of India', p.65.

49. ↑ K. Subbarayan's article on 'The Brahuis', Hindu (16 - 2 - 41).

50. ↑ Sir Herbart Risly in the 'Census Report' for 1901.

51. ↑ C.E.M.Joad's 'Indian Civilization', pp.21 - 23.

52. ↑ I should like to stress the point once again - that th: culture represented must have had a long antecedent history eu the soil

of India, taking us back to an age that at present can only be dimly surmised" - Sir John Marshall's 'Mohenjo - Daro and the Indus Civilization, Vol.I.Preface, p. viii& p 106.

53. ↑ Ibid. pp. 106 & 107.

54. ↑ Dr.G.R.Hunter's 'The Script of Harappa & Mohenjo - Daro', p.91.

55. ↑ 'Indus valley people lived for a considerable time in India. Not only do their exceptionally well built cities bear witness to this fact but fresh corroboration is also to be found in various aspects of their religion, which included tree and animal - worship and the use of phallic symbols, features, which do not appear in the contemporary civilizations to the west", - Dr.Mackay's 'The Indus Civilization', pp. 13, 14.

56. ↑ இது துணிந்து கூறுவதற்கில்லை. திராவிடர் லெமூரியாக கண்டத்திலிருந்து இந்தியா, சுமேரியா முதலிய இடங்களிற் பரவினர் என்பது ஒருசார் ஆராய்ச்சியாளர் கூற்று. ஆதலின், திராவிடர் 'இவ்விடத்திலிருந்து வந்தனர்' என்று உறுதியாகக் கூறுவதற்கில்லை. இக்கூற்று ஆய்வுக்குரியது.

18

BIBLIOGRAPHY

இதன்கண் எடுத்தாளப்பெற்ற மேற்கோள் நூல்கள்

1. Sir JOhn Marshall's "Mohenjo-Daro and the Indus Civilization", VoLs 1-3.

2. Dr.E.J.H.Mackay's, "Further Excavations at Mohenjo-Daro", Vols 1&2.

3. M.S.Vats's "Excavations at Harappa", Vols 1 & 2.

4. Dr.Mackay's "Indus Civilization".

5. K.N.Dikshit's "Pre-historic Civilization of the Indus Valley".

6. Annual Reports of the Archaeological Survey of India, 1927-30.

7. Annual Reports of the Archaeological Survey of India, 1930-1934.

8. N.G.Majumdar's "Explorations in Sind".

9. Dr.G.R.Hunter's "The Script of Harappa and Mohenjo-Daro".

10. "Memoirs of the Archaeological Survey of India". Nos 31 and 41.

11. C.R.Roy's Article in "The Indian World".

12. Dr.G.R.Hunter's Article in "The New Review" 1936.

13. H.Heras's Article in "The New Review", 1936.

14. Patric Carleton's "Buried Empires".

15. H.Heras's Lectures in 1937 O Madras Mair, (21-10-237).

16. M.Raghava Iyengaros "Ilakkia Sasana Valakkarugal" in Kalaimagal', Madras.

17. P.N.Subramania Iyerr's "Ancient Tamil Letters".

18. Thiru Narayana Iyengar's Article in "Sen Tamil" (1939-40).

19. K.Subbarayan's Article on "The Brahuis". Hindu (16-2-41).

20. Stanley Casson's "Progress of Archaeology".

21. Caldwell's "Comparative Grammar of the Dravidian Languages".

22. M.A.Murray's "Excavations in Malta", parts 1-3.

23. Charles Warren's "Underground Jerusalem".

24. A.H.Lavard's "A Popular Account of Discoveries of Minaveh".

25. Jastrow's "The Civilization of Babylonia and Assyria".

26. Robert Koldeway's "The Excavations at Babylon" translated by - A.S.Johns.

27. P.S.P.Handcock's "Mesapotamian Archaeology"

28. Sir Leonard Wolley's "The Sumerians".

29. " " "Ur of the Chaldees".

30. " " "Abraham".

31. H.R.Hall's "A season's work at Ur".

32. Dr Bellew's From the Indus to the Tigris".

33. Nelson's "Encyclopaedia" Vol. 13.

34. Cassel's "World pictorial Gazetteer".

35. R.K.Mookerje's "Hindu Civilization".

36. P.T.Srinivasa Iyengar's "The 'Stone Age' in India".

37. L.A.Waddell's "Report on the Excavations at Patali putra".

38. M.M.Ganguly's "Orissa & her Remains". 3

39. "Iraq." Vols. 1-4 published by the British Schools of Archaeology

40. Hyderabad Archaeological Society Journal, 1917.

41. Mysore Archaeological Reports, 1935.

42 E.W.Green's "An Atlas of Indian History".

43. De Margon's "Pre-historic Man". 44. Morier Williams "The Original Inhabitants of India" .

45. Thurston's "Castes & Tribes of Southern India". Vols 3 & 4.

46. Barth's "The Religion of India".

47. Mitra's "Pre-historic India".

48. M.P.Nelson's "The Minoan Mycenaen Religion".

49. Indian Antiquary, Vol.62,

50. Prof.N.K.Dutt's, "Aryanisation of India".

51. R.C.Dutt's "Civilization in Ancient India", Vol. I.

52. E.B.Havell's "The History of Aryan Rule in India".

53. "Babu Govinda Dass "Hinduism".

54. Dr.S.K. Chatterji's "Origin and Development of the Bengali Language" Vol.I .

55. University of Calcutta - "Pre-Aryan and Pre-Dravidian in India.

56. Dr.Bhandankar's "Collected Works" Vol.IV

57. " Lectures on the Ancient History of India" 1918.

58. Grierson's "Linguistic Survey of India" Vol.IV.

59. University of Madras - "Dravidic Studies.

60. The Annais of Sri Venkateswara Oriental Institute, Vol.I. Part II.

61. R.D.Banerji's "Pre-historic Ancient and Hindu India".

62. Ragozin's "Vedic India".

63. Herbert Risley's "Census Report for 1901.

64. C.E.M.Joads "Indian Civilization.

Baby
Owner's
Manual

For my dearest daughter Zara—
this manual is pure you, from every
excretion and cry to every cuddle and
smile. I love you and your mother
more than I could ever fit on the
inside page of a book.

Baby
Owner's
Manual

Father's Edition

Steve Bedwell

ROCKPOOL
PUBLISHING

A Rockpool book

PO Box 252
Summer Hill
NSW 2103

www.rockpoolpublishing.com.au

First published in 2011
Copyright © Steve Bedwell, 2011

National Library of Australia Cataloguing-in-Publication entry

Bedwell, Steve.

The baby owner's manual / Steve Bedwell ; editor, Karen Gee.

1st ed.

9781921878428 (pbk.)
Infants--Care.
Fatherhood.
Gee, Karen.
649.122

Cover and internal design by Debaser
All images sourced from Shutterstock
Picture research by Lisa Scelzi
Edited by Karen Gee
Typeset by Ice Cold Publishing
Printed in China by Everbest Printing
10 9 8 7 6 5 4 3 2

Contents

A word of introduction from Mother Nature Heavy Industries Pty Ltd

Congratulations on your choice of a new baby from Mother Nature Heavy Industries, referred to from here on in as MNHI. This manual contains important information regarding the operation, care and maintenance of your new baby. Though a version of this manual is provided free of charge with all babies, this particular manual has been devised and written with the first-time baby owner in mind.

In order to obtain maximum enjoyment, usage and longevity from your baby, we suggest that you familiarise yourself with the contents of this manual and follow the recommendations outlined within.

As with any major acquisition, taking delivery of a new baby can be a daunting experience with many features, warnings and operating instructions to be taken into consideration. With this in mind MNHI has taken great care and consideration in compiling this manual, to ensure that your every query is met in a way that not only provides peace of mind but also simplicity and clarity of purpose.

As a result, this manual has been divided into four easy-to-read and understand sections:

Section A: Pre-delivery preparations

Preparations, purchases and panic. Section A will guide you through these 'Three Prenatal Ps'.

Section B: Taking delivery of your new baby

Getting your baby home can leave a new owner feeling anxious, vulnerable and incapable; Section B will give you the confidence to eliminate up to two out of these three emotions.

Section C: How your baby works

While most of the operating systems of even the tiniest humans remain a scientific mystery, Section C will equip the new owner with the finest available medical knowledge concerning the day-to-day operation of the baby. How your baby works is treated on a strictly 'need-to-know' basis.

Section D: Taking care of your baby

Feed, empty and wash. While on the surface these might appear fairly simple and mundane operations in taking care of your baby, they are in fact complex and delicate procedures, procedures which Section D will clarify and simplify.

Note: The information provided in this guide was correct at the time of printing. Evolutionary advances mean that MNHI may change the contents of this manual and specifications of newborns without notice and without incurring obligation.

In addition, MNHI considers it a most important obligation to offer each father of a new baby, regardless of model specification, a recommended maintenance guide, which will relieve him of avoidable anxiety and which, if followed, will ensure that his baby is regularly inspected, maintained and kept in peak operating condition. With this in mind the *Father Protection Plan Booklet* has been developed and presented by your obstetrician or MNHI-appointed regional representative. This booklet recommends the required maintenance, inspections and lubrication service items for your new baby from day one onwards. These recommendations should be followed as diligently as possible and at the intervals prescribed by the Mother Nature service personnel. Remember: it is your responsibility to have your baby checked, inspected, adjusted, inoculated and lubricated at the correct intervals as outlined within the booklet, a

copy of which will be delivered to you by post within three days of order delivery.

If an authorised MNHI service agent carries out the services and inspections at the prescribed intervals then baby wear and tear as well as parental expense and frustration will be kept to a minimum. Additional services may become necessary as the months accrue; however, during the planned regular visits that you make to your Mother Nature dealer, any extra servicing requirements observed by the representative will be pointed out as they potentially become necessary.

Your nearest MNHI dealership has the trained personnel and specialised equipment to properly service your baby. From an unexpected 'cone head' to unattractive additional and unwanted fingers and toes, your MNHI dealer can identify the problem and organise a Courtesy Baby for you to take home while the fault is repaired, and have your baby back to you by the end of the day. It's the Mother Nature way and the Mother Nature promise!

We take this opportunity to once again thank you for choosing MNHI for your baby and assure you of our continuing interest and assistance in your parenting pleasure and satisfaction.

We sincerely hope you enjoy your new baby not only now but for many years into the future. This manual and the dedicated MNHI service centres will always be there to answer any queries and address any problems you may encounter with your child's operation. However, should you seek further advice concerning any issues that may arise, please turn to the 'Further reading and resources' section in the rear of this manual for suggested books and for help-line numbers and relevant website addresses. We hope you enjoy your new baby.

Section A
Pre-delivery preparations

This first section will arm the new father with the information needed to identify that an order has been successfully placed and will also supply you with the knowledge required to prepare for delivery of the order.

PLACING YOUR ORDER

From the time you place your order with MNHI to the completion and delivery of the baby takes approximately nine months. Please bear this in mind, as MNHI takes no responsibility for the delivery date clashing with football finals or religious festivals. The customer must take full responsibility for the timing of the delivery and consider all contingencies when initially placing the order; having said this, MNHI concedes that this can be easier said than done especially if the order is placed in what we term an MOP (moment of passion).

Another consideration when placing your order is that occasionally an order will be completed ahead of schedule and delivery of the child may become urgent and time sensitive. Sometimes this may mean that not only must you take delivery early, but that the delivery method may have to take place through less conventional 'channels'. This method is called a Caesarean Section and whilst the effect on the baby will be minimal the co-owner can expect an extended period of discomfort.

Before placing their order, many prospective fathers like to take a test drive. In fact here at MNHI we encourage such practices, as placing an order without first experiencing the full performance capabilities of the co-owner often leads to short-term pleasure tempered by long-term disappointment.

MNHI takes no responsibility for fathers being tricked into placing an order by co-owners who, without informing the father, have ceased precautions that had previously prevented an order being placed.

Note: In previous editions of this manual, this particular section referred to unaccepted orders as having 'blown their deposit'. In the interests of minimising confusion and embarrassment this phrase has been deleted from this manual.

For some people (and at times, for everyone) placing your order may seem a laborious and almost mechanical procedure. These feelings are mainly brought on by the demanding, and sometimes unreasonable, unnecessarily mentally intensive requests made by the prospective co-owner. Once you, as the person placing the order, hear the phrases 'timing', 'ovulation' or 'Chinese medicine' then you know that, as far as you are concerned, you have been reduced to the man who just signs on the dotted line to complete the formalities.

RECEIPT AND CONFIRMATION OF YOUR ORDER

With MNHI processing many millions of orders every day right across the planet, how will you know if your order has firstly been accepted and secondly whether or not it will be processed and completed?

As it takes approximately nine months from order placement to delivery, MNHI has built in certain features to the manufacturing process which will alter the mood and appearance of the co-owner as the date of delivery nears. These features act as your confirmation that the order has been accepted. MNHI does not issue invoices.

Your co-owner will have an innate sense of when the order has been accepted: she may start to feel unusually nauseous (particularly in the morning); she may become listless and more irritable than you are used to. You can dismiss these indicators as being part of a bad day or as a result of her having eaten something that didn't agree with her. Of course, while these symptoms are also easily explained away with a few words—'I'm just a few days late'—they nevertheless act as the strongest pre-test confirmation

that the order is in the factory and assembly has begun.

The tiredness, nausea, shortness of both breath and temper have been established. How next do you confirm that MNHI has received, and work has begun on, your order? The first and most rudimentary method of confirmation is known as the home pregnancy test kit; for this purpose we recommend the MNHI test kit as it is proven to be 75 per cent accurate 40 per cent of the time.

The basic premise and procedure for any home pregnancy test kit involves the potential co-owner urinating on a stick. This may seem a redundant fact, but an ice-cream stick or a twig retrieved from the garden will not suffice for this purpose. The stick then changes colour depending upon whether or not a successful order has been placed. Although this test may seem outdated in this technologically advanced age, it is, in fact, a method that in one form or another has been used for centuries. The native Americans used a similar method: the potential mother would pee on a twig from a juniper bush. She would then present the twig to a North American brown bear. If the bear attacked her she was not pregnant, and if the bear let her live she was with child. (This was not the most accurate of tests and legend tells us that often the outcome depended upon whether or not the bear was hungry.)

HANDLE WITH CARE

The home pregnancy test kit indicated it and the blood test confirmed it: the order has been placed and you are going to be a father. Now that MNHI has received the order and the highly complex task of assembly and manufacture of your baby has begun, you will begin to notice (or fall victim to) considerable physical and psychological changes in the co-owner.

These are tricky waters for the first-time father to navigate. Like Cook traversing the Great Barrier Reef, the perils will be many but the end result worth the hardships.

Like the sea, the co-owner will be a demanding mistress ... when she sleeps poorly, you will sleep even worse. There will be bizarre and unusual food requests at all hours of the day and night. There will also be extreme sensitivity to heat and cold,

both imagined and real, and all of these feelings you must respond to without question. Remember, once production commences on your baby the devoted team at MNHI works 24 hours a day, seven days a week. It's the MNHI way.

YOUR NEW ROLE AS CO-OWNER

When is a slave not a slave? Well, MNHI is here to tell you that it's when you are the co-owner of a baby being constructed inside your significant other. As briefly touched on above, life as you once knew it will disappear into a hormonal maelstrom of unreasonable demands, round-the-clock attention and criticism; and this is just during the first trimester.

You will need to tread very carefully during the construction period. Take nothing for granted; ask permission for everything. From going to the petrol station to having a couple of quiet drinks at a mate's place, personal disaster lurks around every corner if you don't ask permission. You must subjugate your position within the household—you no longer have any power, your life is being controlled by the expert construction and assembly techniques of MNHI.

One more thing the father-to-be must be aware of: during the baby assembly process he will be constantly reminded by the co-owner that he no longer earns enough money.

SCHEDULED PRE-DELIVERY INSPECTION

From the time of order right through until the moment of delivery MNHI takes great pleasure in giving you regular updates on how the assembly of your child is progressing. For this you will need to go to one of 211 conveniently situated authorised MNHI service centres around the country. It might seem a redundant point, but MNHI takes its legal and moral obligations very seriously, and you *must* remember to take the baby's co-owner with you to the service centre as well. It is imperative that you are punctual for these progress meetings. Tardiness in this situation will never be forgotten and will be used against you for the rest of your life.

At the service centre one of our highly trained and experienced maintenance technicians will take a series of diagnostic readings of the co-owner and unborn baby with an instrument called an ultrasound. (Please note that the term 'ultrasound' is in no way meant to imply that the instrument emits the 'ultimate sound', but rather that MNHI has learnt that by putting together two words that imply something extraordinary, fathers will be more inclined to attend.

Other potential names for the ultrasound were maxpower, supereye and megascope.)

To the untrained eye it might seem that the images being produced by the ultrasound are little more than electronic trickery and that what you are looking at is an octopus in the throes of death; it is, in fact, your unborn child in the throes of life.

During the course of the ultrasound the technician will point out different and strange shapes on the screen and inform you that the image he has frozen on screen is an arm, a heart, an eye, or any number of other body parts. The point to note here is that what is on the screen looks nothing like the body part he tells you it is, so it is your job to support the co-owner unconditionally by saying, 'Wow, so it is—isn't that amazing?' This will be the first of a series of white lies you will tell before the baby is delivered. You will quickly learn that these white lies are crucial in the maintenance of domestic harmony pre-birth.

During the course of the pre-delivery services the technician can determine exactly what level of trim has been fitted to your baby. Some owners choose not to find out which model of baby it is that is being delivered to them. This is entirely up to the individual owner but MNHI accepts no responsibility for any gender-based disappointment at the time of delivery.

PREPARING TO TAKE DELIVERY

During this period when the father has little to do with assembly, MNHI suggests that if he becomes bored he use this time to ensure that the allotted space where the baby is to be ultimately housed is in a suitable condition. This area is called the 'nursery' and is similar to an adult's 'bedroom' except for the fact it is smaller, has a different smell and will become the centre of the baby's world for the next few months. Nursery or nursing home, baby or elderly person, the description of their accommodation is identical. In the interests of domestic harmony it is important for a new father not to confuse the two (although the smell will often be a clue as to which is which).

Your new baby is best kept in a dust- and pest-proof environment that can be darkened during daylight hours. Excessive damp should also be avoided, as a new baby is susceptible to corrosion. These suggestions are by no means definitive; they merely serve to demonstrate the absolute basic requirements for the baby's 'nursery'.

You will be amazed at the sheer number of items that will need to be purchased for a new baby, which on the surface appear to do nothing. An important note here is that you, as the father, should confine your purchasing to items of a 'solid' nature. Under no circumstances should you make any other purchases without the express consent of the co-owner. This course of action is recommended as history, as well as extensive MNHI-commissioned university research, tells us that any clothing or decorative items purchased by the father will ultimately be viewed by the mother as inappropriate, wasteful or completely lacking in taste; this same research also reveals that in nine out of ten cases, father-bought soft furnishings are indeed inappropriate, wasteful and, in ten out of ten examples, completely lacking in taste.

There are several important factors to consider when purchasing furniture for your baby's nursery. Always avoid lead-based paint. For some time now the dangers of lead paint and the ingestion thereof have been well documented. A new baby will gum and suck anything it can get its mouth around, including (and definitely not limited to) cot rails. Ingesting lead paint will not only severely hamper your baby's development in several key areas, but will also void the Mother

Nature New Baby warranty. While lead-based paint has been outlawed in this country for decades, some non-genuine or 'grey import' parts are still available through less scrupulous retailers. A simple way to avoid such traps is not to purchase items of baby furniture from discount shops or goodwill outlets.

One area where many new fathers fall down is in their ability to purchase matching furniture, or in fact matching anything; but to a co-owner who is about to give birth this is of paramount and seemingly unreasonable importance. For the sake of harmony during the life of the baby, and indeed the parental partnership, it is crucial that the cot, change table (see overleaf for a definition of this term) and chest of drawers are by the same manufacturer and of identical

design. They should preferably also be store bought and not homemade. MNHI Gold Standard warranty does not cover your baby for 'splinter damage' until one year of age. As a rule, making your baby's first nursery furniture tends to give an air of 'hillbilly cheapness' rather than being the loving act of a skilled cabinetmaker.

A new baby will need a place to be 'changed' and upon which regular maintenance tasks can be performed. This nursery inclusion is called a 'change table'. The change table should be at a comfortable height, about waist height (yours not the baby's), and have sufficiently tall sides so as to prevent a potentially damaging 'roll-off'. Fathers who are new to baby ownership will soon learn that every small incident or accident which befalls the baby will be their fault regardless of the father's location at the time of the incident. In the eyes of the co-owner it is far easier for a father to do something wrong than

it is to do something right. As such, pre-empting all possible damaging scenarios can save not only significant yelling but is also beneficial to the long-term performance of the child.

Some hard furnishings available today are 'self-assembly'. The purchase of this type of furniture requires careful consideration, taking into account the physical condition of the father after celebrating the news of the order confirmation as well as the level of competence previously displayed by the father whenever home maintenance has been required. It is imperative to make sure you are up to being the 'self' in self-assembly.

These days the father can have a blood test prior to the purchase of furniture to see if he has 'handyman antibodies' present in his blood. MNHI strongly recommends that all first-time fathers take this test.

Other nursery 'essentials'

As well as a bassinet, crib or cot in which the baby will rest there are a few other necessary requirements for the nursery, many of them seemingly redundant to anyone but the co-owner. These items will also be purchased mostly at the behest of the co-owner and reluctantly by the father. These superfluous additions will mostly take the form of stuffed animals and aural devices that purport to be educational and relaxing, but in fact simply sound like hold music for government departments. (Note that the name of a renowned scientist or baroque musical genius on such devices does not guarantee your child will be of above-average intelligence or a child protégé should you utilise these items; it does, however, ensure that you will pay at least 50 per cent more than for a similar device not bearing the name of a historical luminary of the arts and sciences.)

MNHI suggests you look for products bearing the Mother Nature Scientist Baby or Mother Nature Musical Baby brands. When buying Mother Nature-branded products you can be sure you are only paying for what you get and not for fancy royalty overheads.

Something else you will need to purchase as a new father is a security device for your baby, known as a monitor. By placing one part of the monitor (the transmitter) in the nursery and by keeping the other part (the receiver) close to you, you will be able to keep tabs on your baby's every breath and movement.

Later on as the child grows into adolescence the monitor will once again come in handy for keeping track of your teenager's every bedroom breath and movement.

> **Note:** Careful consideration must be given to the purchase of a monitoring device. A baby monitor can cause a new father much anxiety as not only will you be able to hear every noise your baby makes, but also every noise that it doesn't. The monitor is not unlike a car alarm: it provides peace of mind, but on a windy night can go off for no real reason.

Different monitors operate on different radio frequencies that, as a matter of course, are duplicated by the manufacturer. MNHI suggests that, should there be any other babies residing within a seven-house radius of your home, you should check the frequency their monitor broadcasts on; hearing distressed crying in the middle of the night and rushing to the nursery only to find a baby sleeping peacefully can be, to say the least, irritating and relieving at the same time. The feeling of relief is replaced by anger from the second such incident on.

Despite their expense it is best to purchase a baby monitor from a reputable outlet or, more convenient still, the MNHI accessory catalogue; it's your guarantee of quality.

Improvisation is something strongly discouraged by MNHI, particularly in the area of baby monitoring devices. Your warranty will be automatically voided should there be any evidence that you have used two tin cans and a piece of string for your nocturnal monitoring.

Transportation requirements

It will be anything up to two years before your baby has developed the motor skills to propel itself in an upright position; up until this time it will need to be propelled in a wheeled carriage much in the manner of sixteenth century royalty. These days, rather than a sedan chair or litter we use a pram or stroller (or in some provincial areas, a pusher). No matter what the item is called, it will fall upon the father to purchase said item, providing yet another potential pitfall; though if carefully planned, confrontation with the co-owner can be avoided. Where once there was one type of pram available—a simple Steelcraft stroller—now there is a mind-blowing selection of feature-packed baby movers, each more dazzling than the last, and each seemingly designed to pull in the 'dad dollar'. You can have four wheels, you can have three wheels,

you can have cup holders, you can have forward facing, rearward facing, independent suspension, automatic handbrakes and MP3 compatibility. Going to a pram shop is like visiting the set of *Transformers*. MNHI can only advise one thing when it comes to the purchase of a pram: make sure it fits in the boot of your car! This is combined with the ultimate feature that the selected pram must possess—that it can be easily folded by the co-owner. The father must have this process down pat before presenting the pram to the co-owner so as to make even the difficult seem simple.

SECTION A

The feeding chair

Another crucial piece of furniture for the nursery is the feeding chair. As this is the only piece of furniture that will be of shared use between co-owner and baby, and is an item of a more personal nature, it warrants extra instructional guidance for the father in its purchase.

The feeding chair will normally only see nocturnal

use. It is a chair in which the co-owner sits whilst refuelling the baby at night (more about refuelling in Section D). This refuelling may need to take place up to three times each night so the chair must be comfortable and the environment inviting.

As with anything else baby related, when purchasing a feeding chair you will be on a hiding to nothing that it will be the wrong one. As this is a crucial purchase, MNHI has provided the following guidelines.

a. The chair should be stainproof; very stainproof. This chair must be able to take the various excretions that will inevitably flow from both co-owner and baby during refuelling.

b. The chair must be comfortable. Not 'dad slouching around reading the paper on Saturday morning' comfortable, but 'a ravenous creature hanging off your aching breast while struggling to keep your eyes open' comfortable.

c. The feeding chair should have some kind of

lever-operated footrest or matching ottoman. A reclining feature is optional but should definitely be considered.

d. Some co-owners like to have aural and visual stimulation during refuelling. This is entirely optional and can be discussed at leisure with your local MNHI dealer, who will also be able to take you through some of the contemporary refuelling accessories now available.

To help you with understanding point b above, MNHI has devised this simple exercise for fathers-to-be. Set your alarm clock for 2.43 a.m. Get out of bed and go to the nursery, take one of the large teddy bears that are already clogging up the room, put it on your

lap and then attach a bulldog clip to the nipple of your choice. Hunch over the bear for approximately 25 minutes, then remove the bulldog clip from your nipple and return to your bed to try to sleep. Now you are in some sort of position to determine which feeding chair you should buy.

BEFORE DELIVERY

MNHI receives many enquiries from fathers-to-be as to whether or not they can take a baby for a test drive before taking delivery of their own. Unfortunately this is not possible for several reasons, not the least of which being that once you have placed the order you will be delivered a baby regardless of whether you find the test drive a satisfactory experience or not. MNHI does not want to potentially taint the joys of fatherhood by having a soon-to-be-dad scared senseless by a loan child.

MNHI does not keep newly delivered babies on hand for potential and impending fathers to play with; this practice was banned in the 1950s as not only was it deemed cruel but it would often give fathers an unrealistic expectation of parenthood as many of the dealership 'demonstrator' babies were sedated, giving them a mood more on the placid side than could reasonably be expected from a newborn.

Should a prospective father really feel the need to get his hands dirty, as it were, MNHI strongly suggests that he find a friend who has recently become a father and spend some time with him and the child. Again, though, MNHI cautions that no two babies are the same and that while the friend's baby may be a good sleeper and feeder this in no way guarantees that the father's will be as well behaved.

LAST-MINUTE PREPARATIONS

'Oh my God, it's coming!' These five words can either trigger abject panic, or abject panic with a plan. Have you practised driving the route to your designated delivery centre? If so have you devised an alternate route should there be a mishap? Is the car full of petrol? Have you practised the breathing of the co-owner and are you versed in the ways of timing contractions? Do you have the delivery centre's phone number on speed dial? If your answer to any or all of these questions is no, then get set for the rest of your life to be one intolerable reminder after another of your incompetence at this crucial time. MNHI recommends that these few preparations are the very least you should make in readiness for the delivery of your baby.

MNHI also suggests there be a bag packed for the co-owner as the time of delivery nears. MNHI cannot emphasise strongly enough that these preparations should only take place under the direct supervision of the co-owner. The bag that the father would pack for a stay at the delivery centre varies greatly from the bag

that would be packed by the co-owner. Variations can occur in areas such as night apparel, reading material, toiletries and especially in the area of what is required for the initial days of the new baby's life.

Sure, it's all about the co-owner at this stage, as it should be, but that doesn't mean you should be neglected. As the father you will need to have the strength and physical vigilance to protect your family, and also to do what you are told. While takeaway and fast foods temporarily fill the void while the co-owner and child are at the delivery centre, pretty soon you are about to learn that you have become number 3 in the household pecking order, and that if you had a dog you would be number 4. With this in mind MNHI strongly suggests you take the opportunity to stock the freezer with the frozen meals, meats and poultry of your choice as it is inevitable that upon her return from the delivery centre the co-owner will not have the same appetite or desires as you.

Section B
Taking delivery of your new baby

So the time has come: the delivery. The time between your arrival at the delivery centre and when the baby itself is delivered. While MNHI aims for a swift and trouble-free delivery, given the complexity of the final stage of manufacture this cannot always be guaranteed. If, however, you have carefully made all of the plans discussed earlier then your work is done and from here on in you are a passenger. Your role will be to whisper consoling words and gently mop your co-owner's brow, not unlike the way in which nurses tend to wounded soldiers in World War II movies.

Some fathers choose not to be present at the moment of final delivery. There are pros and cons to this decision. If you are not there, there is every chance that the co-owner will never forgive you; conversely if you are there, you may not only never forgive yourself, you may also be haunted for the rest of your life by images ungodly. One MNHI customer described being present at the delivery as 'like watching my favourite pub burn down'.

POST-DELIVERY INSPECTION AND MODEL SPECIFICATIONS

Before delivery of the child to the father, but after removal from the mother, your Mother Nature dealer will make a final inspection in accordance with the delivery checklists supplied by Mother Nature head office. These checks include a quick strike to the rear end to ensure the air filter and induction system have activated, as well as the severing of the fuel tube that has been in place during the manufacturing procedure.

In the vast majority of cases your baby will be delivered to you from MNHI in the colour and trim combination you ordered from the dealership. In the event that your child is delivered in a colour scheme different to what you could reasonably expect, the problem can invariably be traced to the initial point of commencement of manufacture. This situation often arises when the co-owner fills out the order form with someone

other than the father. Although MNHI is sympathetic to this situation, once delivery has taken place the baby, for obvious reasons, cannot be returned and any attempts to do so will be in violation of all warranties, conditions and accepted social standards in regards to cruelty as well as being an affront to nature.

There are two model specifications for the babies supplied by MNHI. The differences in the two models, Boy and Girl, are instantly apparent around the lower mid-section and this manual will outline the care and maintenance of both. (For more detailed information on the two models, see Section C.)

The dealer will perform a pre-delivery inspection to see that your baby is properly adjusted and lubricated, that the standard equipment, regardless of model, is with the baby and in working order and that the baby is in a condition suitable to give the owners satisfactory performance from the time of handover and for many years to come. At this point your baby is weighed

Note: It should be noted that at the time of printing MNHI does not offer the option of pre-ordering one model or the other. Rest assured our technicians and scientists are working towards making this a possibility in the future. In the meantime we suggest that you stick with the old wives' tale of having a high salt diet for a boy.

and measured; these results will be recorded in your baby's log book for future diagnostic reference—any such future check-ups will usually be performed at your local authorised municipal council by a Mother Nature-sanctioned nurse.

The Mother Nature dealership will also make sure the baby has been fully 'detailed', removing any debris or grime it might have picked up during the manufacturing and delivery process. The colour and consistency of this delivery debris can be quite confronting to a new father, and should you find the sight a source of discomfort, you are best advised to sit down or look away. MNHI advises, however, that you think very carefully before taking this course of action. The consequences of 'not being there' for the co-owner are lifelong, punishing and unanswerable.

THE FIRST FEW DAYS OF OWNERSHIP

It is not unusual for a baby to be housed with the co-owner at the delivery centre for up to five days prior to the father taking possession of it. This is to ensure that all elements and features of the baby are operating as per manufacturer's specifications. It is best that any potentially serious warranty issues are indentified and rectified as early as possible.

You can expect many friends and family to visit the co-owner and baby at the delivery centre during these first few days. These visits are times of great joy and excitement, as well-wishers stream through the room full of the happiness and peace that only a new baby can bring. Sadly, with these well-wishers often comes unwanted advice for the co-owner regarding how to look after the baby. This advice, the unwanted type at least, invariably comes from the co-owner's mother-in-law and both grandmothers. There will seem to be a competition among all of them as to the correct way to cradle a baby's head and, worse still, how to breastfeed. Mercifully this last discussion usually concludes before the demonstration stage.

As a father you should prepare yourself for prolonged periods of spousal neglect during these days where you will not be able to handle your new baby and

your sole purpose will seem to be the retrieval of vases for congratulatory flowers. MNHI suggests that at this point you just 'suck it up'. A handy phrase for new fathers to use at this time is 'I'm just going to duck outside for a smoke.' Smoker or not!

Never show boredom or disinterest during this initial period. If you do, it doesn't make you a bad father, in fact it is natural; but this fact does not hold much sway with the co-owner whose milk hasn't come in yet and who is demanding a foot massage. It is important to note that at this stage the co-owner has a heightened sense of vigilance, so while you think you are getting away with a yawn of boredom or a roll of the eyes at something said, she will notice it all and it will haunt you later.

TAKING YOUR DELIVERY HOME

After the aforementioned five-day period in the Mother Nature delivery centre, you, the co-owner and the baby will be able to go to the home where your baby will be housed for anywhere between fourteen to 28 years. MNHI is of the opinion that the optimum age for releasing your progeny into the world lies somewhere in the middle of these two figures.

Before leaving for the delivery centre you must ensure that all is in order in the nursery, starting with a full set of assembled furniture, a number of soothing 'music'-making devices, a goodly number of cute stuffed animals and a feeding chair. You are then ready to transport your baby to its new home. One other responsibility that the father must attend to

before taking the baby home is the fitting in the family car of an approved baby capsule. MNHI emphasises the word 'approved' as an esky duct-taped to the back seat never has and never will meet safety standards.

Baby capsules, just like the cars they are intended to go into, can be either bought or rented. MNHI is happy to recommend both methods; however, the father must check with the co-owner before making such a decision. As post-delivery hormones course through the body of the co-owner, certain fixations and anxieties can develop. One such anxiety involves the cleanliness of the baby and its surrounds. A rental capsule and its perceived lack of cleanliness can be enough to tip a new co-owner over the edge.

For the same reason MNHI suggests that the father gets the capsule professionally fitted, as should it move in even the slightest way during the trip home, once again the father is in the firing line. These capsules are very easy to fit, so in many cases MNHI suggests

the father fit it himself and get a dummy receipt just in case.

MILEAGE!

Chances are that the trip home will be conducted at such a pedestrian pace it would be unlikely for even the worst fitted capsule to move around. Take note that any sudden braking on the trip home from the delivery centre should be avoided as the co-owner will have her head in the back seat and will be unable to see the road ahead. Whiplash is not something a new father wants to add to the litany of complaint and misery he is about to face.

If at any time within the warranty period the father feels that the new child is not performing properly, he should deliver his child back to the dealership for inspection and expert advice. These inspections of the child are free to the father; however, a charge will be made for any work performed on the child as a result of faults found during the inspection. This work will be performed at the prevailing rate and only by qualified MNHI technicians.

HANDLING YOUR NEW BABY

The precision manufacture of your new baby eliminates the need for the tedious 'no contact' period previously prescribed during the initial running-in period. You can have full contact and use of your baby from the time you take delivery. However, to maintain the high standards of development and efficiency of your new baby, it is advisable to avoid excessively loud music and bright light. Even after your baby is fully run in you should never subject it to over stimulation until it is thoroughly warmed up (approximately one hour after waking).

New fathers are inherently excited by their baby and when showing off the newborn can become a little rambunctious in the handling of their baby.

Remember:

• The limbs of your baby are not there for you to swing or dangle the infant from.

• Throwing the baby from person to person is also strictly forbidden at an early age.

• MNHI cannot be held responsible for any joint failures that result from misuse during the warranty period.

• Carrying the baby on the father's shoulders through doorways or where there are low-hanging branches, shelves or wall-mounted clothes dryers is a dangerous and irresponsible practice and should not

be attempted until the baby has developed its 'duck' reflex.

Every MNHI baby is backed by our Mother Nature 24-hour cot-side assistance service, Halo Care. Halo Care is a free service for the first twelve months of ownership. MNHI strongly recommends that after this period it is not only wise to continue your coverage but also that you should consider increasing the customer care element depending upon the baby. MNHI supplies coverage packages ranging from 'Placid' to 'Child of Satan'.

SAFETY AND SECURITY

MNHI has ensured that your baby is fitted with the most advanced safety features available today. From the poke-proof fontanelle to the padded rear crumple zone, you can rest assured you are raising one of the safest babies on the market anywhere in the world, including all beasts of the land, air and sea. Your baby is designed to withstand all conditions and treatment

Note: If your baby is to be housed outside the metropolitan area, you may want to enquire about Mother Nature's Country Pack, an option that offers superior ground clearance and dust protection for your little rural rascal. Please refer to 'Further reading and resources' at the back of this manual.

that you can reasonably expect to encounter in a 21st century urban environment.

Whilst improper use of your baby, such as heavy head-to-floor impacts, may void your warranty, any damage caused to your baby through manufacturer error can be quickly and easily repaired in any one of our nominated service centres around the globe.

At MNHI, we understand that sometimes mistakes can be made and our extended warranty option can be of assistance in taking the hassle out of any insurance or police enquiries arising from any unforseen warranty claims or dealer error.

The smoking of cigars, pipes and cigarettes around your baby is highly discouraged by MNHI as it can have a detrimental impact on the performance and longevity of your baby. The manufacturers of many imported children do not issue this warning, and as such we recommend these outlets be avoided at all costs for your child's scheduled log book servicing. By visiting these outlets you might save some dollars in the short term, but the long-term effects on your baby could be catastrophic. This servicing might seem cheap and handy but will ultimately prove to be detrimental to the trade-in and re-sale value of your baby.

Baby security should be of paramount importance to a father. Organised gangs of baby thieves are known to be in operation, stealing babies, then, through a process known as 'rebirthing', changing their identities. Please check with your insurance company as to what anti-theft precautions you will need to take to qualify for coverage; these requirements may vary depending upon your area and if the baby is used for work purposes or is for mostly domestic use.

In accordance with most insurance company guidelines MNHI strongly recommends that the baby is kept under cover at night.

MNHI takes pride in the in-built security systems that it includes in your baby's manufacture, but cannot guarantee 100 per cent anti-theft protection due to owner neglect. Never leave your baby unattended in public areas and always exercise appropriate diligence when the baby is left in the care of forgetful or frail grandparents.

Taking out fully comprehensive insurance for your baby is strongly recommended by MNHI as it will give you and your child superior coverage in all eventualities (unlike the rarely used third-party fire and theft policy).

NAMING YOUR BABY

MNHI research has found that if a baby has not been named by the time it reaches its home it is 25 per cent more likely to have some form of emotional retardation in later years. These babies are also 42 per cent more likely to suffer an identity crisis in later life, and remarkably enough, tests also show that babies who leave the dealership unnamed are 74 times more likely to contract head lice.

What to name the baby? There are no hard and fast rules as to what to name your baby, and this is the one area where MNHI imposes no warranty-voiding stipulations.

It is important to remember that the name you give the baby will be with it until at least the age of eighteen;

Although we don't make any overt suggestions as to what to name your baby, MNHI can make certain suggestions to try to steer you, as the father, in the direction of a moniker that will reduce teasing and general embarrassment in the coming years.

a. Steer away from names that are unisex. Kerri(y), Terri(y), Peta(er), Tony(i), Pat and Kim(yme) are all names that will eventually lead to some form of confusion and disappointment. This is particularly the case in online chat rooms.

b. Names that are also colours should be avoided. Sienna, for example, is not a great colour and is an even worse name.

at which time the baby can legally change its name. If at eighteen the baby changes its name, then your track record dictates that you should not suggest any alternatives.

c. Resist the temptation to name your child after your favourite entertainment personality. If, like MNHI, you feel that Beyoncé is a name worth considering now, think forward to what it will be like for your great-grandchildren when they gather to celebrate Nanna Beyoncé's 85th birthday at the nursing home. Nobody in later life would want to be known by his or her grandchildren as Granny Ga Ga!

d. It is best also that you do not name your baby after days of the week, fruit, flowers, animals or cartoon characters. In some circles these names are deemed to be 'character building'; a loose term that encompasses bullying and teasing in their many forms.

Section C
How your baby works

Congratulations, your new baby is home—and now it is time to familiarise yourself with its workings, features and specifications. MNHI suggests you read the following carefully and attentively, as by absorbing this information on your particular model you will be able to achieve maximum mileage and enjoyment.

THE TWO MODELS

As briefly mentioned earlier, MNHI produces two models of baby, these being the Boy and the Girl. At delivery the two models seem virtually identical. Their dynamic characteristics are the same and their standard equipment, as outlined earlier, is also alike. There is, however, one very important difference between the two models and that is the way in which they, and the equipment they use, expel their excess fluids.

During delivery the technician would have told you whether you had a boy or a girl. Taking delivery of a new baby is an exciting and euphoric time and as a result the exhilaration you might not have taken the time to familiarise yourself with the particular equipment of your baby.

A boy baby has slightly more external adornment than the girl. This 'showy' ornamentation is positioned at the lower end of the body, in the centre, approximately where the legs meet and it takes the form of a fleshy, cylindrical protuberance, from which the boy ejects his excess fluid. Should you take delivery of a boy, all of your friends will want to see him, and each will pass comment on the size of this appendage. This will only apply should you have a boy; such quantitative statements are neither relevant nor acceptable for a girl.

Whilst outwardly your new baby girl might not seem as highly optioned as a boy, it has in fact far greater and more complex features, though they are less apparent upon delivery. Your new baby girl is a far more compact model and has none of the outward embellishments of a boy, yet still maintains superb functionality under all conditions, and in many where the boy is fundamentally ill-equipped.

At delivery these differences might seem insignificant; however, as the baby develops the differences between the two models become greater and the performance characteristics of each will change dramatically. In the rare event that you have taken delivery of either a boy or girl model which later in life decides it would rather be the other model, there are procedures that can take place to address this primary malfunction. Just as in the 1980s many good Volkswagens had their roofs removed to make them into convertibles, so too do some adult humans feel the need to 'chop the top'.

Please bear in mind that any such alteration will automatically void your warranty, and may have ramifications for any insurance policy you might have taken out due to the installation of any non-standard after-market equipment. By virtue of their very nature, these alterations to the original MNHI factory specifications mean that performance in several key areas will be compromised or indeed rendered completely non-functional.

STANDARD EQUIPMENT

Regardless of the model you have taken delivery of, your baby will have certain standard equipment in common with all babies, and some which varies from model to model. No two MNHI babies are identical. Whilst the standard features of each baby are similar in position and purpose, no two are exactly alike. (Note: The exception here is identical twins.)

To assist new fathers in becoming familiar with the standard equipment of their new MNHI Boy/Girl we have produced the following guide in a format that lets you explore your baby from top to bottom, progressing in a downward fashion.

The head

The technology involved in baby head design has come a long way in the past 50 years and MNHI leads the world in this area. Through extensive crash testing and computer-aided design we believe we now offer a baby head that is superior to those entering the world half a century ago. If this is your first baby, take a moment to acquaint yourself with the features of its head.

MNHI has designed the head of your baby for a lifetime of productive use. Several of the head's features will not be fully operational upon delivery, but will come

on-line over a period of time as your baby develops and you become more familiar with its operation.

The head of your baby is the most important design feature of your new child as it contains the main control module, or 'brain'. This is the module that separates your baby from the babies of dogs, cats and all other animals, and it should therefore be treated with respect. Although the brain is protected by a hard outer shell, or skull, it should still be treated with extreme care, and despite often exhibiting excellent tone, should at no time be played like bongo drums.

While the head is the nerve centre of your new baby, and due care must be exercised when handling and maintaining the head, you should remember that

the head itself is quite robust and difficult to damage except in cases of extreme neglect.

You should never handle the baby whilst intoxicated, under the influence of prescription medication, exceedingly tired or during the final minutes of a close football match. A combination of two or more of these conditions should be especially avoided as this will produce circumstances during which concentration can lapse, resulting in a situation in which the baby and indeed yourself could come to physical grief.

An MNHI baby is like toast: it will always land face-first if dropped. Remember that, unlike toast, putting another slice of bread in the toaster cannot rectify the mistake of dropping a baby.

Please remember that the head is designed as a sealed

unit, and under no circumstances should the top be removed for inspection.

As you examine your baby after delivery, you will notice two eyes, one on either side of the front of the head, towards the top (the front of the head is known as the face). When delivered, the eyes are only capable of identifying shapes and shadows. The co-owner may become excited by the prospect of the baby 'seeing' her within the first day or two: this is not the case, but under no circumstances should you point this out to her.

During the life of the baby, sharp and caustic objects and liquids should be kept well away from the eyes.

Your baby is also equipped with a nose and this can be found between the eyes. MNHI equips all of its babies with the finest olfactory devices available. Within several years the baby will be tempted to use the

nose as a source of entertainment and nourishment via the judicious insertion of a finger. This should be strongly discouraged as permanent damage and public parental embarrassment can result.

Positioned on either side of your baby's head are its ears. The ears act as an aural interface between your baby and its surroundings. Despite their somewhat unorthodox appearance the ears are a very important feature of your baby, and should be treated with due care. Through normal use, or hearing, the ears will become dirty and require cleaning. Only materials designed specifically for baby ear cleaning should be used. Twigs, cocktail umbrellas and golf tees should under no circumstances be placed in, near or around a baby's ears.

MNHI strongly recommends that under no circumstances should your baby be lifted or dragged by the ears. Doing so will void your warranty instantly. Some children are delivered with ears that are not as satisfactory visually as their father might have hoped. This usually takes the form of a pair of ears that protrude in an ungainly fashion. Whilst unfortunate, this is an outcome for which MNHI takes no responsibility. As long as ears are present at the time of delivery and are working as per industry standards, the company's obligations are met.

Refuelling

On the front of your baby's head you will find a hole. This hole is the 'mouth'; it is a dedicated design feature and must not be sealed or covered at any time. Early in its life the mouth is primarily used to refuel the baby.

For approximately the first six months of its life the baby will take its fuel from a mobile filling station known as the co-owner. The mother will supply the baby with high-octane milk, suitable for all performance and growth applications.

At times the co-owner may not be available to refuel the baby when required. To cater for this eventuality the co-owner should 'express' milk using a breast pump. For the sake of safety and hygiene it is best to purchase or rent a pump designed specifically for this purpose, as many unfortunate accidents have been caused by well-meaning fathers rigging up a breast pump out of an old pool filter and a vacuum cleaner.

If you have troublesome neighbourhood children who have resisted your polite requests for them to stop stealing your newspaper or kicking their football into your yard, MNHI recommends you invite them over for a Coca-Cola while the co-owner is using the breast pump. Make them have a look at that! Damaged youth, anyone?

Despite its relative inactivity, the baby will require filling several times during the day, and should it not be receiving the milk when required, the mouth

will then perform its secondary function, which is to sound an alarm indicating it is running on the reserve tank and needs refilling sooner rather than later. (See information on warning sounds later in this manual.)

In some heavy load applications it may be necessary to top up your baby with a performance additive. If this is the case the baby should be given a premium starter formula. This contains certain probiotics such as bifidus to enhance the baby's performance … at both ends of the digestive tract.

The volume of food that needs to be ingested for peak performance varies from baby to baby. Some seem insatiable in their appetite for milk and will feed constantly, while others need to be coerced into taking every meal. This should not be a cause for concern for the father as the metabolism of babies varies from child to child.

Further features

Most of your baby's other outward physical features should be familiar to even the first-time father. Like the elements of the head, the following parts are common to both models of MNHI babies, boy and girl.

Below the neck of your baby you will find a roughly cylindrical, fleshy trunk sack. This is the body. Despite the fact that it seems to have an inspection hole, under no circumstances should the inquisitive father investigate the contents of this trunk. The contents of the trunk, their design and function are patented by MNHI, and in the case of malfunction must only be accessed by Mother Nature's trained technicians. Unauthorised tinkering with the internals of the body could result in the premature expiration of the baby.

Hanging from the lower section of the body are the legs. At delivery the legs would appear to serve no purpose to the baby and seem superfluous. Despite this apparent uselessness, and their blotchy countenance, do not attempt to remove the legs as they will become crucial to your new child's mobility in a very short time.

A similar situation applies to the arms. These are also attached to the body and can be found just below the neck. The arms and the end-most parts, the hands, are a feature of your new baby that will soon become operational. In a very short time the hands and arms will be used to grasp, throw and hit anything within reach. At first the hands will develop to the point where they will spend a lot of time in the mouth. Do not be alarmed by this, it does not indicate a fault with your baby. However, care must be exercised to ensure that the hands do not place foreign objects into the mouth. This is potentially damaging to the efficient operation of your baby, and may require extraction servicing by a trained technician—a procedure that is not covered under warranty.

Anywhere between six and eight months of operation, the mouth takes on a whole new dimension as your baby begins to grow teeth. The appearance of teeth

brings a great source of excitement to a home, followed by misery once the pain associated with more and more teeth coming on-line sets in. This is the best time to introduce an MNHI-approved teething ring or rusk to the baby. While it might be fun to have a small child gumming your finger, having it bitten is a decidedly different matter regardless of how cute a four-tooth smile is.

As the child ages, all sorts of things will be placed in the mouth, especially the mouth of a baby boy. These items may include loose change, houses or hotels from Monopoly and possibly marbles. Please discourage this activity as these items are exceptionally difficult to digest, and their eventual emergence at childcare could raise some awkward questions. MNHI had one baby returned for repair after the carers at its crèche found the head of a GI Joe in its nappy.

THE COOLING SYSTEM AND LIQUID WASTE DISPOSAL

Draining and flushing: the function of the cooling system is to keep the baby at its most efficient operating temperature under all conditions. To do this the fluid level must be constantly observed and maintained by the addition of coolant through the filler neck, or mouth. MNHI strongly recommends that you do not over-fill your baby; such parental neglect will result in a volcanic loss of fluid through the overflow pipe, or nose as it is alternatively known.

Periodically—up to eleven times a day—your baby will eject excess coolant from its body; depending upon which model of baby you have it will release this fluid through one of two methods, both of which

are found slightly below the waist, as outlined earlier. The unwanted coolant from your baby will drain into a parentally applied waste catcher; the absorbency specifications and methods of changing and disposal can be found in the following section.

Section D
Taking care of your baby

After a thorough examination of your new delivery you are now ready to care for your baby. This section outlines both home maintenance and more involved servicing to be carried out at one of MNHI's approved service centres.

GETTING THE MOST FROM YOUR BABY

Some of the maintenance operations outlined in this manual should be performed only in a suitably equipped nursery or approved public baby-change room, and by personnel trained to recognise and evaluate indications of abnormal wear on your baby or other non-standard conditions in its behaviour. For this reason you are urged to have your baby regularly serviced and inspected in accordance with the information in the *MNHI Protection Plan Booklet* sent to your obstetrician.

Although your new baby is built to exacting standards and industry-leading tolerances, MNHI understands that sometimes things can go wrong. Accidents occur, and faults present at the time of delivery may not reveal themselves until some time after taking possession of the baby. These faults can sometimes, though rarely, lead to accidents.

Given the nature of our business and the method of delivery of your baby, it is impossible for Mother Nature to instigate a model recall to attend to such faults. For best service and quality attention to detail, each of these faults will be treated on a case-by-case basis if and when they should arise.

MNHI produces nearly 300,000 babies each year in Australia alone, a figure we are extremely proud of. Couple this with our achievements in other countries—in the United Kingdom we produce an impressive 790,000 units per year, and a staggering 4

million per annum in the United States—and you can see that MNHI is a world leader in the field. It is our goal to deliver each of these handcrafted miracles to their parents without fault, technical compromise or imperfection. Some production factors, such as the recent industrial action, mean that we don't always achieve our lofty mission. One thing is certain: our quest for perfection is never-ending. That is the MNHI promise to you, now and into the future.

Acknowledging this, and in addition to an already extensive and world's best practice warranty, all babies delivered by MNHI come with a LRSG: Lifetime Roadside Service Guarantee. With the peace of mind our LRSG brings, you will know that you can take your baby anywhere in the country and be confident that a quality, factory-trained baby breakdown and roadside medical service (known as an ambulance in some markets) is only one phone call and a maximum

> **Note:** The Lifetime Roadside Service Guarantee does not apply to export models, or models imported under third-party/Third World importation schemes. The term 'Lifetime' is not to be taken literally and may be rescinded by MNHI without notice. The LRSG is valid only for the first two years of the life of the baby, or eight teeth, whichever occurs first.

of 30 minutes away, guaranteed. Just dial the relevant emergency services number for your country and a Mother Nature-appointed medical support team will be dispatched without delay to assist you and your baby.

WARRANTY PROTECTION

The new father enjoys the full protection of the MNHI standard warranty. There will be no charge for labour or materials when parts are required due to defective materials or workmanship during the warranty period of the baby. This warranty protection shall not apply to any baby that has been subject to misuse, negligence, accident, or use and consumption of improper food additives and allergenic fruits and nuts.

ESSENTIAL CARE

Contingent upon the father making his baby available to an authorised MNHI dealer, at about the specified periods, and within the warranty period, the dealer will perform, without charge for labour, preventative services; these include the specified weigh-ins and inoculations. Regular use can easily see some of the child's more delicate settings deviate from factory specification. The dealer will inspect the child and make any necessary adjustments to keep it working satisfactorily.

Warning: From a safety and general health perspective the new father should avoid inhaling the baby's exhaust gases when any concentration of these is present in the air, e.g. in the baby's nursery or when standing directly behind the baby when the baby is up on the hoist or 'change table'.

Exhaust gases will have strong, yet colourless, odours, which should give warning of their presence, and in many cases the solid fuel that caused them: it should always be remembered that when your baby emits strong exhaust gases this usually acts as a precursor to a more tangible emission. Remember this handy hint: first comes the lightning, then the thunder. (See 'Servicing your baby' later in this section.)

For the long-term performance of your baby it is crucial that scheduled inoculations are given at the correct intervals. Failure to do so could see your baby out of commission for some time and requiring

expensive and inconvenient treatment. Whilst measles, mumps and whooping cough might sound like whimsical party games to a new father, they are in fact viruses that could hamper the enjoyment, and future efficiency, of your new baby.

WASHING YOUR BABY

The outer coating—the dermis, or skin (duco has not been on babies since 1973)—on your new baby is superior to the finish on other mammals and will stay healthy and looking new for years, needing little more attention than a reasonable amount of washing.

Wash your baby regularly, particularly in coastal areas or where salt and chemicals are in the air. Tree sap, insects, bird droppings or the saliva of the elderly may be difficult to remove with water alone.

Use a mild soap solution or suitable mild detergent for washing the baby and then rinse with clear water immediately. 'Bath time', as the baby-washing process is known, serves as an ideal opportunity to inspect the baby for any damage it might have sustained during the day (for more details see 'External damage' later in this section). It is best to avoid immersing the head of the baby during washing as this could lead to temporary malfunctions in the primary 'electrics', resulting in spluttering and an unpleasant screeching sound.

'Bath time' can also serve as a recreational experience for the baby with the introduction of plastic duck-

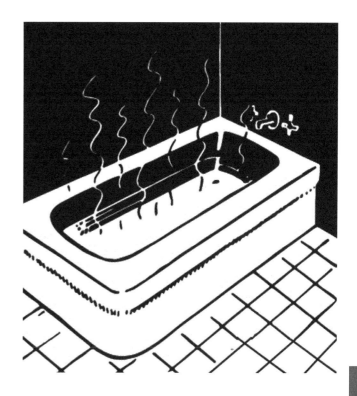

shaped objects being a common source of amusement for the baby whilst being washed. Kicking and splashing are also common during bath time, though it should be noted that, if possible, such activities should be confined to the baby alone.

The baby should be washed under cover where possible, particularly in the winter months or in areas prone to bogong moth or locust infestation.

Whilst boiling water might be ideal for making a cup of tea, it is dangerous and warranty-voiding for the washing of a baby. When the new father is testing the water temperature for bathing his baby he should ask himself a simple question: 'Would I immerse my testicles in this water?' MNHI suggests the following straightforward advice for new fathers: do not put your baby anywhere that you would not put your testicles. This includes the front seat of the car, on the stove or near the revolving blades of a fan.

Remember to include regular under-body washing of your baby, as this is where the most noxious and rash- inducing of residues will gather. In areas of heavy concentrations of corrosive materials, the entire under-body should be thoroughly washed and inspected frequently, particularly after wet seasons.

The judicious use of a high-pressure water gun is recommended for the particularly heavy build-up often found towards the rear of the baby after any 'solids' have been allowed to sit for more than three hours. Persistent yet gentle wiping is the more traditional method for removal of 'baked on' solids, despite the temptation to use the much more efficient, though potentially dangerous, hammer and chisel method. Once again the father should ask himself: 'Would I clean my testicles with a hammer and chisel?'

Your baby's eyes (see Section C) are correctly aligned and centred at the time of manufacture and readjusted again before final delivery. The eyes are a very crucial and sensitive part of your baby and should be looked after appropriately. The use of a 'no tears' shampoo is recommended for the baby's head so that any overflow which makes its way to the baby's eyes will cause as little irritation as possible.

Because of their sensitivity, your baby's eyes have been fitted with a self-cleaning mechanism, or tear duct, which should never be interfered with. Should your baby become involved in an accident, your Mother Nature dealer should check the alignment of its eyes as soon as possible. Never remove your baby's eyes for cleaning, as although spherical in shape, they are extremely difficult to return to their original position once taken out.

Wherever possible, you should always hand wash your baby. Although there are commercial automatic baby washers available, they can diminish your baby's exterior appearance over time. The harsh nylon bristles in combination with the ill-directed high-pressure water systems employed in these automatic washers are no substitute for gentle parental hand washing. If you must use an automatic baby wash, please do so sparingly; during automatic washing MNHI recommends that you securely affix your baby's ears to the side of its head and attach a peg to the nose.

In the home your baby should be washed in one of three places. First and most logical is the 'baby bath'. This is a plastic contraption that mimics the

shape of a full-sized bath and is placed on a stand. It is portable and sits at the perfect height for washing a newborn. The baby will outgrow the baby bath in about six months, and at this time the baby bath is either handed to another family or, like most other baby-related items, dragged to the garage and put in the pile of 'uselessness'.

The second and third locations for baby washing are of course the regular bath, which to a baby is like an Olympic pool, and the traditional laundry tub. Both are quaint and are perfect for 'happy snaps' but they also come with their own perils: the tap spout and handle injuries which can occur in these locations are unfortunately all too common today.

It should be pointed out that your MNHI warranty does not cover missing teeth and bumps on heads caused by bathroom fittings, nor do its obligations stretch to burns caused by the sudden and explosive turning on of the hot tap—by baby or father.

External damage

From time to time whilst washing your baby you will notice skin damage or minor scratching to the surface. This can be dealt with using the Baby Skin Repair Kit available from your Mother Nature authorised dealer. This kit contains elasticised sticking plasters that can be applied directly to the affected area. Please observe the application instructions supplied with the sticking plasters. Sticking plasters should never be applied internally, across the nose or mouth, and only across the ears in a severe emergency.

As your baby gets a little older do not be dismayed when it requires its sticking plasters to have the likenesses of certain television or animated film characters on them. Do not worry: these specialist plasters are also available from your Mother Nature authorised dealer, at a small premium of course.

SERVICING YOUR BABY

From about the age of three your child will be able to carry out its own routine maintenance and expulsion of waste; this will be a momentous day in both yours and the baby's life, as upon delivery and in the initial several months of baby ownership this ability will seem like an eternity away. There will be many bungled and messy attempts before proper toilet use is achieved, but the rewards will be worth it. Until that time, however, routine servicing and maintenance training is the responsibility of the father, and for the best results should be adhered to diligently and as per the manufacturer's instructions.

MNHI produces a range of toilet training accessories available from accredited MNHI dealers and licensed outlets. These include potties and smaller seats that sit upon the regular toilet seat and are accessed by a stepladder scaled suitably for toddlers.

For many years, owners toilet trained their babies with the use of a plastic potty in the shape and colour of a turtle. MNHI strongly urges owners to diligently avoid this method. The happy cartoon turtle may make going to the potty a fun experience for the toddler, but may also cause long-term psychological damage, which will reveal itself particularly when at zoo marine exhibits and when visiting friends with a pet tortoise.

The timeframe for correct toilet use is by no means definitive and will be dependent upon the father's training of the child and the example he sets. MNHI guarantees that all of the babies it produces will be able to perform their own oil and filter change by school age. Sadly, some children can continue to slip up in this regard up until, but rarely beyond, seven years of age. Any mishaps of a toiletry nature that occur after four years are not covered under the manufacturer's warranty. This applies especially to those mishaps that might occur in the school classroom, resulting in long-term psychological damage.

Remember that up until school age routine servicing and maintenance training is the responsibility of the father, and for the best results should be adhered to.

There are no short cuts when it comes to the toilet and its proper use.

The waste disposal system

The three MNHI pre-programmed functions of your baby are: sleeping; eating (both of which will be addressed later); and the third (which has its own set of somewhat complicated guidelines for maintenance), the removal of waste.

MNHI has equipped your new baby with two methods of expelling waste from its body. This waste is a function of the fuel being expended in the form of growth and activity. Expelled waste should be attended to as soon as its presence is detected as, if left for a time, it can cause redness and irritation to the outer covering of your baby. It is recommended that should this irritation occur, a Mother Nature brand petroleum-based salve or gypsum powder be applied to the affected areas.

Of the two types of waste the first is the liquid waste which will exit from the front of the baby. The boy and girl models (as explained earlier in the manual) employ a different method of releasing the waste liquid; however, both models empty their fluids into the same owner-installed absorbent catchment pouch (also known as a nappy or diaper).

Should the baby expel liquid whilst 'nappy free' then the methods of expulsion become painfully clear. The girl baby will give a slight shiver and the excess fluids will demurely escape from between her legs. The boy baby on the other hand will release a demonic laugh, wave his arms and propel a jet of liquid waste into the air in what is probably his first act of genuine male pride.

From the outside and with a nappy fitted, it is difficult to detect exactly when your baby has expelled the liquid waste. Generally no alarms sound from the baby, and there are few facial expressions to indicate any activity in the waste department. For this reason, it is suggested that you check the nappy regularly. MNHI suggests that this be done prior and post refuelling your baby. (For a step-by-step guide to nappy changing, see 'Oil and filter changes' later in this section.)

The second form of waste disposal employed by your baby involves the waste exiting from the rear in a manner common to both the boy and girl models. Unlike the forward waste disposal, the rearward variety has several warning signs that manifest themselves in different ways, each more insidious than the previous. The first, and most unpleasant, of these signs is olfactory. An unpleasant odour emanating from your baby's stern can either signal that there is waste deposited and ready to be removed, or that a waste delivery is imminent. Should the odour disappear shortly after being detected, it means that no waste has been deposited, but all is in readiness for the act. Should you be unsure, recalling this handy saying will simplify the situation: 'The next train down that line is going to be the goods.'

If the odour that your baby emits is of a more stubborn and lingering nature, remaining airborne and powerful for an extended period to the point where you feel it is actually clinging to you, then you have what MNHI terms a 'Code Brown'. Besides the smell there are other indicators that you are in a 'Code Brown' situation with your baby.

Should a 'Code Brown' be in progress your baby will often squirm, gyrating its hips and buttocks whilst its face takes on a look of satisfaction tinged with fear and aggression. These are sure signs that some waste is being disposed of from the rearward exit.

MNHI has deliberately manufactured everything to do with this type of waste to be as hideous as possible if for no other reason than to highlight the importance of the task at hand, and to show how vital to the baby's health and safety a quick evacuation and disposal really is.

Your baby's initial service

The baby's first service is usually due within 48 hours of delivery and will consist of the expulsion of a black tar-like substance from the rear of the baby. Despite its hideous and seemingly inhuman appearance, do not be alarmed by what you find oozing from your child. This is a one-off emission designed to clear some of the heavier lubricants used, and that have built up, during the baby's manufacture. Despite its

otherworldly appearance, this first expulsion is a significant moment in baby ownership; it signals that the internal workings of the baby are operating as they should and that the baby can now be taken out for a 'blast'.

Oil and filter changes

There is one crucial type of maintenance for your baby that MNHI allows the owner to perform without voiding their warranty, and that is the changing and disposal of the absorbent catchment pouch (the nappy or diaper). The reason that MNHI allows, and teaches, the father to perform this maintenance is predominantly because it is impossible to schedule the changing of a nappy. Often it is a task you will need to perform at times when getting the baby to a service centre is just not possible.

CHANGE!

Great care must be taken when performing this crucial maintenance task as a poorly fitted or incorrect nappy can result in a distinct drop in baby performance and a particularly unsatisfactory ownership experience. As we say at MNHI: 'If an ill-fitting nappy is only half full, then the other half has fallen out somewhere.'

On the surface the nappy change might seem a routine job, but there are traps and tricks that can catch out the first-time or inattentive father. For this reason MNHI recommends the following instructions be strictly adhered to. And, as with all maintenance tasks, preparation is vital.

You should have the following items laid out in order, checked and fully operable before commencing the actual nappy change. It is a matter of the utmost consequence that the correct tools be prepared and used for this job. It is sad to think about but too

many babies have been permanently damaged by a homemade nappy constructed from newspaper and an old dishcloth.

1. A clean, unused nappy: ensuring that it is of the correct type for the size and age of your baby. Second-hand or reconditioned nappies must not be used under any circumstances, and to do so will void your warranty. Like toddler adhesive plasters, cartoon characters are popular adornments for the outer surface of nappies. The exact reason for this is unclear as the manufacturers are yet to explain any benefits of decorating their products. Remember, the Little Mermaid goes on the *outside* of the nappy. Please note that the one type of nappy is used for the collection of all waste, both front and rear. For the safety of your baby please use only MNHI-approved nappies. Cheap imported nappies are not constructed to industry standards and may not offer the adequate absorption or waste-holding characteristics required by babies on a Western diet.

2. A container of warm water and cotton balls for babies with sensitive skin or, should your baby have a more resilient outer coating, a clean wash cloth and up to one dozen medicated baby wipes. Despite the nature of what you are cleaning up, surgical cleanliness is vital when nappy changing. Please do not use KFC moist towelettes as baby wipe substitutes.

3. Nappy ointment or baby powder: for preventing and treating the aforementioned rashes. Please note that unlike some inferior brands, MNHI baby powder is *not* manufactured from babies, but is in fact pure ground talc.

4. A changing pad, change table or workbench: this is the area upon which the baby is placed for nappy

maintenance and replacement. The changing pad is positioned at such a height so as to allow the person carrying out the service full access to the parts being worked upon, as well as to perform the 100-point safety check as outlined by MNHI.

6. An old-style cloth nappy or other ultra-absorbent disposable cloth: this seemingly innocuous inclusion is perhaps the most important of all. Quite often once the service has commenced the baby will decide that there is still a little more to come. This will invariably come as a shock to the nappy changer, and the 'extras' may emanate from the front or the rear or both; and at times in quite spectacular fashion.

7. Dirty baby.

Now that you have all the tools laid out in order and ready for the nappy servicing of your baby, it is time to get under way. Remember that at this early stage fathers often lack the skills to perform maintenance on their child, and in fact many have a strong and understandable aversion to the task.

Following is a straightforward step-by-step guide for fathers on the chore of baby servicing, steps that you must learn as the responsible owner of a baby.

1. First you must determine the amount and type of waste disposed of and the damage that has been done. It is crucial to remember whilst conducting the inspection that smell does not necessarily equate to the quantity of in-nappy residue. The best way to accurately gauge the amount of built-up deposits is via a visual inspection through the elasticised leg or waist of the nappy. This method can on occasion prove disastrously inconclusive, as actual waste produced by babies has been known to make its way both up the back of the baby as well as down the legs.

2. As mentioned previously, as part of the preparation before waste removal you must prepare at least one dozen wipes and have them laid out before you even consider the removal of the baby's clothes for servicing. A clean workshop is a thorough workshop, and if you have wipes prepared before starting the job you will be ready for any eventuality. Note that during the waste removal process the feet of some babies have been known to flail wildly, sometimes making contact with the contents of the nappy, creating a 'splash' of waste that is neither hygienic nor aesthetic. This is when you will need to quickly reach for the wipes, so keep them handy, in a position that becomes second nature to you.

3. Because of the frequently noxious nature of the contents, it is imperative that caution be exercised when opening the nappy. The father should hold his breath, remember his training, and slowly and deliberately undo the tabs and open the nappy to reveal its contents. This job should be approached with the same diligence as that employed by a bomb disposal expert. The consequences for each execution of a wrong move are equally catastrophic. Do not be

alarmed at the kaleidoscope of colours and myriad textures that may greet you at this point. Rest assured that despite no one preparing you for such a sight, it is in fact completely normal. Look away if you need to, but do not lose sight of the job at hand.

4. Now that the nappy is open and the full extent of the damage revealed, you should take the wipes you have already laid out and quickly clean the affected area in a smooth and methodical manner. Now dispose of both the nappy and used wipes in a contamination-proof plastic bag and leave it outside the house near the front door. This is done not so much as a reminder for the father, but as a warning to the neighbours. In much the same way that Vlad the Impaler placed his enemies' heads on spikes around the village. At first this will be difficult to get used to, but before long you will become so familiar with this waste disposal method that you will find yourself

hurling the full bags onto the front lawn for the local crows to pick at.

5. With the baby clean it is time to reassemble the baby with a fresh nappy. Open the clean nappy and slide it under your baby. This is often the time when the baby decides there is still some waste to dispose of. The back part of the nappy with the adhesive tabs should be about level with your baby's bellybutton. Bring the front part of the nappy (usually where you will find the caricature of the Wiggles or some licensed Disney cartoon characters) between the baby's legs and up onto the belly. Bring the adhesive strips around the baby and fasten them snugly, and be careful not to tape yourself to your baby.

6. Congratulate yourself on a job well done; you have successfully removed and installed an absorbent catchment pouch on your baby. Repeat up to eight times a day during the running-in period.

STERILISATION

Cleanliness and scrupulous hygiene are vital for the maintenance and long-term satisfaction of your new MNHI baby. As a male, though, chances are that the only time you have heard the word 'sterilise' used is in relation to the neutering of a puppy (and perhaps in the context of the tetanus shot you had to have when bitten by said puppy).

MNHI is here to tell you that all of that is about to change with the delivery of your new baby. Up until this point in your life, if something looked clean it was clean; not any more. Once the baby is delivered the co-owner will develop a germ phobia that makes Howard Hughes look like a garbage man.

What is sterilisation? It is the destruction of micro-organisms; it is also a money-spinning device like no other, based (like the best money spinners) on fear and panic. Through cunning advertising, and the use of microscopes in these advertisements, the co-owner is forced to believe that if she does not disinfect, sanitise and purify every surface and object in the entire house the child will contract any number of diseases from mumps to typhus. It should be noted here that MNHI manufactures a full range of wipes, sprays, cloths and slow-release cleaning formulas that guarantee your child's immunity to up to 71 of the world's top 100 contagious diseases. Please see your MNHI outlet for prices and stock levels.

You must remember that, as far as the co-owner is concerned, for the first three months of the baby's life you are the dirtiest creature on earth, covered in the most vile microbes known to humanity. Do not take this personally. Some fathers have written to MNHI asking if it is normal that the co-owner ask them to walk through a biohazard shower before holding the baby. No, this is not normal, but in the mind of the co-owner it can be seen as reasonable.

What needs to be sterilised? Everything. There is nothing at all in the small universe your child inhabits that can be too clean. Every rattle, teat, toy and teether must be kept as germ free as possible. To do so you will risk an encounter with boiling water at least six times a day. Keep the kettle filled, and have a spare

one on stand-by as you will be going through more boiling water than a lobster restaurant on Chinese New Year.

It is important to note that there is no such thing as the ten-second rule for dummies or pacifiers. Whilst you might be happy to eat a piece of steak off the floor, an infant's pacifier must be immediately dispatched to be cleaned once it hits the deck. You will find that, given the work involved should a pacifier make it to terra firma, your diving catches will naturally improve ... anything to avoid boiling the kettle again. Please note the 'one hand, one bounce' rule does not apply to pacifiers.

MNHI makes a sterilising machine that can take the hassle out of most sanitising tasks. The MNHI Peace of Mind Steriliser disinfects as it cleans all of those items that can end up on the floor and then in the baby's mouth. Pop into any MNHI dealership and ask for a demonstration; our friendly staff are there to help explain and guide you through this difficult area. And while you're there, feel free to pick up the instructional pamphlet *Steaminess is next to Godliness*.

Please note that for the second child the sterilisation rules under which you currently labour will cease to exist and you can take a pacifier straight out of the dog's mouth, give it to the baby and the co-owner won't mind.

ECONOMY

Your baby is delivered to you from MNHI already tuned for optimum economy and performance. Years of manufacturing experience have allowed MNHI to develop a baby that will perform well under all circumstances a child of the 21st century can expect to encounter.

Average food economy is measured in various ways depending upon the age and use of your baby. During the running-in period the food economy is measured in litres per hours slept. The next stage is measured in litres per metres crawled, followed by litres per metres walked and lastly litres per minutes run, things smashed and dogs terrorised.

Do not be alarmed if the amount of food required for each of these stages increases; this is a design feature, and consumption will naturally increase in line with the improved performance you will get from your baby. As the baby grows and its capabilities expand, it is only natural for food consumption to increase along with the corresponding amount of expelled waste.

At some stage you will need to begin adding an additive called solids to your baby's tank for optimum performance. Though every baby's performance levels are different, MNHI recommends the commencement of this additive after six months of normal urban use. Although named 'solids', these foods bear little resemblance to the solids enjoyed by the baby's parents. The loose term 'solids' has only recently been used to rename what was previously referred to as 'thick-ish liquids'.

Initial baby solids are usually blended and mushed amalgamations of foods adults would never dream of combining for themselves: for instance avocado, mango and beans is a combination only acceptable to the very young who are yet to have tried these foods individually.

WARNING SYSTEMS

Your baby has been fitted with a suite of integrated early-warning safety systems. These systems not only take the guesswork out of maintaining your baby but will also enable you to attend to your baby's maintenance or refuelling needs either before a situation becomes critical or very soon after. System alarms are designed to alert you to possible problems or malfunctions in your baby's operating systems. These may cause excessive wear and tear on the baby as well as a diminishing of patience in those present should the alarm trigger in public.

There are several key faults that can occur in the baby, each of which will be accompanied by a warning sign.

Tiredness

First among these faults is a tired baby. Tiredness is an event that is at its most prevalent in the first six months after taking delivery of the baby. It can occur without notice and for an indeterminate duration and often at the most inconvenient location, and mostly, as if by design, during one of the few times when the new parent is relaxed or enjoying themselves in the company of others.

Should your baby be tired, its performance will suffer and the baby will become noticeably lethargic. In the days immediately after taking delivery, this can be difficult to determine, as until the baby is run-in, its performance is often sluggish and sleep would seem to be its natural state. After this period, signs of tiredness include eye rubbing, yawning and irritability.

At the first sign of tiredness in your baby cease all activity that might stimulate the baby.

> **Note:** Before setting your new baby down to sleep, it should be wrapped in accordance with MNHI guidelines using a muslin wrap. This prevents the baby from moving around, protects it from the elements and keeps it snug, giving it the feeling that it is still inside the manufacturing facility.

Once you have fully assessed your baby as being tired, it should be set to one side in an approved bassinet, crib or cot (as outlined previously) and allowed to rest until the tiredness subsides. A darkened room is best for sleep, as outlines of shapes and movement can not only stimulate but also scare the living daylights out of your baby.

Hunger

The second common fault that your baby will

encounter is hunger. In the early days of ownership this fault occurs with alarming frequency, second only to tiredness. Once again this is normal during the running-in period and does not need expert attention. Excessive food consumption during this period is to be expected and will reduce as your baby is eventually introduced to solids.

Hunger is a mechanism within the baby that respects no conventional boundaries of time or place. The hunger fault can trigger at any time within a 24-hour period, and more often than not at times least convenient to the parents.

As with tiredness the warning signs for hunger are not difficult to detect. Your baby will emit a piercing sound from its mouth, not unlike that of a cat which has had its tail trodden on. This noise, or cry as it is known, should be attended to immediately and will continue, increasing in volume and intensity, until the child is fully replenished.

The cry for hunger is highly irritating, and as pointed out above, it will not go away unless attended to fully and correctly. This is a fail-safe design feature built into all MNHI babies to ensure the owner focuses fully upon this most urgent of servicing functions.

Under no circumstances should you attempt to disconnect the warning cry mechanism from the baby. Any effort to do so will void the warranty immediately.

Note: No MNHI babies have an automatic 'stop crying' circuit-breaker fitted. This is a deliberate design exclusion to ensure that all of the child's needs are met, and met in the most expedient way possible by parents, and fathers in particular.

OPERATING YOUR BABY

Now that you are familiar with its servicing you are in a position to maximise the enjoyment that your MNHI baby was designed to give. Follow these simple guidelines and your baby will be a source of pride and enjoyment for many years to come.

It is important for the long-term development and efficiency of your baby that it be exposed to outside stimuli almost immediately after being delivered. For this purpose MNHI recommends that all fathers join a 'baby club'. These are groups of fathers, like you, who meet on a regular basis to discuss their baby-owning experiences, as well as play cards and exchange betting tips. These clubs fulfil a crucial role in baby ownership, allowing fathers to swap performance tips and hints on modifying their babies as well as having a network through which they can source hard to obtain or obsolete parts for their child.

A list of MNHI-approved baby clubs is available from your authorised dealer or service centre.

Once again MNHI thanks you for choosing one of our babies and we are confident that as your baby grows and your confidence increases you will, like millions of other satisfied fathers, derive great satisfaction from your Mother Nature baby.

Further reading and resources

It is not easy being a new father; there are various problems and situations that seem to arise on a daily basis. For this reason MNHI has published several books which expand on the information already printed in this owner's manual. All of these books are available for purchase from your nearest MNHI service centre.

The Biter: A guide to the proper use of teeth, Jonathon Issacs, 1997

Broccoli: One mother's struggle with meal time, Belinda Margis, 1998

Car Upholstery and Stain Removal Techniques, Tim Smith, 2002

Children and Dogs: The similarities and differences, Kerri Freeman, 2006

The Crying Just Won't Stop: Both mother and child, Dr Guy Mendolson, 2001

Did That Really Come Out of My Child? Adam Grundman, 2002

Don't Ride a Pushbike in Flip Flops: One father's advice, Joel Pearlman, 2005

Is it Wrong That I Think My Child is Ugly? Dr Gavin Jackson, 2010

My Boy Likes To Wear Silk Gloves Every Day, Lindy Bada, 2002

Nose Picking: The pros and cons, Dr Nikki Leffko, 2009

Run It Under a Cold Tap: Home first aid for dads, Yaal Broshi 2009

Toilet Training: My child wants to do it in the yard like the dog, Elana Shwartz, 2006

Appendix
Service history

Keeping track of the servicing and maintenance of your new baby is vital for the long-term ownership experience. In recognition of this, MNHI provides you with this detailed service record so that you may ensure the smooth and efficient running of your baby. It should also be noted that, should you ever decide to trade in your baby, these records will ensure you achieve a premium over less well-documented children.

Service history

First service — general inspection:

Service history

Second service — general inspection including
finger and toe dexterity:

Service history

Minor service—fluid sample inspection,
lubricant change and limb attachment
confirmation

Service history

Second major service (6 months) — including
eye alignment, fontanelle inspection and voice
control modulator assessment:

Service history

Third major service (1 year) — inoculation; full
inspection of hearing capacity; review of first
words and assessment of ability to remain
upright unaided:

Service history

Service history

Service history

Service history

Service history

Service history

Service history

Service history

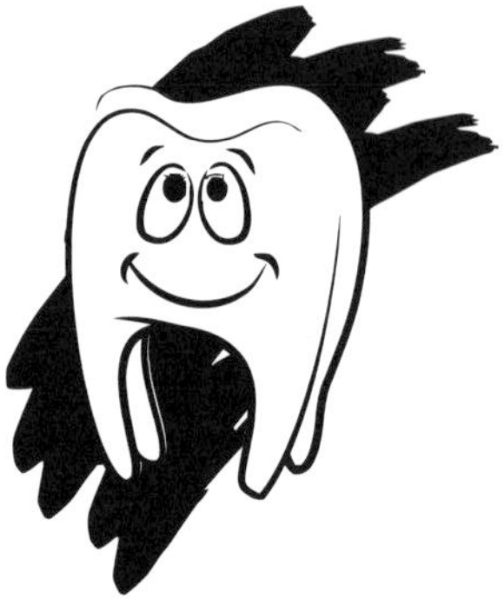

Service history

Service history

Service history

CHANGE!

Service history